வன அதிகாரியின் காதல்

(போலந்துக் கதைகள்)

சுலவோமிர் மிரோசெக்

தமிழில் : பூமணி

டிஸ்கவரி புக் பேலஸ்

கே.கே.நகர் மேற்கு, சென்னை - 600 078.
(பாண்டிச்சேரி கெஸ்ட் ஹவுஸ் அருகில்)
Ph: 044-4855 7525 Mobile: +91 87545 07070

வன அதிகாரியின் காதல் (சிறுகதைகள்)
ஆசிரியர்: சுலவோமிர் மிரோசெக்
தமிழில் : பூமணி©

Vana Athikariyin Kadhal (Short Stroies)
Author: Slawomir Mrozek
Translated by: Poomani ©

First Edition: December 2018
Pages: 200
ISBN: 978-93-86555-09-0

Discovery Book Palace (P) Ltd.,
6, Mahaveer Complex, Munusamy Salai,
K.K.Nagar West, Chennai-600 078.
Ph: +91 - 44-4855 7525
Mobile: +91 87545 07070

E-mail: discoverybookpalace@gmail.com,
Website: www.discoverybookpalace.com

Rs. 180

பதாகை
(முதற் பதிப்பின் முன்னுரை)

அப்பாடா இவ்வளவு நாட்களாக மடியில் கட்டி வைத்திருந்த செந்தட்டிச் செடியை உதறிவிட்ட நிம்மதி. இதில் இவ்வளவு தொறட்டு இருக்குமென்று தெரிந்திருந்தால் தொட்டிருக்கவே மாட்டேன். சனியன் பிடித்த நாரை கெவிரைப் பிடித்து விழுங்கிய கதையாகப் போயிற்று.

மொழிபெயர்ப்பில் எனக்குப் பெரிய அனுபவமெல்லாம் கிடையாது. ஆனால் அந்த ஆர்வம் மட்டும் ஆரம்பத்திலிருந்தே அடிமனசில் குடியிருந்திருக்கிறது காரணம், ஆங்கில நூல் வாசிப்பாக இருக்கலாம்.

கல்லூரி நாட்களில் எஸ்.டி. காலரிட்ஜின் நீண்ட கனவுக் கவிதை ஒன்றை அரிப்புத் தாங்காமல் ஆசிரியப்பாவில் மொழிபெயர்த்தேன். டி.எஸ்.எலியட்டின் சில கவிதைகளைத் தமிழ்ப்படுத்தினேன். அவை சி.சு.செல்லப்பாவின் 'எழுத்து' பத்திரிகையில் வெளியாகின. இதெல்லாம் விடலைப் பருவ விளையாட்டு.

அப்புறம் ஞானபீட பரிசளிப்பு விழாவையொட்டி, தகழி பேசியதை 'மனவோசை'க்காகத் தமிழாக்கினேன். அம்மா கருதடிக்கும் களத்தில் வேலை செய்துகொண்டிருந்தபோது இடுப்பு வலித்து தன்னைப் பெற்றதில் ஆரம்பித்து இதிகாசங்கள் கலை இலக்கியம் பண்பாடு நாவல் என்று விரியும் அவரது பம்மாத்தில்லாத பேச்சு எனக்கு ரெம்பப் பிடித்திருந்தது. அவர் பிறந்த குட்டநாட்டுப் பகுதியை கரிசக்காடுபோல் உணர்ந்தேன். அதனால் ஈடுபாட்டுடன் தமிழில் பெயர்த்து எழுதினேன். நன்றாக இருந்ததாகச் சொன்னார்கள்.

ரெம்ப நாளைக்கு முந்தி 'இம்பிரின்ட்' பத்திரிகையில் போலந்து எழுத்தாளர் சுலவோமிர் மிரோசெக்கின் சில கதைகள் கண்ணில் பட்டன. நண்பர் வீராச்சாமி கொடுத்தார். கதைகளைப் படிக்கும்போது அவற்றுடன் இனம்புரியாத ஒரு தொந்தம் ஏற்பட்டது. இவரது இயல்பான கேலியும் கிண்டலும் நக்கலும் நையாண்டியும் என்னை நிறையப் பாதித்தன. ஒரே மூச்சில் அஞ்சாறு கதைகளைத் தமிழாக்கினேன். அவற்றை 'பாலம்', 'இனி', 'பயணம்' ஆகிய இதழ்கள் வெளிப்பட்டன. அதுக்குப் பிறகு நாவல் சிறுகதை என்று சொந்த வேலைகளைப் பார்க்கப் போய்விட்டேன். இருந்தாலும் இளம் பருவத்துச் சேக்காளியாக மிரோசெக் கொடுக்குப் பிடித்துக்கொண்டு கூடவே வந்தார். சரி இவரை கணிசமாகப் படிக்கணுமென்று மனசு குறுகுறுத்தது. யார் யாரிடமோ இவர் படைப்புக்களைக் கேட்டுப் பார்த்தேன். கிடைக்கவில்லை. கடைசியில் நண்பர் பெருமாள்சாமியின் அவர்களின் பையன் அமெரிக்காவில் கம்ப்யூட்டர் மூலமாகத் தேடித் துருவி பழைய புஸ்தகக் கடையில் கண்டுபிடித்து இவரது 'யானை' தொகுப்பை வாங்கி அனுப்பினார். உடனே அதை ரெண்டு மூணு முறை மேய்ந்தேன்.

ஒற்றைக் கட்சி ஆட்சியின் அலங்கோலங்களைப் பற்றிய குத்தலான நையாண்டி நிறைந்த இந்தத் தொகுப்பு யுத்தத்துக்குப் பின் போலந்தின் இரும்புத்திரையை கிழித்துக் கொண்டு வெளிவந்த துணிச்சலான முயற்சி என்று தெரிந்தது. ரெம்பக் கிண்டல்கார மனுசனாக எனக்குள் பிரவேசித்த இவரது கதைகளில் ஏடாசியும் எக்கண்டமும் ஏராளம். இவர் அரசியல்வாதிகளையும் அதாவது, ஆளும் வர்க்கத்தையும் அதிகார வர்க்கத்தையும் முக்கியமாகக் குறிவைக்கிறார். அவர்களை நக்கல் பண்ணும் அழகே தனி. சிலசமயம் வாழைப்பழத்தில் ஊசி இறக்குகிற மாதிரி சிலசமயம் சுருக்கென்று தார்வைத்து சாட்டையைச் சொடுக்குகிற மாதிரி.

இவர் கதைக்காகச் சிரமப்பட்டு கருவைத் தேடி அலையவில்லை. அன்றாட நடவடிக்கைகளையே அனாயசமாக கதைகளாக்கியுள்ளார். இவரது வலிமையான ஆயுதம் எளிமை. மாட்டின் நடைமூத்திரம்போல் இயல்பான எளிமை. கதைகளில் விரவிக் கிடக்கிறது. குட்டிக் குட்டிக் கதைகளில் மனுசர்களின் குறைபாடுகளைச் சுட்டிக் காட்டுகிறார். அதிகார அமைப்பின் சீர்கேடுகளைத் தோலுரிக்கிறார். வாழ்க்கை எவ்வளவு கேலிக்கூத்தாகி விட்டது என்ற அங்கலாய்க்கிறார். இவருடைய கற்பனைகளைப் படித்தால் தலை கிறுகிறுக்கிறது. அபத்தமெல்லாம் எதார்த்தமாகவும் எதார்த்தமெல்லாம் அபத்தமாகவும் தெரிகிறது. வறுபடும் சோளப்பொரியாக எல்லாவற்றிலும் கிண்டல் துள்ளி விளையாடுகிறது.

இவருக்கு இளந்தலைமுறையைப் பற்றி அதிலும் குழந்தைகளைப் பற்றி அளவற்ற அக்கறை. அரசியல்வாதிகள் அதிகாரிகளின் கறை அவர்கள்மேல் படிந்துவிடக்கூடாதே என்ற பயமும் கவலையும் மேலோங்கியிருக்கின்றன. அவர்களின் சுதந்திரத்தைப் பெரிதும் மதிக்கிறார். அதனால்தான் அவர்களைக்கொண்டே பெரியவர்களை கேள்விக்குள்ளாக்குகிறார்.

எப்படியும் இந்தத் தொகுப்பைத் தமிழில் கொண்டு வந்துவிடணும் என்று முடிவு செய்தேன். அது ஒரு தார்மீகப் பொறுப்பாகப் பட்டது. இருந்தாலும் சூடான இட்லியைச் சுற்றிவரும் என் பேரனைப் போல் தொடவும்முடியாமல் விடவும்முடியாமல் ஒரு தவிப்பு. அப்படியே தள்ளிப்போய்க்கொண்டிருந்தது.

கிராமத்தில் மூணாம் கார்த்திகையன்று மாம்புளி வீசி சூந்துகட்டி சொக்கப்பான் கொளுத்துவோம். அடுத்த ஊருக்குத் தெரிகிற மாதிரி நெருப்பு கொழுந்துவிட்டு எரியும். எளவட்டங்கள் தார்ப்பாய்ச்சிக் கொண்டு நெருப்பை தாண்டிக் குதிப்பார்கள். எனக்குள்ளும் ஆசை கதகதப்பேறும். வேடிக்கை பார்க்கும் விடலைப் பெண்களுக்கு முன்னால் நானும் ஒரு ஆம்பளை என்று காட்டணுமே. என்ன வந்தாலும் சரியென்று ஒரு ஓரமாக நெருப்பைத் தாண்டுவேன். அப்படியும் கால் சட்டைக்குக் கீழே கரண்டைக்காலில் மயிரெல்லாம் பொசுங்கி உள்ளங்கால் பொத்துவிடும். ஆனாலும் பொசுங்கலைத் தடவிக்கொண்டு நொண்டுவதில் ஒரு வலியான சந்தோசம். அது அடுத்த கார்த்திகைவரை நெஞ்சுக்குள் அகலாக எரிந்துகொண்டிருக்கும்.

அந்த அசட்டுத் துணிச்சல் நரம்பில் முறுக்கேறவே கோதாவில் இறங்கினேன். அப்புறமும் சடுகுடு விளையாட்டில் ஒருபுறம் மிஞ் சியிருக்கும் ஒரே விளையாட்டுக்காரனைப் போன்ற நிலைமைதான். தோள்தட்டிக் கொக்கரித்து செண்டிப்பெடுத்துக் குதித்து கொம்புசுற்றிப் பாடிப் பிடிபட்டு மூச்சுமுட்டி திக்கித் திணறி ஒருவழியாக கோட்டைத் தொட்டு பெருமூச்சுவிட்ட தெம்பு. அடேயப்பா அது பெரிய அனுபவந்தான்.

பலமொழிபெயர்ப்புகளைப் படித்திருக்கிறேன். அப்போதெல்லாம் அவை தந்த அனுபவங்கள் எனக்குள் கவர்ந்து தன்வயப்படாமல் மனசு மூலத்துக்காக ஏங்கியிருக்கிறது. சில ரஷ்ய நூல்கள் நல்ல உதாரணம். 'செம்மீன்', 'அண்டைவீட்டார்' போன்ற ஒருசில மொழிபெயர்ப்புகளைப் படித்தபோது அவற்றையே மூலமாக உணர்ந்ததுண்டு. அந்நியப்படாத அனுபவங்கள். மொழிபெயர்ப்பென்றால் அப்படி இருக்கணும். அந்த கான மயில்களை நினைத்துத்தான் என் சிறகை விரித்திருக்கிறேன்.

நானும் ஒரு எழுத்தாளன் என்ற முறையில் என் கைக்கும் மனசுக்கும் பழக்கப்பட்ட எளிய மொழியில் இந்தக் கதைகளைப் பெயர்ப்பதே மிரோசெக்குக்குச் செய்யும் நியாயமாக இருக்குமென்று தோன்றியது. எனக்குக் கைபழகாத மொழியில் எழுதினால் ஒரு இரவல்தன்மை நெருடும் என்ற தயக்கம். பல இடங்கள் என் மொழிக்குப் பிடிபடாமல் திமிறின. முடிந்த மட்டும் வசக்கிப் பிடித்து தமிழ்ச்சாயலுக்குக் கொண்டுவரப் பிரயத்தனப்பட்டிருக்கிறேன்.

பிணையல் மிதித்த சோளக்கருது வட்டத்தைப்போல் தூசி துப்பட்டையுடன் கொம்மையும் கொலுக்குமாக மொழிபெயர்ப்பை நண்பர் ஆல்பர்ட்டிடம் ஒப்படைத்தேன். தேறுமென்று தோன்றினால் இந்த வித்தியாசமான எழுத்தாளரைத் தமிழுக்குக் கொண்டுவந்து ரெண்டு பேரும் புண்ணியம் கட்டிக் கொள்ளலாம். ஒப்பேறாதென்றால் தூக்கி வைத்துவிட்டு வேறு வேலையைப் பார்க்கலாம் என்று தெளிவாகச் சொல்லிவிட்டேன். அவர் நெருக்கடியான பலவேலைகளுக்கிடையிலும் மெனக்கிட்டு இதை கைபார்த்து, தூற்றித் துப்புரவாக்கி தானிய அம்பாரமாக்கிவிட்டார். சும்மா சொல்லக்கூடாது. மனுசன் களத்து வேலையில் கில்லாடிதான். அவருக்கு ரெம்ப ரெம்ப நன்றி சொல்லணும்.

மொழிபெயர்க்கத் தொடங்கியதுமே நூலாக வெளியிட முன்வந்தார் நண்பர் இளையபாரதி. எதையெதையோ அச்சிட்டுக் காசு பண்ணும் இந்தக் காலத்தில் இப்படியொரு தொகுப்பைக் கொண்டுவர நினைப்பது பெரிய காரியந்தான். அதுக்கு ஒரு பொது அக்கறை வேணும். அவரை மனசாரப் பாராட்டியாகணும்.

பருவட்டாகப் பார்த்தால் மிரோசெக் ஒரு அரசியல் விமர்சகர் மாதிரி தெரியும். அப்படி மட்டும் பார்க்கக்கூடாதென்று நினைக்கிறேன். அந்தப் பார்வைக் கோளாறினால் இவருக்குள் மண்டிக்கிடக்கும் கலையழகும் கவிதை நயமும் கை நழுவிவிடும்.

இவரது கதைகளைப் படித்து முடித்தபின், ஒரு சோகம் கலந்த சிரிப்பும் கோவமும் மனசில் அலையடிக்கின்றன. இவர் தூக்கிப் பிடித்திருக்கும் மனச்சுதந்திரப் பதாகையை நோக்கி கைகள் உயருகின்றன. இந்த உணர்வை ஒவ்வொரு வாசகருக்குள்ளும் கிளறச் செய்வதுதான் இந்த முயற்சியின் வெற்றியாக இருக்க முடியும்.

- பூமணி

பொருளடக்கம்

இருளிலிருந்து	9
பிறந்த நாள்	12
யானை	18
பேசப்படாத நாயகன்	23
குழந்தைகள்	26
விசாரணை	32
அன்னம்	38
குள்ளம்	41
சிங்கம்	46
அதிசயமாகத் தப்பிய கதை	50
தனிப் புலம்பல்	53
ஒட்டைச்சிவிங்கி	57
பாதிரியாரும் இசைக் குழுவும்	63
அய்யோ பாவம்	66
நான் நுட்பமானவன்	69
நினைவுச் சின்னம்	73
ஒரு சகாப்தத்தின் பின்னணி	77
டிராயருக்குள்ளே	82
ஒரு உண்மை	85

பாபி சமாச்சாரம்	88
முரசுக்காரனின் வீரதீரம்	92
கூட்டுறவுச் சங்கம்	97
பியர் ஜின்ட்	102
முதியோர் இல்லத்திலிருந்து கடிதம்	111
கடைசி வீரன்	115
குதிரைகள்	120
கவிதை	124
ஒரு பிரஜையின் கதி	129
என் மாமாவின் கதைகள்	134
பாதிரியார்	142
ஒரு சம்பவம்	146
பிரயாணத்தின்போது	151
கலை	156
வன அதிகாரியின் காதல்	159
போலந்தில் வசந்தம்	162
கோழித் தூக்கம்	166
நவீன வாழ்க்கை	176
மகானுபவர்	179
சந்தேகப் பேர்வழி	184
நான் குதிரையாக இருக்கணும்	186
முற்றுகையிடப்பட்ட நகரம்	188

இருளிலிருந்து...

தொலைவில் கிடக்கும் இந்தக் கிராமத்தில் மோசமான அறியாமையும் மூடநம்பிக்கையும் எங்களைப் பிடித்தாட்டுகின்றன. இங்கே என்னைப் பாருங்கள். வாத்தலாக வெளியே போய் வரணும் போலிருக்கிறது. ஆனால் இந்த நேரம் பார்த்து அக்டோபர் மாதக் காற்று அடித்துவரும் இலைகளைப் போல் பட்டாளம் பட்டாளமாக வௌவால்கள் சன்னல் கண்ணாடிகளில் சிறகுகளால் மோதிக்கொண்டு பறந்து திரிகின்றன. அவற்றிலொன்று என் தலைமுடிக்குள் சொருகிக்கொண்டு வெளியே எடுக்கவே முடியாமல் போகுமோ என்று பயம். ஆகவே தோழர்களே வெளியே போகாமல் என் தேவையை அடக்கியபடி உங்களுக்கு இதை எழுதிக்கொண்டு இங்கேயே உட்கார்ந்திருக்கிறேன்.

சரி. தானியம் வாங்குவதைப் பற்றி எடுத்துக் கொள்வோம். என்றைக்கு ஒரு பிசாசு ஆலைக்கு வந்து தொப்பியை எடுத்து தோரணையாக வணக்கம் சொன்னதோ அன்றைக்கிலிருந்தே வீழ்ச்சிதான். அதன் தொப்பி மூன்று நிறத்தில் இருந்தது. சிவப்பு வெள்ளை நீலம் அதன் மேல் ‘அமைதிக் கோட்டை’ என்று அழகு தையலில் எழுதப்பட்டிருந்தது. விவசாயிகள் ஆலைக்கு வருவதைத் தவிர்த்துக் கொண்டிருக்கிறார்கள். ஆலை மேனேஜருக்கும் அவர் மனைவிக்கும் குடிக்கிற அளவுக்குக் கவலை. ஒரு நாள் அவர் மனைவி மீது வோட்காவைக் கொட்டி நெருப்பு வைத்துவிட்டார். அப்புறம் அவர் மக்கள் பல்கலைக்கழகத்தில் சேர்ந்திருக்கிறார். அங்கே மார்க்சியம் படிக்கப் போகிறார். அப்போதுதான் அறிவுக்கு முரணான விஷயங்களுக்கெதிராக ஏதாவது விவாதத்தை முன்வைக்க முடியும் என்று சொல்கிறார்.

மேனேஜரின் மனைவி தீப்பிழம்பில் வெந்து மடிந்தாள். எங்களுக்கு இன்னுமொரு ஆவி சேர்ந்திருக்கிறது

உங்களுக்கொன்று சொல்லணும். இங்கே ராத்திரி வேளையில் ஏதோ ஊளையிடுகிறது. இருதயமே நின்று விடுமளவுக்கு கொடூரமான ஊளை. பணக்காரக் குலக்குகளைத் திட்டிக்கொண்டு திரியும் பரம ஏழை காராஸின் ஆவிதான் அது என்று சிலர் சொல்கிறார்கள். செத்துப்போனபின் அரசின் கட்டாய வசூல்களைப் பற்றி புலம்பிக்கொண்டிருக்கும் செல்வந்தர் கிரிவொன் என்று மற்றவர்கள் சொல்கிறார்கள். சரியான வர்க்கப் போர்.

எனது சிறிய குடிசை காட்டின் ஓரத்தில் தனியாக நிற்கிறது. ராத்திரியும் கருப்பு காடும் கருப்பு அண்டங்காக்காய்களைப் போல என் சிந்தனைகள். ஒருநாள் அண்டை வீட்டுக்காரரான ஜுஸியெங்கா காட்டினருகே கட்டைமரத்தில் ‘தொழில்நுட்பத்தின் தொடுவானங்கள்’ நூலைப் படித்தபடி உட்கார்ந்திருந்தார். அப்போது அவருக்குப் பின்னால் ஏதோ வந்து கைவைத்திருக்கிறது. மனுசன் மூன்று நாட்களாக வெற்றிடத்தை வெறித்துப் பார்ப்பதை நிறுத்தவில்லை.

தோழர்களே எங்களுக்கு உங்கள் அறிவுரை தேவை. ஏனென்றால் எங்கிருந்து பார்த்தாலும் மைல் கணக்கில் தள்ளி தனித்துக் கிடக்கிறோம் நாங்கள். தூரமும் கல்லறைத் தோட்டங்களுந்தான் எங்களைச் சூழ்ந்திருக்கின்றன.

பவுர்ணமியின்போது காட்டு வெளிகளில் முண்டமற்ற தலைகள் உருண்டு திரிகின்றனவாம். ஏதாவது வேணும் என்கிற மாதிரி ஒன்றுக்கொன்று குளிர்ந்த நெற்றியத் தட்டிக் கேட்கின்றனவாம். ஆனால் விடியும் வேளையில் அவையெல்லாம் மறைந்துவிடவே மரங்கள் மட்டுமே முணுமுணுத்துக்கொண்டு நிற்கின்றனவாம். அதுவும் லேசான முணுமுணுப்பு. ஏனென்றால் அதுகளுக்கும் பயம். இப்படியெல்லாம் ஒரு வன அதிகாரி எனக்குச் சொன்னார். அட கடவுளே ரொம்ப முக்கியமான தேவையிலுங்கூட என்னால் வெளியே தலைகாட்ட முடியவில்லையே.

எல்லாவற்றுக்குமே இந்தக் கதிதான். தோழர்களே நீங்கள் ஐரோப்பாவைப் பற்றி பேசுகிறீர்கள். ஆனால் இங்கே நாங்கள் செம்புகளில் பாலை ஊற்றிய மாத்திரத்தில் எங்கிருந்தோ முளைக்கும் கூனக் குள்ளர்கள் அதுக்குள் துப்பித் தொலைக்கிறார்கள்.

ஒரு நாள் ராத்திரி திருமதி குளுஸ் கிழவி வேர்வையில் நீந்திக்கொண்டே முழித்தெழுந்தாள். படுக்கை விரிப்பைப் பார்த்தாள். என்ன பார்த்தாள் தெரியுமா சிறு கடன். பாலமொன்று கட்டிக்

கொள்வதற்காக தேர்தலுக்கு முந்தி எங்களுக்குக் கொடுக்கப்பட்டது. இறுதிச் சடங்குகூட இல்லாமல் பொடுக்கென்று போய்விட்ட அந்தக் கடன் படுக்கை விரிப்பில் பசுமையாக மூச்சுமுட்டச் சிரித்துக் குலுங்கியபடி உட்கார்ந்திருந்தது. கிழவி கூச்சலிட ஆரம்பித்தாள். ஆனால் என்ன சமாச்சாரமென்று யாரும் வந்து எட்டிப்பார்க்க நாதியில்லை. கூச்சலிடுவது யார் என்ன தத்துவார்த்த நிலையிலிருந்து என்று யாராவது உறுதியாகச் சொல்ல முடியுமா.

நாங்கள் பாலம் கட்டவிருந்த இடத்தில் ஒரு ஓவியர் முங்கிச் செத்துப் போனார். அவருக்கு ரெண்டே வயது. ஆனால் ஏற்கெனவே மேதை. அவர் வளர்ந்து ஆளாகியிருந்தால் எல்லவாற்றையும் விளங்கி விளக்கியிருப்பார். ஆனால் இப்போது அவரால் பறந்து திரியவும் ஒளிரவுந்தான் முடியும்.

இந்தச் சம்பவங்களெல்லாம் எங்கள் மனவியலை மாற்றிவிட்டதென்னமோ உண்மைதான். மக்கள் சூனியத்தையும் மூட நம்பிக்கையையும் நம்புகிறார்கள். நேற்றுத்தான் மொக்ஸாவின் களஞ்சியத்துக்குப் பின்புறம் ஒரு எலும்புக்கூட்டைப் பார்த்திருக்கிறார்கள். அது அரசியல் எலும்புக்கூடு என்று பாதிரியார் சொல்கிறார். அவர்கள் ஆவிகளையும் அதுமாதிரி விஷயங்களையும் ஏன் சூனியக்காரிகளையுங்கூட நம்புகிறார்கள். உண்மைதான். எங்களில் ஒரு பெண் பசுக்களிடம் பாலைக் கறந்துகொண்டு அதுகளுக்குக் காய்ச்சலைக் கொடுத்துவிடுகிறாள். ஆனால் நாங்கள் அவளை கட்சியில் சேர்த்துக்கொள்ள விரும்புகிறோம். இதன்மூலம் முற்போக்கின் எதிரிகளது விவாதங்களில் ஒன்றையாவது தவிர்க்கலாம்.

அந்த வௌவால்கள் என்னமாய்ச் சிறகடிக்கின்றன. ஏசுவே அவை எப்படியெல்லாம் பறந்து “பீபீ” மறுபடியும் “பீபீ” என்று கீச்சிடுகின்றன. உள்ளே சகலமும் கிடைக்கக்கூடிய அந்த பெரிய வீடுகளுக்கு ஈடாகாது. புதர்களைத் தேடிப் போகவேண்டிய அவசியம் இருக்காதே.

ஆனால் அதைவிட இன்னும் மோசமான சங்கதிகள் உள்ளன. நான் இதை எழுதிக் கொண்டிருக்கும்போது கதவு திறந்து கொள்கிறது. ஒரு பன்றியின் மூக்கு எட்டிப் பார்க்கிறது. அது ரெம்ப வினோதமாக என்னைப் பார்க்கிறது. என்னையே வெறித்துப் பார்க்கிறது...

இங்கே சமாச்சாரங்கள் வித்தியாசமாக இருப்பதாகச் சொல்லியிருக்கிறேன் இல்லையா.

பிறந்த நாள்

முதல் சந்திப்பாக அந்த வழக்குரைஞரையும் அவர் மனைவியையும் பார்க்கப் போயிருந்தேன். வரவேற்பறை பாதியிருட்டில் முங்கியிருந்தது. திரைச்சீலைகள் வழியாகவும் குருத்துவிட்டு காடாக வளர்ந்திருந்த மலங்காட்டுச் செடியின் வழியாகவும் சூரிய வெளிச்சம் சன்னமாகச் சிந்திக் கொண்டிருந்தது. வீட்டுக்காரம்மா பெரிய அளவில் நூதன வண்ணத்துப்பூச்சிகள் அச்சிட்ட மேலாடை அணிந்திருந்தாள். தொளதொளப்பான வெள்ளை லினென் துணி மூடித் தொங்கிய சாய்வு நாற்காலியில் உட்கார்ந்திருந்தாள். என் தலைக்குமேலே மெல்லிய இருட்டிலிருந்து சிலந்தி வடிவச் சரவிளக்கு என்னை உற்றுப் பார்த்துக் கொண்டிருந்தது. பெரிய வாகனமொன்று அந்தவழியாகக் கடந்து போகும் போதெல்லாம் விளக்கில் தொங்கும் படிக மணிகள் மெல்லிசாகச் சிணுங்கின. அரைகுறை வெளிச்சத்துக்கு என் கண்கள் பழக்கப்பட்டபோதுதான் அறையின் தூரத்து மூலையில் ஒரு ஈச்சமரத்தடியில் குறுநடைக் குழந்தைகள் விளையாடும் மரக்கூண்டு போல் ஒன்று இருப்பதைக் கவனித்தேன். இதுமட்டுமே ரெம்ப பெரிசாக இருந்தது. கூண்டின் மரச்சட்டங்களுக்குப் பின்னால் ஸ்டூலில் ஒரு மனுசன் உட்கார்ந்திருந்தான். அவன் அலங்காரத் தையல் வேலையில் ஈடுபட்டிருந்தான்.

விருந்துக்கழைத்த பெண் அவனை எங்களுக்கு அறிமுகப்படுத்தவுமில்லை கண்டுகொள்ளவுமில்லை. அதனால் அவனைப்பற்றி விசாரிப்பது நாகரீகமாக இருக்காதென்று நினைத்து கண்டுங்காணாததுபோல் இருந்து கொண்டேன். ஆனாலும் எனக்குள்

ஏதோ ஒரு தர்மசங்கடம். சம்பிரதாயப்படி அந்த மாதிரியான சந்திப்பு கொஞ்சநேரந்தான் நீடிக்கணும். அந்த நேரம் முடிந்துவிட்டதால் கிளம்புவதற்காக எழுந்தேன். போகும் வழியில் அந்த மரக்கூண்டை என்னவென்று ஓரக்கண்ணால் கவனித்தேன். ஆனால் அலங்காரத் தையலுக்கு மேலே குனிந்திருக்கும் தலையின் பக்கவாட்டை மட்டுமே பார்க்க முடிந்தது. விழுந்துக்கழைத்த பெண் வாசல்வரை வந்து வழியனுப்பினாள். நாங்கள் பிரியுமுன்னர் அடுத்த சனிக்கிழமை தனது கணவனின் பிறந்தநாள் விருந்துக்கு அழைத்தாள்.

அந்தக் குட்டி நகரத்துக்கு நான் புதுசானதால் அந்த வேடிக்கை வினோதங்கள் எனக்கு அத்துபடியாகவில்லை. வழக்குரைஞரின் வரவேற்பறையில் சற்றுமுன்பு நான் பார்த்ததும் அவற்றில் ஒன்று இருந்தாலும் நான் அடுத்த முறை போகும்போது இந்த மர்மத்துக்குத் தீர்வு கிடைக்குமென்று நினைத்துக் கொண்டேன்.

சொன்ன நாளில் கவனமாக உடையணிந்துகொண்டு வழக்குரைஞரின் பங்களாவுக்குப் போனேன். தூரத்திலிருந்தே அது பிரமாதமாகத் தெரிந்தது. அதுக்குக் காரணம் நகரத்திலேயே அது ரெம்பக் கம்பீரமான கட்டடம் என்பது மட்டுமல்ல இந்த விழாவின்போது அது ஒளிவிளக்குகளால் அலங்கரிக்கப்பட்டு, கருங்குழம்பாக அருகில் ஓடும் ஆற்றில் விளக்குகள் பிரதிபலித்தன. நகர அரங்கத்துக்கு மேலே ஆகாயத்தில் வாணவேடிக்கை வெடித்தது. வழக்குரைஞர்கள் பிறந்த நாளைக் கொண்டாடுவதற்காக நகரமக்கள் அனைவருமே ஊர்க்காவல் படை நிலையமான அந்த அரங்கத்தில்தான் கூடியிருந்தார்கள்.

நுழைவாசல் கதவு லேசாகத் திறந்திருந்தது. பாதி திறந்திருந்த முன் கதவினூடே பாதையில் வெளிச்சம் படர்ந்திருந்தது. நான் வரவேற்பறைக்குள் நுழையும்போது சரவிளக்கின் பிரகாசமான ஒளியில் கண் கூசியது. சாய்வு நாற்காலிகளில் வெள்ளை உறைகளைக் காணவில்லை. அங்கே வந்திருந்தவர்களைக் கவனித்தேன். பாதிரியாரின் சிவந்த முகம். மஞ்சள் முகங்களுடன் மருந்துக் கடைக்காரரும் அவர் மனைவியும், டாக்டரும் கூட்டுறவுச் சங்கத் தலைவரும் தம்பதி சகிதம் வந்திருந்தார்கள். அடுத்து ஒரு சிறிய பணிமனை உரிமையாளர் அரசாங்கத்துக்காக பேனாதாங்கி செய்யும் பணிமனை, அவருங்கூட மனைவியுடன் இருந்தார். வழக்குரைஞர் என்னை வரவேற்க வந்தார்.

நான் நல்வாழ்த்துச் சொல்லி அன்பளிப்பைக் கொடுத்தேன். பிரமாதமான மேலாடையணிந்த அவரது மனைவி என்னை

உட்காரச்சொல்லி அழைத்தாள். முதலில் என்னால் சுற்றிலும் சரியாகப் பார்க்க முடியவில்லை. ஆனால் பேச்சுக்களில் கலந்துகொண்டபோது அறையின் மூலையை நோக்கி எதேச்சையாக நோட்டமிட ஆரம்பித்தேன். ஆமாம் என்னை யாரும் தப்பாக எடுத்துக் கொள்ளவில்லை. ஈச்சமரத்தடியில் மரக்கூண்டு இருந்தது. அதனுள்ளே அந்த மனுசன். முந்திப் பார்த்ததுக்கு இப்போது நல்ல உடையணிந்திருந்தான். கைகளில் தலைவைத்து அரைத்தூக்கத்தில் இருப்பதுபோல் தெரிந்தது. நாகரீகம் கருதி அவனை ஓரக்கண்ணால் கவனித்தபடி இருந்தேன். ஆனால் அடிக்கடி அந்த வீட்டுக்கு வரும் மற்ற விருந்தாளிகள் அவனை கொஞ்சங்கூடக் கண்டுகொண்டதாகத் தெரியவில்லை. பிறந்தநாள் விழா என்பதால் அவர்களது முழுக்கவனமும் கலகலப்பான கேளிக்கைப் பேச்சுக்களில் இருந்தது. என் கண்கள் தன் மீது பதிந்திருப்பதை உணர்ந்த அந்த மனுசன் ஒரு கணம் விழித்துப் பார்த்துவிட்டு சற்றும் அக்கறையில்லாதவனாக உடனே மறுபடியும் உறங்கிவிட்டதாகத் தோன்றியது.

கொஞ்சநேரம் மருந்துக்கடைக்காரரின் காலை வாரிவிடுவதும் பாதிரியாருடன் கருத்துகளைப் பரிமாறுவதுமாக சிரிப்பிலும் விவாதத்திலும் நான் கலந்துகொண்டே அந்தப் புதிரை அவிழ்க்க முயன்றேன். பயனில்லை. திடீரென ரெட்டைக் கதவுகள் திறந்துகொண்டன. வெள்ளிப் பாத்திரங்களும் சாப்பாடும் பானமும் தாங்கிய மேசையை பணியாளர்கள் கொண்டு வந்தார்கள். அப்போதுதான் விருந்துக்கழைத்தவரின் குழந்தைகள் அங்கே வந்தார்கள். ராத்திரிச் சாப்பாடு கிளப்பிய பொதுவான சுறுசுறுப்புடன் நாங்கள் எல்லாரும் மேசைக்கருகில் போய் உட்கார்ந்தோம். சில வாழ்த்துப் பேச்சுகள் அப்புறம் கண்ணாடிக் கிண்ணங்களின் கலகலப்பு கத்தி முள் கரண்டிகளின் உரசல். பெண்களின் வெள்ளிச்சிரிப்பு. ஆண்களின் அடித்தொண்டை கிண்டல்கள். இவற்றினூடே பாடல் ஒலியைக் கேட்கமுடிந்தது. ஆமாம். மரக்கூண்டுக் குள்ளிருக்கும் மனுசன்தான் அது. பெலலைகாவின் மெல்லிய இசைத்துணையில் பழைய நினைவுகளைத் தூண்டும் இனிய பாடல் ஒலித்தது.

"வோல்கா, வோல்கா..."

ஒரு கூண்டுப் பறவையின் பாடலைப் போல் கூட்டத்தில் அதை யாரும் சட்டை செய்யவில்லை.

அடுத்துவந்த பாடல் **"கருமைநிறக் கண்களே"**. அதையடுத்து மேலும் மகிழ்ச்சி ததும்பும் ஒரு பாடல். இறுதியாக இனிப்பு பரிமாறிக்

கொண்டிருந்தார்கள். விரைவிலேயே மேசையை சிகரெட் புகை மேகம் சூழ்ந்துகொண்டது. விருந்துக்கழைத்தவரின் குழந்தைகள் அம்மாவின் அனுமதியுடன் செரி பிராந்தி பாட்டில் ஒன்றை மேசையிலிருந்து எடுத்துக் கொண்டுபோய் கூண்டுக்குள்ளிருந்த அந்த மனுசனுக்கு ஒரு கண்ணாடிக் கிண்ணத்தைக் கொடுத்து அதில் மரச்சட்டங்களின்வழியாக கொஞ்சம் பிராந்தியை ஊற்றுவதைக் கவனித்தேன். அவன் தனது பெலலைகாவை ஓரமாக வைத்துவிட்டு பிராந்தியைக் குடித்தான். மறுபடியும் பாடத் தொடங்கினான்.

பாதிரியார் என்னுடன் டார்வினின் பரிணாம வளர்ச்சித் தத்துவம் பற்றிய சர்ச்சையில் இறங்கினார். ஆகவே மரக்கூண்டுக்குள்ளிருந்த மனுசனை என்னால் ஆழ்ந்து கவனிக்க முடியவில்லை. பாதிரியார் வாதிட்டார்.

“மனுசன் கொரங்கிலருந்து பெறந்தவன்னு சாதிக்கிறவங்க இருக்கறாங்க. ஒண்ணு மட்டும் உறுதி. யாரு அப்படிச் சொல்றாங்களோ அவங்களே மனுசக் கொரங்குகளோட வாரிசுதான்.”

நான் உள்ளே ஊற்றிக்கொண்ட பானங்கள் வேலை செய்வதை உணரத் தொடங்கினேன். ஆனாலும் கூண்டுக்குள்ளிருந்த மனுசன் மது போதையில் இருப்பதை கவனிக்கத் தவறவில்லை.

விருந்துக்கழைத்தவர் என் பார்வை எங்கே விழுகிறது என்று தெரிந்து கொண்டார். சிரித்தபடி கேட்டார்:

“அது யாருன்னு தெரியுமா என் மனைவியோட யோசனையாக்கும். வரவேற்பறையில் பாடுற குருவியோ அதப்போல வேறெதுமோ வேணாம் அதெல்லாம் பொதுவா எல்லாரும் வச்சுக்கிறதான்னு சொல்றா. அதனால அவளுக்காக ஒரு முற்போக்குவாதிய கொண்டுவந்து குடுத்தென். பயப்படாதங்க, அவன வசக்கியிருக்கொம்”. மற்ற விருந்தாளிகளும் சுவாரசியமடைந்து பெல்லைகாவுடன் இருந்த அந்த மனுசனையே பார்த்துக் கொண்டிருந்தார்கள். வழக்குரைஞர் தனது விளக்கத்தைத் தொடர்ந்தார்.

“இவன் உள்ளூர்க்காரன்தான். சில வருசமா அடங்காமக் கொள்ளாம மொரட்டுத்தனமா இருந்தான். கொஞ்சம் சேதாரங்கூட உண்டாக்கினான். ஆனா சமீபத்துலதான் அடங்கி ஒடுங்கீட்டான். அதனாலதான் இவன வீட்ல வச்சிருக்கோம். அலங்காரத் தையல் வேல செய்வான். பெலலைகா வாசிப்பான். பாடுவான். ஆனாலும் சில சமயங்கள்ல எதுக்கோ ஏங்குவதுபோல இருப்பான்”

நான் தயக்கத்தோடு சொன்னேன்.

"ஒருவேள விடுதல வேண்டியோ ஏதாவது காரியம் செய்யணும்னோ ஏக்கமாருக்கும். என்னருந்தாலும் முற்போக்குவாதியாச்சே"

வழக்குரைஞர் அதை மறுத்தார்.

"நீங்க சரியாப் புரிஞ்சுக்கிறணும். இவன் இதுவரைக்கும் இந்த அளவுக்குச் சொகத்த அனுபவிச்சதில்ல. இப்ப இவனுக்குன்னு ஒரு வீடு தவறாம சாப்பாடு அமைதி வேறெந்தத் தொந்தரவும் கெடையாது. எங்க கையிலிருந்தே வாங்கிச் சாப்பிடுறதுக்குப் பழக்கியிருக்கொம். அத நீங்களே பாத்தீங்க. இவனால ஆபத்தில்ல. தேசிய தினக் கொண்டாட்டங்களுக்கும் புரட்சி ஆண்டு விழாவுக்கும் வெளிய வுடுவொம். கொஞ்சம் தேகப்பயிற்சி கெடச்சமாதிரி இருக்கும். ஆனா எப்பயுமே இவன் திரும்பி வந்துருவான். எப்படியோ இது சின்ன நகரம். எங்க போயி ஒளியப் போறான்"

வழக்குரைஞர் இந்தச் செய்தியையெல்லாம் என்னுடன் பகிர்ந்துகொள்ளும் போது எங்கள் பேச்சின் மையமாக இருந்த அவன் சுற்றிலும் கூர்ந்து பார்த்தான். அவனது நெற்றி சுருங்கியது. அந்த வெறித்த பார்வையில் பால்கட்டித் துண்டு ஒன்றை வாய்க்குக் கொண்டுபோன பாதிரியாரின் கை திடீரென வெளியே நின்றுவிட்டது. பேச்சும் நின்றது. அந்த அமைதியில் கூட்டுறவுத் தலைவரின் விரல்களிலிருந்து கரண்டி நழுவி விழும் அருவம் எல்லாருக்கும் கேட்டது. வழக்குரைஞர்கூட ஒருமாதிரி ஆகிவிட்டார். விருந்து மேசையில் பார்வை பதிந்திருந்த அந்த மனுசன் பெலலைகாவை கையிலெடுத்துப் பாடத் தொடங்கினான்.

"தடைகளை நோக்கித் தொழிலாளர்களே முன்னேறுங்கள்..."

பொதுவாக ஒரு ஆசுவாசம் நிலவியது. பாதிரியார் பால்கட்டியை விழுங்கினார். எல்லாரும் பாடலை ஆர்வமாகக் கேட்டார்கள். வழக்குரைஞர் தொடையைத் தட்டிச் சிரித்தபடி "சபாஷ்" என்று கத்தினார். மருந்துக் கடைக்காரர் சந்தோசத்தில் ரெண்டாக மடங்கிப்போனார். விருந்துக்கு அழைத்த அம்மையாருக்கு மட்டும் கோபம்.

அவள் கணவனிடம் சொன்னாள்:

"ஏங்க நேரமாச்சில்ல கொழந்தைங்க படுக்கப்போகணுமிங்கிற நெனைப்பில்லையா. அப்புறம் அவன். அவனவும் அவனோட கம்பளியால மூடணும். அப்பத்தான் இண்ணைக்கு ராத்திரி இதுக்குமேல பாட மாட்டான்"

வழக்குரைஞர் சொன்னார்:

"சரிதான். முற்போக்குவாதி கொஞ்சம் ஒறங்கட்டும்".

ராத்திரி ரெம்ப நேரமாகிவிட்டது. கடைசியாகக் கிளம்பிப்போன விருந்தாளிகளில் நானும் ஒருத்தன். மரக்கூண்டைத் தாண்டி நடந்தேன். இளநீலப் பூத்தையல் கொண்ட வெல்வெட்டுப் படுக்கை விரிப்பினால் அது மூடப்பட்டிருந்தது. அதனடியிலிருந்து பெலலைகாவின் மெல்லிய இழுவைகளும் ஒருத்தன் பாடுவதும் கேட்டது. இந்த வார்த்தைகள்தான் காதில் விழுந்ததாக நினைத்துக் கொண்டேன்.

"முன்னேறுங்கள், முன்னேறுங்கள்..."

பெலலைகா (Balalaika) ரஷ்யாவின் தேசிய இசைக்கருவி. கிதாரைப் போல மர வேலைப்பாடு கொண்டது. மூன்று நரம்பிழைகளின் இழுவையில் இனிய இசை பொங்கும்.

சுலவோமிர் மிரோசெக்
தமிழில் : பூமணி

யானை

அந்த மிருகக்காட்சி சாலையின் இயக்குநர் ஒரு அற்பமான ஆசாமி. மிருகங்களை தன் முன்னேற்றத்துக்கான படிக்கட்டுகளாகவே நினைப்பவர். கல்வி சம்பந்தமாக அது முக்கியமான இடமாயிற்றே என்பதைப் பற்றியெல்லாம் அவருக்குக் கவலையில்லை. அங்குள்ள ஒட்டைச்சிவிங்கிக்கு கழுத்து குட்டையாக இருக்கும். நீர்நாய்க்கு வளை கிடையாது. மைனாக்கள் எப்போதாவது சுரத்தில்லாமல் ஏனோதானோ வென்று சீட்டியடிக்கும். அதுவும் பள்ளிக் குழந்தைகள் அடிக்கடி சுற்றிப்பார்க்க வருகிற இடத்தில் இப்படிப்பட்ட குறைகள் இருக்கவிடலாமா.

மிருகக்காட்சிசாலை மாநிலத்தின் ஒரு பெரிய நகரத்தில் இருந்தது. அங்கே ரெம்ப முக்கியமான மிருகங்களுக்குப் பஞ்சம். அதில் யானையும் ஒன்று. மூவாயிரம் முயல்கள் இருந்து என்ன செய்ய கம்பீரமான ஒரு யானைக்கு நிகராகுமா. எப்படியோ சரியாகத் திட்டமிடப்பட்ட முறையில் குறைகள் சரிசெய்யப்பட்டுத்தான் வந்தன. நாடு முன்னேறிவிட்டதில்லையா. ஜுலை 22 நாடு விடுதலையடைந்த நாள், அந்தக் கொண்டாட்டத்தை யொட்டி மிருகக்காட்சிசாலைக்கு ஒருவழியாக யானையொன்று ஒதுக்கப்பட்டுள்ளதாகத் தகவல் வந்தது. கருமமே கண்ணாயிருக்கும் ஊழியர்களுக்கு இந்தச் செய்தி கேட்டதும் கொண்டாட்டம். இதைவிட அவர்களுக்குப் பெரிய ஆச்சரியம் என்னவென்றால் அந்த யானைக்குப் பதிலாக ரெம்பச் சிக்கனமான முறையில் வேறு யானை வாங்குவதற்குத் திட்டமொன்று தீட்டி வார்ஸாவுக்குக் கடிதம் எழுதிவிட்டார் இயக்குநர். புதுத்திட்டம் இதுதான்.

யானையை முன்னிட்டு போலந்து சுரங்கத் தொழிலாளர்களுக்கும் உலோக ஆலைத் தொழிலாளர்களுக்கும் எவ்வளவு பெரிய சுமை என்பதை நானும் ஊழியர்களும் நன்கறிவோம். நமது செலவுகள் குறைக்கப்பட வேண்டும் என்பதே என் விருப்பம். அதுக்கு இதோ ஒரு யோசனை. தங்கள் கடிதத்தில் குறிப்பிட்டுள்ள யானைக்குப் பதிலாக நாங்கள் ஒன்றை வாங்கிக் கொள்கிறோம். அதே அளவுக்கு ரப்பரில் யானை செய்து காற்றடைத்து கிராதிக்குப் பின்னால் வைத்துவிடலாம். பொருத்தமான நிறத்தில் கவனமாகச் சாயமடித்துவிடலாம். கிட்டத்திலிருந்து பார்த்தால்கூட நிஜ யானைக்கும் அதுக்கும் வித்தியாசம் கண்டுபிடிக்க முடியாது. யானை மந்தமான மிருகம் என்பதும் ஓடியாடிக் குதிக்காது என்பதும் தெரிந்தே. அதிலும் இந்த யானை படு மந்தம் என்று கிராதியிலுள்ள அறிவிப்புப் பலகையில் எழுதிவிடலாம். இந்த வழியில் மிச்சமாகும் பணத்தை ஜெட் விமானம் வாங்கவோ, தேவாலய நினைவுச் சின்னத்தைப் பாதுகாக்கவோ பயன்படுத்திக் கொள்ளலாம்.

பொதுப்பணிக்கும் போராட்டத்துக்கும் நான் செலுத்தும் எளிய காணிக்கையே இந்த யோசனையும் இதன் செயல்பாடும்.

என்றும் நான் முதலியன...

இந்தக் கடிதம் எந்திரமாகச் செயல்படும் ஒரு அதிகாரி கையில் கிடைத்திருக்கணும். முழுக்கவும் அதிகாரத் தோரணையில் கடமையைச் செய்யும் அவர் சமாச்சாரம் என்னவென்று பரிசீலிக்கவில்லை. செலவைக் குறைக்கணுமென்று உத்தரவு இருக்கிறது. அதன்படி நடந்தார். இயக்குநர் அனுப்பிய திட்டத்தை ஏற்றுக்கொண்டார். மந்திரி சபையின் ஒப்புதல் கிடைத்ததும் ரப்பர் யானை செய்ய இயக்குநர் தடபுடல்படுத்தினார்.

ரெண்டு யானைப் பாகர்கள் ஆளுக்கொரு புறமிருந்து ரப்பர் யானையின் உடம்பில் காற்று ஊதிப் புடைக்கவைக்க வேண்டியிருந்தது. அந்தக் காரியம் கமுக்கமாக இருக்கணும் என்பதற்காக ராத்திரியிலேயே முடிக்க வேண்டிய நிலைமை. ஏனென்றால் மிருகக்காட்சி சாலைக்கு யானை வரப்போகும் செய்தி கேட்டு நகர மக்கள் அதைப் பார்க்க ஆவலாக இருந்தார்கள். இயக்குநர் நடவடிக்கைகளைத் துரிதப்படுத்தினார். அவரது யோசனையை வெற்றிகரமாக நிறைவேற்றினால் போனஸ் கிடைக்குமே.

யானைப் பாகர்கள் இருவரும் ஒரு கொட்டகையைப் பூட்டிக்கொண்டு ஊத ஆரம்பித்தார்கள். பொதுவாக அந்தக்

கொட்டகையில் பட்டறைதான் இருக்கும். முக்கி முக்கி ரெண்டு மூணு மணி நேரம் ஊதியும் ரப்பர் தோல் தரையிலிருந்து ரெண்டு அங்குலம்தான் எழும்பியிருந்தது. அந்த ஊத்தமும் கொஞ்சங்கூட யானைச் சாயலுக்கு இல்லை.

ராத்திரி நேரம் கரைந்துகொண்டிருந்தது. வெளியே ஆளரவம் ஓய்ந்துவிட்டது. ஒரு ஆண் கழுதையின் கனைப்பு மட்டுமே இருளின் அமைதியை குலைத்துக் கொண்டிருந்தது. களைத்துப்போன பாகர்கள் ஊதுவதை நிறுத்திவிட்டு, இருக்கிற காற்றும் வெளியேறிவிடாமல் பார்த்துக் கொண்டார்கள். அவர்கள் இளைஞர்களில்லை. இந்தமாதிரி வேலை செய்து பழக்கமும் கிடையாது. ஒருத்தன் சொன்னான்.

"நம்ம இந்தக் கதியில போனா விடியிறதுக்குள்ள முடிச்சுக்கிற மாட்டொம். என் வீட்டுக்காரியிட்ட, என்னன்னு சொல்லட்டும். ராத்திரி முழுக்க யானத்தோல ஊதிக்கிட்ருந்தன்னு சொன்னா நம்பவே மாட்டா..."

மற்றவன் ஆமோதித்தான்.

"அது சரிதான். தெனமும் ஊதிக்கிட்டிருக்கிறதுதானா வேல. எல்லாம் நம்ம அதிகாரியால வந்த வென. அய்யா எடதுசாரியாச்சே."

மறுபடியும் ஊதத் தொடங்கினார்கள். அரை மணிக்குமேல் முடியவில்லை. ரெம்பக் களைப்பாக இருந்தது. ரப்பர் ஊத்தம் முந்திக்கு இப்போது பெரிசாகியிருந்தது. ஆனால் எதுவும் யானைச் சாயலில் இல்லை.

முதல் பாகன் சொன்னான்:

"போகப் போக கஸ்டமாருக்கே.."

மற்றவன் மறுக்கவில்லை.

"மலையேறுற பொழப்பாப் போச்சு. சரி சரி, கொஞ்சநேரம் தவிப்பாறிக்கிருவொம்"

அவர்கள் தவிப்பாறும்போது வாயுக் குழாயொன்று ஒருத்தன் கண்ணில் பட்டது. குழாயின் நுனியில் ஒரு வால்வு. அடடா யானைக்குள் வாயுவை நிரப்பிவிட்டால் என்ன மற்றவனிடம் இந்த யோசனையைச் சொன்னான்.

அதன்படியே முயற்சி செய்யலாமென்று முடிவுக்கு வந்தார்கள். யானையைக் குழாயில் பொருத்தி வால்வைத் திருகினார்கள். கொஞ்ச நேரந்தான். கொட்டகைக்குள் முழு உருவத்தில் ஒரு மிருகம் நின்றிருந்தது. அவர்களுக்கு ஒரே சந்தோசம். நிஜ யானையேதான்.

பெருத்த உடம்பு தூணைப்போல் கால்கள் சுளகுக் காதுகள் நீண்டு தொங்கும் தும்பிக்கை. பேராசை பிடித்தாட்டிய இயக்குநருக்குத் தெம்பு வந்தது. அடேங்கப்பா மிருகக்காட்சி சாலையில் நிஜமாகவே ரொம்பப் பெரிய யானை நிற்கப் போகிறது.

வாயுவை நிரப்பும் யோசனையைச் சொன்ன பாகன் துள்ளினான்.

"அருமையாருக்கு, இனிமே நம்ம வீட்டுக்குப் போகலாம்."

காலையில் சிறப்புக் காட்சிக்காக யானை குரங்குக் கூண்டுக்கு அடுத்துள்ள மையப் பகுதிக்கு எடுத்துச் செல்லப்பட்டது. பெரிய நிஜப் பாறைக்கு முன்னால் நின்ற யானை பயங்கரமாகவும் அற்புதமாகவும் தோற்றமளித்தது. கிராதியில் பெரிய அறிவிப்புப் பலகை வைக்கப்பட்டிருந்தது.

'இயல்புக்குமேல் மந்தமானது. அரிதாகவே அசையும்'.

அன்றைக்குக் காலையில் முதலாவதாக சுற்றிப் பார்க்க வந்தவர்களில் உள்ளூர் பள்ளிக் குழந்தைகளின் குழுவும் ஒன்று. அவர்களைக் கூட்டி வந்திருந்த வாத்தியார் யானையைப் பற்றி பொருள்விளக்கப் பாடம் நடத்தத் திட்டமிட்டிருந்தார். அவர்களை யானைக்கு முன்னால் நிறுத்தி பாடத்தை ஆரம்பித்தார்.

"யானை ஒரு சாகபட்சணி பாலூட்டி இனத்தைச் சேர்ந்தது. அது, தன் தும்பிக்கையால் சிறு சிறு மரங்களைப் பிடுங்கி அவற்றின் இலைகளைத் தின்னும்."

குழந்தைகள் ஆர்வம் கொப்பளிக்க யானையை ஆச்சரியத்துடன் ரசித்துப் பார்த்துக் கொண்டிருந்தார்கள். அது, ஒரு சின்ன மரத்தைப் பிடுங்குவதைப் பார்க்கணுமென்று காத்திருந்தார்கள். ஆனால் அந்த மிருகம் கிராதிக்குப் பின்னால் சலனமற்று நின்றுகொண்டிருந்தது.

"யானையானது பண்டைய காலத்தில் உயிர் வாழ்ந்து முற்றிலுமாக அழிந்துபோன ராட்சத யானையின் நேரடி வம்சமாகும். ஆகவே, நிலத்தில் வாழும் மிகப்பெரிய மிருகம் இதுவே என்பதில் ஆச்சரியமில்லை"

ரெம்ப அக்கறையான மாணவர்கள் குறிப்பெடுத்துக் கொண்டிருந்தார்கள்.

"திமிங்கலம் ஒன்றுதான் யானையைவிட அதிக எடையுள்ளது. ஆனால் அது கடலில் வாழ்கிறது. எனவே நிலத்தில் யானைதான் ராஜா என்று அடித்துச் சொல்லலாம்"

மெல்லிய காற்று மரக்கிளைகளை நீவியது.

“முழு வளர்ச்சியடைந்த ஒரு யானையின் எடை ஒன்பதாயிரம் முதல் பதிமூவாயிரம் ராத்தலாகும்.”

அந்தக் கணத்தில் யானை நடுங்கி மேலே எழும்பியது. சில வினாடிகள் தரைக்குச் சற்று உயரத்தில் ஊசலாடியது. ஆனால் திடீரென வீசிய காற்று இன்னும் மேலே தூக்கி ஆகாயத்துக்குக் கொண்டு போய்விட்டது. அதன் நான்கு பாதவட்டங்களையும் பானை வயிற்றையும் தும்பிக்கையையும் தரையிலிருந்த மக்களால் இன்னும் கொஞ்சநேரம் பார்க்க முடிந்தது. ஆனால் காற்றின் உந்துதலால் அது சீக்கிரத்திலேயே வேலிக்கு மேலே மிதந்து மரஉச்சிக்கப்பால் மறைந்துவிட்டது. கூண்டுக்குள்ளிருந்த குரங்குகள் பிரமித்துப் போய் வானத்தையே வெறித்துப் பார்த்துக் கொண்டிருந்தன.

அடுத்துள்ள தாவரவியல் பூங்காவில் யானை விழுந்து கிடந்தது. கள்ளிச்செடியில் இறங்கியதால் ரப்பர் தோலில் முள்குத்தி ஓட்டை விழுந்து சுருங்கிப் போனது.

மிருகக்காட்சிசாலையில் நடந்த கதையைப் பார்த்த பள்ளிக் குழந்தைகள் விரைவிலேயே படிப்புக்கு முழுக்குப் போட்டுவிட்டு ரவுடிகளாக மாறிவிட்டார்கள். அவர்கள் சாராயம் குடித்துவிட்டு சன்னல்களை உடைத்துக்கொண்டு திரிவதாகத் தகவல். இப்பொழுதெல்லாம் அவர்களுக்கு யானைகளைப் பற்றிய நம்பிக்கையே போய்விட்டது.

●

வார்ஸா (Warsaw) போலந்தின் தலைநகரம். பல போர்களின் விழுப்புண்களைக் கொண்டது. எல்லவற்றையும் விட இரண்டாம் உலகப் போரில் இழந்தது ஏராளம்.

பேசப்படாத நாயகன்

ஒரு நாள் மதியத்துக்கு மேலிருக்கும். நான் சன்னலுக்கு வெளியே பார்த்தபோது கீழே தெருவில் சவ ஊர்வலம் போய்க் கொண்டிருந்தது. அலங்காரமில்லாத சவ வண்டியில் ஒரு எளிய சவப்பெட்டியை வைத்து ஒற்றைக் குதிரை மட்டும் இழுத்துக்கொண்டு போனது. வண்டிக்குப் பின்னால் கருப்பு உடையில் விதவை மனைவி நடந்துபோனாள். அவளுடன் இன்னும் மூன்றுபேர். இறந்தவரின் சொந்தக்காரர்களாகவோ நண்பர்களாகவோ இருக்கக்கூடும்.

'மும்முறை வாழ்த்துக்கள்' என்ற வாசகம் பொறித்த செங்கொடியால் சவப்பெட்டி மூடப்பட்டிருக்கவில்லையென்றால் அந்த எளிய ஊர்வலம் என் கவனத்தைக் கவர்ந்திருக்காது.

ஆர்வம் மேலிடவே வீட்டைவிட்டு வெளியேறி ஊர்வலத்தில் சேர்ந்து கொண்டேன். சீக்கிரத்திலேயே கல்லறைத் தோட்டத்தை அடைந்துவிட்டோம். இறந்தவரை தூரமாக ஒரு மூலையில் பெர்ச் மரக் கும்மலுக்கு நடுவில் புதைத்தார்கள். ஈமச் சடங்குகளின்போது நான் பின்னால் ஒதுங்கிக் கொண்டேன். எனினும் பின்னர் எனது அனுதாபங்களைத் தெரிவிக்கவும் இறந்தவரைப்பற்றி தெரிந்து கொள்ளவும் அந்த விதவையிடம் போனேன்.

சிவில் ஊழியராக இருந்தவர் அவர் என்று அறிந்தேன். மறைந்த தனது கணவர் மீது எனக்குள்ள அக்கறையில் நெகிழ்ந்துபோன அந்த விதவை அவரது இறுதி நாட்களைப் பற்றி விவரம் சொல்ல முன்வந்தாள். அவர் வழக்கத்துக்கு மாறான ஒரு பணியை எடுத்துப்போட்டுச் செய்து ஓய்ந்து விட்டதாக அங்கலாய்த்தாள். புதுப்புது பிரச்சார முறைகளை விவரித்து கோரிக்கை மனுக்களும்

சுலவோமிர் மிரோசெக்
தமிழில் : பூமணி

கடிதங்களும் எழுதுவதிலேயே அவர் தனது ஓய்வு நேரத்தையெல்லாம் செலவிட்டிருக்கிறார். சாவதற்குச் சற்று முந்திக்கூட அவரது முழு நோக்கமும் பிரச்சார முழக்கங்களைச் செயல்படுத்துவதிலேயே இருந்துள்ளது.

எனது ஆர்வம் உசும்பியது. அவளது கணவரின் எழுத்துக்களைப் பார்க்க அனுமதி கேட்டேன். அவள் உடனே ஒப்புக்கொண்டாள். மஞ்சள் படிந்துகொண்டிருக்கும் இரு காகிதங்களை என்னிடம் கொடுத்தாள். பழைய பாணியில் தெளிவான கையெழுத்து. இப்படியாகத்தான் அவரது கோரிக்கை மனுவை நான் படிக்க நேர்ந்தது.

“உதாரணத்துக்கு ஈக்களை எடுத்துக் கொள்வோம்“ என்று தொடங்கியது அது.

“இரவுச் சாப்பாடு முடிந்ததும் நான் விளக்கைச் சுற்றி வட்டமிட்டுத் திரியும் ஈக்களை அடிக்கடி கவனிக்கிறேன். இது என் மூளைக்குள் பல்வேறு சிந்தனைகளக் கிளர்கிறது. ஈக்களும் நமது சமூகச் சிந்தனையில் பங்கெடுத்துக் கொண்டால் அற்புதமாக இருக்குமென்று எண்ணுகிறேன். அப்புறம் அவற்றில் ஒன்றைப் பிடித்து சிறகுகளைப் பிய்த்துவிட்டு மையில் முக்கியெடுத்து வெற்றுத்தாளில் விட்டால் விமானப் படையை ஆதரிப்பீர் என்றோ வேறொரு முழக்கத்தையோ எழுதிக்கொண்டு நகரும்.”

படிக்கப் படிக்க இறந்தவரின் மன ஆழம் என்னவென்று தெளிவாகத் தெரிந்தது. எங்கெங்கே எப்போதெல்லாம் முடியுமோ, அங்கே முழக்கங்களையும் கொடிகளையும் வைக்கணுமென்ற ஆழ்ந்த ஈடுபாடுடைய உண்மையுள்ள மனுசனாக இருந்திருக்கணும். அவருடைய முக்கியமான சொந்த யோசனைகளில் ஒன்றுதான் தனிவகை கிளாவர் செடி பயிரிடுவது.

அவர் எழுதுகிறார்.

“கலைஞர்கள், உயிரியலாளர்களின் கூட்டுறவு மூலமாகத்தான் ஒரு தனிவகை கிளாவர் செடியை வளர்க்க முடியும். தற்போது இச்செடியின் பூக்களுக்கென்று ஒரு நிறமிருக்கிறது. ஆனால் விதையை மொத்தமாகத் தயாரித்தால் பூக்கள் தலைவர்களில் ஒருவர் அல்லது ஒரு தொழிலாளர் நாயகரின் சாயலில் வளரும். மலரும் பருவத்தில் முழு கிளாவர் தோட்டத்தைக் கொஞ்சம் கற்பனை செய்து பாருங்கள். தவறுகள் நேர்ந்து விடாமல் எச்சரிக்கையாக இருக்கத்தான் செய்யணும். விதைகள் கலந்து விட்டால் சங்கடந்தான். சாதாரணமாக மீசையும் மூக்குக் கண்ணாடியும் இல்லாமலிருக்கும் ஒரு தலைவரின் முகத்தை பூ வடிவத்தில் பார்த்தால் ரெண்டுமே

இருக்கும். இதுக்கு ஒரே பரிகாரம், பயிரையெல்லாம் அழித்து விட்டு மறுபடியும் விதைப்பதுதான் “

அந்த வயதானவரின் யோசனைகள் மேலும் மேலும் ஆர்வத்தைத் தூண்டின. அவரது கோரிக்கை மனுவைப் படித்தபிறகு ‘மும்முறை வாழ்த்துக்கள்’ என்ற முழக்கம் சவப்பெட்டியில் அவரது தெளிவான சொந்த விருப்பத்தின்பேரில்தான் வைக்கப்பட்டது என்ற முடிவுக்கு வந்தேன். இந்த மாதிரியாக தனது இறுதிப் பயணத்திலுங்கூட அந்த தன்னலமற்ற கண்டுபிடிப்பாளர், தீவிரப் பிரச்சாரகர் தனது உற்சாகத்தை வெளிக்காட்ட விரும்பியுள்ளார்.

அவரது சாவுக்கான சூழ்நிலையை சரியாகத் தெரிந்துகொள்ள எனக்கு ஆவல். விசாரித்துப் பார்த்தேன். தன்னுடைய ஆர்வத்துக்கே அவர் பலியானார் என்று சொல்லக் கேட்டபோது எனக்கு அது ஆச்சரியமாக இல்லை. தேசிய தினக் கொண்டாட்டத்தின்போது தன் உடம்பிலிருந்த துணிகளையெல்லாம் உரிந்துவிட்டு முழுக்க மேலுங்கீழுமாக பல நிறங்களில் ஏழு பட்டைகள் வரைந்திருக்கிறார். அப்புறம் வெளியே பால்கனிக்கு வந்து கைப்பிடிச் சுவரில் ஏறியிருக்கிறார். உடற்பயிற்சியாளர்களுக்குத் தெரியுமே ‘நண்டு’ அந்த மாதிரி அதாவது, பின்புறம் வில்லாக வளைந்து, உடம்பை கைகளும் பாதங்களும் தாங்கி நிற்கிற மாதிரி செய்ய முயன்றிருக்கிறார். இப்படியாக நிஜமான வானவில்லின் வடிவத்தைச் செய்துகாட்ட விரும்பியிருக்கிறார் நம்பிக்கையின் சின்னமாக. என்ன பரிதாபம் தரையிலிருந்து பால்கனி முப்பதடி உயரத்தில் இருந்ததாம்.

அவர் இறுதியாகத் துயிலும் இடத்தை இன்னொருமுறை பார்க்கணுமென்று கல்லறைத் தோட்டத்துக்குப் போனேன். ரெம்ப நேரம் தேடியும் அவர் புதைக்கப்பட்ட பெர்ச் மரக் கும்மலைக் கண்டுபிடிக்க முடியவில்லை. கடைசியாக ராணுவ இசை நிகழ்ச்சி முடிந்து அந்த வழியாகத் திரும்பிப் போய்க்கொண்டிருந்த பாண்டு வாத்தியக் குழுவைப் பின்தொடர முடிவு செய்தேன். அணிவகுப்பு இசையை களிப்புடன் வாசித்துக் கொண்டு போனது அந்தக் குழு.

குழந்தைகள்

அந்தக் குளிர் காலத்தில் பனி ரெம்ப.

குழந்தைகள் மைதானத்தின் பனிமனுசனின் உருவம் செய்து கொண்டிருந்தார்கள்

பரந்த மைதானம் தினமும் நிறையப் பேர் அந்த வழியாகப் போவார்கள். பல அலுவலகங்களின் சன்னல்கள் அதைத் கண்கொட்டாமல் கவனித்துக் கொண்டிருக்கும். மைதானம் அதைப்பற்றியெல்லாம் கவலைப்படாமல் அதுபாட்டுக்கு விரிந்து கிடக்கும். நட்டநடுவில் குழந்தைகள் சிரிப்பும் கும்மாளமுமாக வேடிக்கையான உருவத்தைச் செய்வதில் மும்முரப்பட்டிருந்தார்கள்.

முதலில் ஒரு பெரிய பந்தைத் திரட்டி உருட்டினார்கள். அது உடம்பு. அடுத்து ஒரு சின்னப் பந்து. அது தோள். அதைவிட சின்னப் பந்து தலையானது. பொடிசு பொடிசான நிலக்கரித் துண்டுகள் மேலிருந்து கீழ்வாக்கில் பொருத்தமான பித்தான்களாக மாறின. கேரட்தான் மூக்கு. சொல்லப்போனால் அது ஒரு கச்சிதமான சாதாரணப் பனிமனுசன். ஒவ்வொரு வருசமும் நாடெங்கும் பனியில் முளைக்கும் ஆயிரக்கணக்கான உருவங்களைப் போல.

குழந்தைகளுக்கு அது ரொம்ப வேடிக்கையாக இருந்தது. சந்தோசம் சொல்ல முடியாது.

அந்தவழியாகப் போன பலரும் நின்று பனிமனுசனை ரசித்துவிட்டுப் போனார்கள். அரசு அலுவலகங்கள் மட்டும் எதுவுமே நடக்காததுபோல் வேலையில் முங்கியிருந்தன.

குழந்தைகளின் அப்பாவுக்கு சந்தோசம். சுத்தமான காற்றில்

அவர்களுக்கு நல்ல உடற்பயிற்சி. அதனால் கன்னங்கள் ரோஜா நிறமாகும். நன்றாகப் பசிக்கும்.

சாயங்காலம் எல்லாருமே வீட்டிலிருந்தார்கள். அப்போது யாரோ கதவைத் தட்டினார்கள். அவர் மைதானத்தில் கடை வைத்திருக்கும் பத்திரிகை ஏஜென்ட். நேரங்கெட்ட நேரத்தில் தொந்தரவு கொடுப்பதற்கு ரெம்பவும் மன்னிப்புக் கேட்டுக் கொண்டார். ஆனாலும் குழந்தைகளின் அப்பாவுடன் நாலு வார்த்தை பேசவேண்டியிருப்பதை கடமையாகக் கருதினார். குழந்தைகள் சின்னஞ் சிறுசுகள்தான். என்றாலும் அவர்களது நலனை முன்னிட்டு அவர்கள்மீது ஒரு கண் இருக்கவேண்டியது ரெம்ப முக்கியமாகப்பட்டது. சிறுசுகளைப் பற்றிய அக்கறை இல்லையென்றால் அவர் துணிந்து வந்திருக்கமாட்டார். அவரது வரவால் குழந்தைகளுக்கு ஒரு பயனுள்ள பாடம் கிடைக்கும் என்றுகூடச் சொல்லலாம். குழந்தைகள் பனி மனுசனுக்கு கேரட்டினால் செய்த மூக்கு விவகாரமாகவே அவர் வந்திருந்தார். அது சிவப்பு மூக்கு. அவரது மூக்கும் சிவப்புதான். அது பனிக்கடிப்பினால் சிவப்பானது; குடியினால் அல்ல என்று சொல்லத் தேவையில்லை.

நிச்சயமாக அவரது மூக்கின் நிறத்தை பொது உதாரணமாகக் காட்டுவதற்கு எதார்த்தமான முகாந்திரம் ஏதும் இருக்க முடியாது. இது மறுபடியும் நடக்காமல் இருந்தால் நல்லது. உண்மையில் குழந்தைகள் வளர்ப்பது பற்றியே அவர் மனசில் ஓடியது.

இந்தப் பேச்சைக் கேட்டு குழந்தைகளின் அப்பாவுக்குக் கவலை. சிவப்பு மூக்கு உள்ளவர்களானாலுக்கூட குழந்தைகள் பொதுமக்களைக் கிண்டலடிப்பதை அனுமதிக்க முடியாது. புரிந்துகொள்ளும் அளவுக்கு அவர்களுக்கு வயது போதாதுதான். அவர்களைக் கூப்பிட்டார். பத்திரிகை ஏஜென்டை சுட்டிக்காட்டி கடுமையாகக் கேட்டார்.

"இவர மனசில வச்சுக்கிட்டுத்தான் பனிமனுசனுக்கு மூக்கு செஞ்சீங்களா.."

குழந்தைகளுக்கு உண்மையிலேயே ஆச்சரியம். முதலில் இந்தக் கேள்விக்கு அர்த்தம் விளங்கவில்லை. அது புரிந்தபோது அப்படியொரு நினைப்பே மனசில் தோன்றியதில்லை என்று சொன்னார்கள்.

இருந்தாலும் அவர்கள் ராத்திரி சாப்பாடில்லாமல் உறங்கப் போகணுமென்று அப்பா சொல்லிவிட்டார்.

பத்திரிகை ஏஜென்ட் நன்றி சொல்லிவிட்டு வாசலுக்கு வந்தார்.

அங்கே கூட்டுறவுச் சங்கத் தலைவரை முகத்துக்கு முகம் சந்திக்க நேர்ந்தது. இப்படியொரு முக்கியப்புள்ளி வீடு தேடி வந்ததில் குழந்தைகளின் அப்பாவுக்கு ஆனந்தம் வரவேற்றார்.

குழந்தைகளைப் பார்த்ததும் தலைவர் கடிந்துகொண்டார்.

"ஓகோ இவங்க ஒங்க பொடிசுகதானா. இவங்களக் கட்டுப்படுத்தி வைக்கணும். தெரியுமில்லையா. காசுபெறாத காரியந்தான்.. ஆனா அதிகப்பிரசங்கித்தனமானது. இன்னைக்கு மதியத்துக்கு மேல சன்னல் வழியா என்ன பாத்தன்னு நெனைக்கிறீங்க. அவங்க பனிமனுசனோட உருவம் செஞ்சுக்கிட்டிருந்தாங்க தெரியுமா"

"அதோட மூக்கப்பத்திச் சொல்றீங்களா.."

"மூக்கா மண்ணாங்கட்டி, கொஞ்சம் கற்பனை பண்ணிப் பாருங்க. மொதல்ல ஒரு பனிப்பந்து செஞ்சாங்க. அப்புறம் ஒண்ணு. அதுக்குப் பெறகும் ஒண்ணு. அதுக்குப் பெறகு என்னன்னு நெனைக்கிறீங்க. ஒரு பந்த மத்ததுக்கு மேல வச்சாங்க. மூணாவத ரெண்டுக்கும் மேல வச்சாங்க. அது எரிச்சலூட்டுமில்லையா"

அப்பாவுக்குப் புரியவில்லை. தலைவர் கோபத்தில் பொரிந்து தள்ளினார்.

"ஒங்களுக்குப் புரியாது. அவங்க என்ன அர்த்தத்தில செஞ்சாங்கங்கிறது தெள்ளத்தெளிவா இருந்தது. எங்க கூட்டுறவுச் சங்கத்துல ஒரு திருடன் இன்னொரு திருடன் தலமேல உக்காந்துருக்கான்னு சொல்றதுதான அவங்க நோக்கம். இது அவதூறு, எவனாவது இப்படிப்பட்ட சமாச்சாரங்கள பத்திரிக்கைகள்ல எழுதுனாக்கூட அதுக்கு ஆதாரம் காட்டணும். அதுலயும் ஒரு மைதானத்துல வச்சு பொதுமக்களுக்குச் செஞ்சு காட்டும்போது விஷயம் இன்னும் மோசமாயிருது"

இருந்தாலும் தலைவர் எதையும் யோசித்துப் பார்க்கிறவர். சகித்துப் போகிறவர் செய்தவர்கள் இளைஞர்கள் என்பதையும் முன்னப்பின்ன யோசிக்காமல் செய்த காரியம் என்பதையும் புரிந்துகொள்ளக் கூடியவர். பொதுவில் வைத்து மன்னிப்புக் கேட்க வேண்டாம். ஆனால் இது மறுபடியும் நடக்கக்கூடாது.

ஒன்றுக்குமேல் ஒன்றாக பனிப்பந்துகளை வைக்கும்போது கூட்டுறவுச் சங்கத்தில் ஒரு திருடனுக்குமேல் இன்னொரு திருடன் உட்கார்ந்திருப் பதாக வெளிப்படுத்த விரும்பினீர்களா என்று கேட்டபோது குழந்தைகள் இல்லையென்று சொன்னார்கள் அழுதே விட்டார்கள். இருந்தாலும் வீட்டு மூலையில் நிற்கணுமென்று அவர்களுக்குத் தண்டனை வழங்கப்பட்டது.

அன்றைக்குப் பொழுது அதோடு கழிந்துவிடவில்லை. வெளியே குதிரை வண்டியின் மணியொலி கேட்டது. கொஞ்சநேரத்தில் ரெண்டு பேர் வாசலில் நின்றார்கள். ஒருத்தர் அடையாளந் தெரியாத தண்டியான ஆள். ஆட்டுத்தோல் கோட்டு அணிந்திருந்தார். மற்றவர் உள்ளூர் தேசிய கவுன்சில் தலைவர்.

அவர்கள் வாசலில் நின்றபடி ஒருமித்துச் சொன்னார்கள்

"எல்லாம் ஒங்க கொழந்தைங்களைப் பத்தித்தான்"

இப்படி ஆட்கள் வந்து போவது வழக்கமாகிக் கொண்டிருந்தது. இருவரும் நாற்காலியில் உட்கார்ந்தார்கள் தலைவர் மற்றவரை ஒருச்சாய்த்துப் பார்த்தார். இது யாராக இருக்கும் என்று யோசித்தபடி, பிறகு முதலில் அவரே பேச முடிவு செய்தார்.

"ஒங்க குடும்பத்துக்குள்ளயே நடக்கிற சதி வேலைகளைச் சகிச்சுக்கிறீங்களே, ஆச்சரியந்தான். ஒருவேள ஒங்களுக்கு அரசியலப்பத்தி ஒண்ணும் தெரியாதோ. அப்படின்னா நீங்க அத இப்பயே ஒத்துக்கிறது நல்லது."

குழந்தைகளின் அப்பாவுக்கு விளங்கவில்லை. அரசியலைப் பற்றி ஏன் ஏதுமறியாமல் இருக்கணும்.

"ஒங்க கொழந்தைகளோட நடத்தையப் பாத்த மாத்திரத்திலயே யாரும் தெரிஞ்சுக்கிறலாம். மக்கள் அதிகாரத்த யாரும் கிண்டல் பண்ணுவாங்களா. ஒங்க கொழந்தைங்க பண்ணுறாங்க. நான் படிக்கிற அறையோட சன்னலுக்கு வெளிய அவங்க பனிமனுச உருவம் செஞ்சாங்க"

அப்பா முணுமுணுத்தார்.

"அடடா இப்பப் புரியிது. என்ன சொல்ல வாறீங்கன்னு அதாவது ஒரு திருடன்.."

"திருடனா அறிவோடதான் பேசுறீங்களா தேசியக் கவுன்சில் தலைவரோட சன்னலுக்கு வெளிய பனிமனுசன செஞ்சுவச்சா அதுக்கு என்ன அர்த்தம் தெரியுமா? பொதுமக்கள் என்னப்பத்தி என்ன பேசிக்கிறாங்கன்னு எனக்கு நல்லாவே தெரியும். ஒங்க கொழந்தைக ஏன் ஜெர்மன் குடியரசுத் தலைவர் அடிநாய்ரோட சன்னலுக்கு வெளிய பனிமனுச உருவம் செய்யல. ஒரு உதாரணத்துக்குச் சொல்றென். ஏன் செய்யக்கூடாது. பதில் சொல்லமாட்டீங்களே. அந்த மௌனமே என்னென்னமோ பேசுது. நீங்க பின்விளைவுகளச் சந்திக்க வேண்டியிருக்கும்"

‘பின்விளைவுகள்’ என்ற வார்த்தையைக் கேட்டதுமே உடனிருந்த தண்டியான மனுசன் எழுந்து அருவமில்லாமல் அறையைவிட்டு நழுவிவிட்டார். வெளியே குதிரை வண்டியின் மணிகள் கணகணத்து தூரத்தில் தேய்ந்தன.

தலைவர் சொன்னார்.

“ஆமாங்க. இது எங்க கொண்டுபோயி விடும்னு நீங்க சிந்திச்சுப் பாக்கணும். அப்புறம் இன்னொரு சமாச்சாரம். என் கால்சட்டையில பித்தான் போடாம என் வீட்டச் சுத்தி நான் நடக்கிறது முழுக்க முழுக்க என் சொந்த விஷயம். அதக் கிண்டல் பண்ண ஒங்க கொழந்தைகளுக்கு எந்த உரிமையுமில்ல. பனிமனுசனோட சட்டையில மேலருந்து கீழவரைக்கும் பித்தான்கள் இருக்கே அதுல உள்ளர்த்தம் உண்டு. ஒண்ணு சொல்றென். நான் நெனச்சா என் வீட்டச் சுத்தி கால்சட்டையில்லாமக் கூட நடப்பென். அது என் இஸ்டம். அதப்பத்தி ஒங்க கொழந்தைகளுக் கென்ன அதமட்டும் நல்லா ஞாபகம் வச்சுக்கங்க”

குற்றவாளியாக்கப்பட்டிருந்த அப்பா வீட்டு மூலையில் நின்று கொண்டிருந்த குழந்தைகளைக் கூப்பிட்டார். குற்றத்தை ஒத்துக்கொள்ள வற்புறுத்தினார். தலைவரை மனசில் வைத்துக்கொண்டுதான் பனிமனுச உருவத்தைச் செய்தார்களா அந்த உருவத்தில் மேலிருந்து கீழாக பித்தான்கள் வைக்கும்போது தலைவர் கால்சட்டையில் பித்தான் போடாமல் வீட்டைச்சுற்றி நடப்பதைக் கிண்டல் பண்ணும் நோக்கமிருந்ததா.

பனிமனுசனை சும்மா வேடிக்கையாகத்தான் செய்ததாகவும் எவ்வித உள்நோக்கமும் கிடையாது என்றும் குழந்தைகள் கண்கலங்கியபடி உறுதியாகச் சொன்னார்கள். இருந்தாலும் ராத்திரி சாப்பாடில்லாமல் வீட்டுமூலையில் நிற்கணுமென்று ஏற்கனவே வழங்கப்பட்ட தண்டனையுடன் இப்போது கட்டாந்தரையில் முட்டி போடணுமென்றும் தீர்ப்பு.

அன்றைக்கு ராத்திரி இன்னும் பலர் கதவைத் தட்டினார்கள். ஆனால் அவர்களுக்குப் பதிலேதும் கிடைக்கவில்லை.

அடுத்த நாள் காலை ஒரு சிறு தோட்டத்தை நான் கடந்து போய்க் கொண்டிருக்கும்போது அங்கே அந்தக் குழந்தைகளைப் பார்த்தேன். மைதானத்துக்குள் யாரும் கால்வைக்கக் கூடாதென்று அறிவிக்கப்பட்டிருந்ததால் தங்கள் வீட்டுக்குமுன் உள்ள சிறு இடத்தில் எப்படி பொழுதைக் கழிக்கலாம் என்று பேசிக் கொண்டிருந்தார்கள்.

ஒரு குழந்தை சொன்னது.

“ஒரு பனிமனுசனச் செய்வோம்“

இன்னொன்று சொன்னது.

“சாதாரண பனிமனுசனச் செஞ்சா வேடிக்கையாயிருக்காது”

“பத்திரிக்க ஏஜென்டப்போல செய்வொம். அவனுக்கு செவப்பா மூக்கு வப்பொம். ஏன்னா அவன் குடிகாரன். நேத்து ராத்திரி அத அவனே சொன்னான்”

“நான் கூட்டுறவுத் தலைவரச் செய்யப் போறேன்”

“நான் கவுன்சில் தலைவரப் போல செய்யணும். அற்பமான முட்டாள். அவனுக்குப் பித்தான்கள வப்போம். ஏன்னா அவன் கால்சட்டையில பித்தான் போடாம நடக்கிறவன்”

அங்கே ஒரு விவாதமே நடந்தது. ஆனால் கடைசியில் குழந்தைகள் ஒரு உடன்பாட்டுக்கு வந்தார்கள். அதாவது எல்லாருடைய உருவத்தையும் முறை போட்டுச் செய்யணும்.

அவர்கள் ரெம்ப ஆர்வத்துடன் வேலையை ஆரம்பித்தார்கள்.

விசாரணை

கடைசியில் ஒருவழியாக அந்த நோக்கம் நிறைவேறிவிட்டது. அசாத்திய உழைப்புக்கும் முயற்சிக்கும் பலன் கிடைத்துவிட்டது. சகல எழுத்தாளர்களுக்கும் சீருடை உடுத்தி பொருத்தமான பதவியும் அந்தஸ்தும் வழங்கப்பட்டது. இந்த ஏற்பாட்டினால் குழப்பம் அளவுகோல் போதாமை ஆரோக்கியமற்ற கலைப் போக்குகள் கலையின் இருண்மை தெளிவின்மை எல்லாம் நிரந்தரமாகக் களையப்பட்டுவிட்டன.

சீருடைகள் பொதுவாக வடிவமைக்கப்பட்டன. எழுத்தாளர் சங்கத்தின் தலைமைக் குழு ரெம்ப நாளாக மேற்கொண்ட ஆரம்பக்கட்ட வேலையின் விளைவாக மாவட்டங்களாகவும் அணிகளாகவும் பிரிக்கப்பட்டு உறுப்பினர் ஒவ்வொருத்தருக்கும் பதவி அளிக்கப்படவேண்டிய முறை வகுக்கப்பட்டது. அதிலிருந்து ஒவ்வொரு உறுப்பினரும் சீருடை அணிந்தார்கள். வெவ்வேறு நிறத்தில் உருட்டித் தைத்த ஓரம்கொண்ட வெளிர்நீல கால்சட்டைகள் பச்சை மேல்சட்டை இடைவார் கூம்பிய தொப்பி. இப்படியாக அடிப்படையில் சீருடை எளிமையாக இருந்தாலும் பதவிக்கேற்றபடி பெரிய வேறுபாட்டைக் கொண்டிருந்தது. தலைமைக் குழு உறுப்பினர்கள் இரு கூம்புகள்கொண்ட தங்கப்புரியுடன் கூடிய தொப்பி அணிந்தார்கள். ஆனால் மண்டலக் குழு உறுப்பினர்களுக்கு வெள்ளிப் புரிதான். தலைவர்கள் நீண்ட வாளும் துணைத்தலைவர்கள் சிறிய பிச்சுவாக்களும் அணிந்தார்கள்.

எல்லா எழுத்தாளர்களும் அவர்களது இலக்கிய வடிவங்களுக்கு ஏற்றவாறு அணி பிரிக்கப்பட்டார்கள். கவிஞர்களுக்கு இரு படைப்பிரிவுகள். உரைநடைக்காரர்களுக்கு மூன்று பெரும் பிரிவுகள்

முன்னணிப் படை பலதரப்பட்டவர்களைக் கொண்டது. இலக்கிய விமர்சகர்களிடையே மிகப் பெருத்த மாற்றம் நிகழ்ந்தது. அவர்களில் சிலர் உப்புச் சுரங்கங்களுக்குக் கடத்தப்பட்டார்கள். மிஞ்சியுள்ளவர்கள் ஆயுதக் காவல்படையில் சேர்த்துக்கொள்ளப்பட்டார்கள்.

ஒவ்வொருத்தருக்கும் பிரைவேட் முதல் மார்ஷல் வரை பதவி அளிக்கப்பட்டது. ஒவ்வொரு எழுத்தாளருக்கும் தனது வாழ்நாளில் எத்தனை வார்த்தைகள் பிரசுரமாயிற்று அவரது தத்துவார்த்த அடிப்படையின் கோணம் அவரது வயது உள்ளூர் அல்லது தேசிய அரசில் அவர் வகிக்கும் பதவி ஆகியவையே இதைத் தீர்மானிக்கும் அம்சங்களாகும். விதவிதமான நிறங்கள் பல்வேறு பதவிகளை வேறுபடுத்திக் காட்டின.

இந்தப் புதிய ஏற்பாட்டின் பலன்கள் தெள்ளத் தெளிவானது. முதலாவதாக எந்த எழுத்தாளராக இருந்தாலும் அவரைப்பற்றி என்ன கருத்துக் கொண்டிருக்கணும் என்று ஒவ்வொருத்தருக்கும் தெளிவேற்பட்டது. ஒரு ஜெனரல் பதவி எழுத்தாளர் ஒரு மோசமான நாவலை எழுதச் சாத்தியமில்லை. மிக நல்ல நாவல்கள் மார்ஷல் பதவி எழுத்தாளரின் பேனாவிலிருந்துதான் பிறக்கும் என்பது தெளிவு. ஒரு கர்னல் பதவி எழுத்தாளர் தவறுகள் செய்யக்கூடும். ஆனால் அப்போதுங்கூட அவர் மேஜர் பதவி எழுத்தாளரைவிட திறமைசாலியாக இருக்கணும்.

பத்திரிகையாசிரியர் அலுவலகங்களின் வேலைகள் பெருமளவில் எளிமைப்படுத்தப்பட்டன. லெப்டினென்ட் பதவி எழுத்தாளரின் படைப்பைவிட பிரிகேடியர் பதவி எழுத்தாளரின் படைப்பு பிரசுரத்துக்கு எவ்வளவு அதிகத் தகுதிவாய்ந்தது என்பதை விரைவாகவும் துல்லியமாகவும் கணிக்க முடிந்தது. அதேமுறையில் சன்மான விவகாரமும் தானாகவே தீர்க்கப்பட்டது.

மேஜர் பதவியும் அதுக்கு மேற்பட்ட பதவியும் வகிக்கும் எழுத்தாளர்களின் படைப்புகளைப் பற்றி கேப்டனாக இருக்கும் விமர்சக எழுத்தாளரால் மாறுபட்ட கருத்துகளை எழுத முடியாது. ஜெனரல் பதவியிலுள்ள விமர்சக எழுத்தாளரால் மட்டுமே கர்னல் பதவி எழுத்தாளரின் பேனாவிலிருந்து பிறக்கும் படைப்பில் குறை காண முடியும்.

புதிய ஏற்பாட்டின் பலன்கள் இலக்கியத் தொழிலோடு மட்டும் நின்றுவிடவில்லை. இந்தச் சீர்திருத்தத்துக்கு முந்தியெல்லாம் ஊர்வலங்களும் பொது நிகழ்ச்சிகளும் சாதாரண உடையணிந்து வரும் எழுத்தாளர் அணியின் பரிதாபத் தோற்றத்தால் மோசமாக இருந்தன. விளையாட்டு வீரர்கள்கூட அவர்களது சீருடையால்

எழுத்தாளர்களை விட உயர்ந்தவர்களாகத் தோற்றமளித்தார்கள். ஆனால் இப்போது எழுத்தாளர்களின் அணி உல்லாசமான வண்ணமயமான காட்சி விருந்தளித்தது. தங்கம் வெள்ளிப் புரிகளின் மினுமினுப்பு உருட்டித் தைத்த ஓரங்களின் பளபளப்பு கூம்புத் தொப்பிகள் எல்லாமே கூட்டத்தை ஈர்த்து மக்கள் மத்தியில் எழுத்தாளர்களின் புகழை ஓங்கச் செய்தது.

ஒரு கிறுக்கு எழுத்தாளரை எங்கே வைப்பது என்பதில் சில சிரமங்கள் இருந்ததை ஒப்புக்கொள்ளத்தான் செய்யணும். அவர் உரைநடைதான் எழுதினார் என்றாலும், எழுதியவை நாவல்கள் என்று சொல்லமுடியாத அளவுக்கு மிகச் சுருக்கமாகவும் சிறுகதைகளென்று சொல்லமுடியாத அளவுக்கு மிக நீளமாகவும் இருந்தன. மேலும் அவரது உரைநடையில் ஒரு கவிதைத்தன்மையும் கிண்டல் பாணியும் இருப்பதாகவும் விமர்சனக் கட்டுரைகளின் கூறுகளைக் கொண்டிருப்பதாகவும் கதைகளிலிருந்து வேறுபடுத்தமுடியாத பத்திரிகைக் கட்டுரைகள் எழுதினார் என்றும் வதந்தி. இந்த எழுத்தாளரை உரைநடை அணியிலோ கவிதை அணியிலோ சேர்ப்பது சரியாக இருக்காது என்று யோசித்தார்கள். ஒரே ஒரு மனுசனுக்காக மட்டும் ஒரு தனி அணி உருவாக்குவதும் நிச்சயமாக நடைமுறைச் சாத்தியமில்லை. அவரை நீக்கிவிடலாம் என்று யோசனைகள் வந்தன. முடிவாக ஒரு சமரசம் எட்டப்பட்டது. ஆரஞ்சு நிறக் கால்சட்டையும் பிரைவேட் பதவியும் அவருக்கு வழங்கி மற்றபடி எப்படியோ போகட்டும் என்று விட்டுவிட்டார்கள். இப்படியாக இந்தத் தொழிலில் அவர் உண்மையில் ஒரு களங்கமாக இருந்ததாக நாடு முழுவதுமே அறிந்துகொள்ள முடிந்தது. அவரை நீக்கியிருந்தாலும் அப்படிச் செய்வதற்கு முன்னுதாரணம் இல்லாமலில்லை. முந்தியொரு கட்டத்தில் பல எழுத்தாளர்கள் உடல்வாகு காரணமாக சீருடையில் பார்க்க லட்சணமாக இல்லாததால் சங்கத்திலிருந்து நீக்கப்பட்டு விட்டார்கள்.

அந்த கிறுக்கு எழுத்தாளரை எழுத்தாளர் அணியில் விட்டுவைத்தது பெரிய தவறு என்று கொஞ்ச காலத்திலேயே நாடு கண்டுகொண்டது. அதிகார அமைப்பின் ரெம்ப எளிய கொள்கைகளுக்கு ஊறு விளைவிக்கிற மாதிரி நடந்த மானக்கேடான சம்பவமொன்றுக்கு அவர் காரணமாகிவிட்டார்.

ஒரு நாள் ஒரு பிரபலமான மரியாதைக்குரிய ஜெனரல் பதவி எழுத்தாளர் தலைநகரத்தில் இருபுறமும் மரங்களடர்ந்த பெரிய தெருவழியே நடந்து போய்க்கொண்டிருந்தார். எதிரே பிரைவேட் பதவிக்காரரான கிறுக்கு எழுத்தாளர் ஆரஞ்சுநிறக் கால்சட்டையில் வந்து கொண்டிருந்தார். ஜெனரல் பதவி எழுத்தாளர் அவரை

அலட்சியமாகப் பார்த்தார். அவர் சலாம் போடுவார் என்று எதிர்பார்த்துக் காத்திருந்தார். பிரைவேட்டின் தொப்பியில் மிக உயர்ந்த பதவிக்குரிய அதாவது மார்ஷல் பதவி எழுத்தாளர்கள் மட்டும் அணியக்கூடிய சிறு வண்டு இருப்பதை திடீரென்று கவனித்துவிட்டார். மேலதிகாரிக்கு மரியாதை கொடுக்கணும் என்பது ஜெனரல் பதவி எழுத்தாளர் மனசில் ஆழப் பதிந்திருந்ததால் அவர் கண்ட காட்சியில் உள்ள விபரீதத்தைப்பற்றி சற்றும் யோசிக்காமல் உடனடியாக ரெம்ப மரியாதையுடன் முதலில் சலாம் போட்டார். அதிர்ந்து போன பிரைவேட் பதவி எழுத்தாளர் பதிலுக்குச் சலாம் போட்டார். அவரது கை தொப்பிக்கு உயர்ந்தபோது அதில் உட்கார்ந்திருந்த பெரிய செவ்வண்டு சிறகை விரித்துப் பறந்தோடியது. தலைகுனிவால் ஜெனரல் பதவி எழுத்தாளருக்கு கோபம் தலைக்கேறியது. உடனே அங்கு ரோந்து வந்த விமர்சகரைக் கூப்பிட்டார். பிரைவேட்டின் பேனாவைப் பிடுங்கிக் கொண்ட விமர்சகர் அவரை இலக்கிய மாளிகையின் காவல் அறைக்குக் கூட்டிப் போனார்.

கலை அரண்மனையின் பளிங்கு மண்டபத்தில் விசாரணை நடந்தது. நீதிபதிகளும் மற்ற அதிகாரிகளும் பெரிய செம்பழுப்பு நிற மேசைக்குப் பின்னால் உட்கார்ந்திருந்தார்கள். அவர்களது பளிச்சிடும் தோளணிகளும் தங்கச் சின்னங்களும் மேசையின் கண்ணாடி போன்ற மேற்பரப்பில் பிரதிபலித்தன.

அந்த பிரைவேட் பதவி கிறுக்கு எழுத்தாளர் தனது பதவிக்குத் தகுதியில்லாத சின்னத்தை சட்ட விரோதமாக அணிந்திருந்ததாகக் குற்றம் சாட்டப்பட்டது. இருந்தாலும் அதிர்ஷ்டக் காற்று அவர் பக்கம் அடித்தது. விசாரணைக்குச் சற்று முந்திய சமயம் கலாச்சார மேலவைக் குழுக் கூட்டத்தில் ஒரு கலைஞன் மீதான ஈவிரக்கமற்ற அணுகுமுறை பற்றியும் கலை நிருவகிக்கப்படும் விதம் பற்றியும் கடுமையான விமர்சனம் வைக்கப்பட்டிருந்தது. அடுத்த நாள் விசாரணையின்போது மார்ஷல் பதவி விமர்சக எழுத்தாளரே எழுந்து பேசியபோது இந்த விவாதத்தின் எதிரொலிகளைக் கேட்க முடிந்தது.

அவர் பிரகடனம் செய்தார்.

“இந்த வழக்கைப் பொறுத்தமட்டில் நாம் எக்காரணத்தைக் கொண்டும் அதிகாரத் தோரணையான போக்கை கடைப்பிடிக்கக்கூடாது. இந்த விஷயத்தில் ஆணிவேரைத் தோண்டிப் பார்ப்பதே நமது பணியாகும். இங்கே நாம் இன்று விசாரித்துக் கொண்டிருக்கும் வழக்கு சந்தேகமில்லாமல் விதிகளை மீறியதைப் பற்றியதாகும். சில தவறுகள் இருப்பினும் இலக்கியம்

முன்னெப்போதுமில்லாத அளவுக்கு மலர அந்த விதிகள் வழிவகுத்துள்ளன. எப்படியானாலும் நாம் கேட்டுக்கொள்ள வேண்டிய கேள்வி இதுதான். 'இதோ குற்றம் சாட்டப்பட்டவர் தெரிந்தே செய்த வழக்கமான குற்றவாளியா' நாம் விடையைத் தேடுவதற்கு தீர விசாரித்தாக வேண்டும். இந்தச் செயலின் விளைவுகளை மட்டுமில்லாமல் அதுக்கான காரணங்களையும் புலப்படுத்தியாக வேண்டும். முதலில் குற்றம் சாட்டப்பட்டவர் ஏன் இந்த அவலநிலைக்குத் தள்ளப்பட்டார் என்பதைப் பார்ப்போம். யார் இவரை தவறுசெய்யத் தூண்டியது. சமூகச் சிந்தனையின் ஆரம்பநிலைக் குறைபாட்டை யார் பயன்படுத்திக் கொண்டது. எவ்விதப் படைப்புச் சூழல் இந்த நிலைக்குத் தள்ளியிருக்க முடியும். எதிர்காலத்தில் இந்த மாதிரி விசாரணைகளைத் தவிர்க்கும் பொருட்டு யாருக்கு நாம் தகுந்த தண்டனை வழங்க வேண்டும்.

இல்லை தோழர்களே இதற்குப் பிரதானப் பொறுப்பு குற்றம் சாட்டப்பட்ட இவரல்ல. செவ்வண்டின் கையில் இவர் ஒரு கருவி மட்டுமே. எது எப்படியிருந்தாலும் சந்தேகத்துக்கு இடமேயில்லை. நமது புதிய அமைப்பின் மீதுள்ள வெறுப்பினால் தூண்டப்பட்ட செவ்வண்டு, சரியான அளவுகோல்களைக் கொண்ட அமைப்பின் வெற்றிகளையும் நமது சங்கம் கட்டுக்கோப்பான அமைப்பாகிவிட்டதையும் கண்டு பொறுக்காத செவ்வண்டு நம்பிக்கைத் துரோகமாக வேண்டுமென்றே குற்றம் சாட்டப்பட்டவரின் தொப்பி மீது இறங்கியிருக்கிறது. மார்ஷலின் சின்னத்தைப் போல் தோற்றம் தந்திருக்கிறது. நமது படிநிலை அதிகார அமைப்புக்குக் கேடு விளைவித்தது அந்தச் செவ்வண்டேதான். நாம் எய்தவரைத் தண்டிப்போம் அம்பையல்ல."

தீங்கின் வேர்களையே தோண்டிவிட்ட அறிவார்ந்த வெளிப்பாடு என்று அவரது பேச்சைப் பாராட்டினார்கள். பிரைவேட் பதவி எழுத்தாளருக்கு மறுவாழ்வு அளிக்கப்பட்டு செவ்வண்டின் மீது சரியான குற்றப்பத்திரிகை தயாரிக்கப்பட்டது.

ஒரு தோட்டத்தில் அல்லி இலை மீது உட்கார்ந்தபடி சதித் திட்டம் தீட்டிக் கொண்டிருந்த செவ்வண்டை விமர்சகர்களின் பட்டாளமொன்று கண்டுபிடித்துவிட்டது. தனது முகத்திரை கிழிக்கப்பட்டதை உணர்ந்த வண்டு எதிர்ப்பேதும் தெரிவிக்கவில்லை.

அதே பளிங்கு மண்டபத்தில் புது விசாரணை நடந்தது. பளபளப்பான மேசைமீது உட்கார்ந்திருந்த ஒரு சிவப்புப் புள்ளியை அங்கிருந்த அனைவரும் கண்வலிக்கப் பார்த்தார்கள். வெளியே

தப்ப முடியாதபடி ஒரு கண்ணாடித் தட்டுக்கடியில் அந்த வண்டு தனது குற்றத்தைப் பற்றிய வருத்தமே இல்லாமல் ஒரு அலட்சியமான அமைதியில் உட்கார்ந்திருந்தது.

அடுத்தநாள் அதிகாலையில் தண்டனை நிறைவேற்றப்பட்டது. இலக்கிய மார்ஷல் பதவி எழுத்தாளர் சமீபத்தில் எழுதிய நாவலின் கனமான நன்றாகத் தைக்கப்பட்ட நான்கு தொகுதிகள் தண்டனைக் கருவியாகத் தேர்ந்தெடுக்கப்பட்டது. நான்கடி உயரத்திலிருந்து அவை ஒன்றன்பின் ஒன்றாகப் போடப்பட்டன. தண்டனைக்குள்ளான வண்டு ரெம்பநேரம் தாக்குப் பிடிக்கவில்லை என்று கேள்வி.

ஆரஞ்சுநிற கால்சட்டையணிந்த பிரைவேட் பதவி எழுத்தாளருக்குத் தீர்ப்பைப் பற்றிய செய்தி எட்டியது. மனுசன் அழுதேவிட்டார். செவ்வண்டை ஒரு தோட்டத்தில் விட்டுவிடுமாறு கேட்டுக் கொண்டார். இது அவரை மறுபடியும் சந்தேகத்துக்குள்ளாக்கியது. குறைந்தபட்சம் இந்தக் குற்றத்துக்கு அவர் உடந்தையாக இருந்ததாக செவ்வண்டின் மீதான அவரது அக்கறை ரெம்பச் சூசகமா இருப்பதாகக் கருதப்பட்டது.

அன்னம்

அந்தப் பூங்காவில் ஒரு ஏரி. ஏரியில் ஒரு அன்னப்பறவை இருந்தது. பூங்காவிலேயே அதுதான் எல்லாரையும் கவர்ந்தது. ஒருநாள் அது காணாமல் போய்விட்டது. யாரோ ரவுடிகள் திருடிப் போய்விட்டார்கள்.

நகராட்சி தோட்டத்துறை புதுசாக ஒரு அன்னம் வாங்கிவிட்டது. பழசின் கதி இதுக்கும் ஆகிவிடக்கூடாது என்று, காவலுக்குத் தனியாக ஆளும் போட்டாயிற்று.

காவல்காரன் சின்னக் கிழவன். வருசக் கணக்கில் ஒண்டியாகவே இருந்தவன். அவன் வேலைக்குச் சேர்ந்த நேரம் சாயங்காலமே குளிர ஆரம்பித்துவிட்டது. பூங்கா வெறிச்சோடிப் போனது. அவன் ஏரியச் சுற்றி ரோந்து வரும்போது அன்னத்தின் மீதும் ஒரு கண்ணிருக்கும். சிலசமயம் உயரே நட்சத்திரங்களையும் நோட்டம்விட்டுக் கொள்வான்.

அவனுக்குக் குளிர் தாங்கவில்லை. பூங்காவுக்குப் பக்கத்திலிருக்கும் சிற்றுண்டிச் சாலைக்குப் போனால் நன்றாக இருக்குமென்று தோன்றியது. நடையை விட்டான். ஆனால் அன்னத்தின் நினைவு வந்தது. அவன் இல்லாத நேரத்தில் யாராவது அதைப் பிடித்துக்கொண்டு போய்விடுவார்கள். பிறகு அவனுக்கு வேலை போய்விடும். யோசனையைக் கைவிட வேண்டியதாயிற்று.

ஆனால் குளிர் கடுமையாக நடுக்கி தனிமையுணர்வை அதிகரித்தது. அவன் ஒரு முடிவுக்கு வந்தான். அன்னத்தையும் தூக்கிக்கொண்டு சிற்றுண்டிச் சாலைக்குப் போய்விட வேண்டியதுதான். போயிருக்கும் சமயத்தில் யாராவது இயற்கையழகை ரசிக்க பூங்காவுக்கு

வந்தாலுங்கூட அன்னம் இல்லாததை சட்டென்று கண்டுகொள்ள முடியாது. நிலாவைக் காணவில்லை நட்சத்திரங்கள்தான் முளைத்துக் கிடந்தன. போனதும் இரண்டு பேரும் திரும்பிவிடலாம்.

அவர்கள் கிளம்பிப் போய்விட்டார்கள்.

சிற்றுண்டிச் சாலையில் ஏதோ வறுவலின் சுவையான மணத்தைச் சுமந்து வரும் கதகதப்பான காற்று அவர்களை வரவேற்றது. மேசையின் எதிர்ப்பக்க நாற்காலியில் அன்னத்தை இறக்கிவிட்டு கிழவன் உட்கார்ந்தான். அது கண்ணுக்கு முன்னால் இருந்தால் ஒரு எளிய சாப்பாட்டைச் சாப்பிட்டுக்கொண்டே கவனித்துக் கொள்ளலாம். உள்ளே சூடேற்றிக்கொள்வதற்காக கொஞ்சம் வோட்காவும் கொண்டுவரச் சொன்னான்.

கறித்துண்டை எடுத்து சொகமாகக் கடித்துச் சுவைக்கும்போது அன்னம் சோகமாக அவனையே முறைத்துக் கொண்டிருந்தது. அவனுக்கென்றால் வருத்தம். அன்னத்தின் கண்கள் வையும் வசவில் சாப்பிடும் ஆசையே போய்விட்டது. அவனுக்கு ஒரு யோசனை. சர்வரைக் கூப்பிட்டு ஒரு அப்பமும் சர்க்கரையுடன் சூடான பீரும் கொண்டுவரச் சொன்னான். அப்பத்தை பீரில் முக்கி அன்னத்துக்கு ஊட்டினான். அவ்வளவுதான் அதுக்குப் பழைய சுதாரிப்பு வந்துவிட்டது. சாப்பிட்டு முடித்து ரெண்டு பேரும் நிம்மதியாக புதுத்தெம்புடன் வேலைக்குத் திரும்பினார்கள்.

மறுநாள் சாயங்காலம் குளிர் இன்னும் அதிகமாக இருந்தது. அந்த நேரம் பார்த்து நட்சத்திரங்கள் வழக்கத்துக்கு மாறாக ரெம்ப வெளிச்சங் காட்டிச் சிமிட்டின. அந்த வயதான காவல்காரனின் வெதுவெதுப்பான ஆனால் தனிமை வாட்டும் இருதயத்துக்குள் அவை ஒவ்வொன்றும் கடுங்குளிர் ஆணி போல் சொருகியது. எப்படியோ சிற்றுண்டிச் சாலைக்குப் போகும் ஆசையை அடக்கிக் கொண்டான்.

நட்சத்திர வெளிச்சத்துக்கு வெள்ளைத் தூவி மெல்லிதாக மினுங்கியபடி ஏரிக்கு நடுவில் அன்னம் தெரிந்தது.

இவ்வளவு கடுமையான குளிரில் தண்ணீருக்குள் ஒரு உசுப்பிராணி கிடக்கிறதே என்று நினைக்கையிலேயே கிழவனுக்கு உடம்பு நடுங்கியது. பாவம் இந்த அன்னத்துக்கு வேறு நல்ல பிழைப்பு லவித்திருக்கணும். இப்போது இதுக்குக் கொஞ்சம் சூடேற்றி சாப்பாடு கொடுத்தால் நிச்சயம் சந்தோசப்படும் என்று காவல்காரனுக்குத் தோன்றியது.

அன்னத்தை கக்கத்தில் இடுக்கிக்கொண்டு சிற்றுண்டிச் சாலைக்கு நடந்தான்.

பிறகொருநாள் சாயங்காலமும் குளிரத்தான் செய்தது. கிழவனுக்கு மனசுக்குள் வருத்தம். இருந்தாலும் இந்தத் தடவை சிற்றுண்டிச் சாலைக்குப் போவதில்லை என்று தீர்மானமாக இருந்தான். அதுக்குக் காரணம் உண்டு. அன்றைக்கு ராத்திரி சிற்றுண்டிச் சாலையிலிருந்து வந்தபின் அன்னம் ரெம்ப விசித்திரமாக ஆடிப்பாடி கூத்தடித்துவிட்டது.

ஆகவே குளிர் பரவி வெறிச்சோடிக் கிடந்த பூங்காவில் அவன் ஏரியோரம் உட்கார்ந்து வானத்தை அளந்து கொண்டிருந்தான். திடீரென்று யாரோ அவன் கால்சட்டையைப் பற்றி இழுக்கிற உணர்வு. பார்த்தால் ஏதாச்சும் வேணுமென்று கேட்டுக்கொண்டு அன்னம் நின்றிருந்தது. சரியென்று சிற்றுண்டிச் சாலைக்குப் போனார்கள்.

ஒரு மாதத்துக்குப் பிறகு காவல்காரனையும் அன்னத்தையும் வேலையிலிருந்து நீக்கிவிட்டார்கள். அன்னம் பட்டப்பகலில்கூட தண்ணீருக்குள் தள்ளாடி கிறுவாணம் சுற்றிக் கொண்டிருந்ததாம். தன் குழந்தைகளுடன் அன்னத்தைப் பார்ப்பதற்காக வந்த ஒரு அம்மா இந்த விஷயத்தை அதிகாரிகளிடம் புகார் சொல்லியிருக்கிறாள். முழுக்க முழுக்க சிறுவர்களின் மீதுள்ள அக்கறையில்தான்.

ரெம்ப எளிய பதவி என்றாலும் அதை வகிக்கிறவனுக்குக் கொஞ்சம் நல்லொழுக்கக் கொள்கையிருக்கணும்.

குள்ளம்

ஒரு காலத்தில் குள்ளர்களைக் கொண்ட நாடகக் குழு ஒன்று இருந்தது. 'குட்டி நாடகக் குழு' என்று பெயர். நம்பிக்கையான நிரந்தரமான குழு வாரத்தில் குறைந்தது நான்கு தடவையாவது நிகழ்ச்சி நடத்தும். எல்லாப் பிரச்சனைகளுக்கும் ஈடுகொடுத்துச் சமாளிக்கும். காலப்போக்கில் கலாச்சார அமைச்சரகம் அதை முன்மாதிரியான 'குள்ளர் நாடகக் குழு' என்ற அந்தஸ்துக்கு உயர்த்தி 'மத்திய குட்டி நாடக மன்றம்' என்று அதிகாரபூர்வ பெயரும் சூட்டிவிட்டது. இதனால் அந்த மன்றம் முதல்தரச் சலுகைகளைப் பெற முடிந்தது. தொழில்முறைக் கலைஞராகட்டும் தொழில்முறை இல்லாதவராகட்டும் ஒவ்வொரு குள்ள நடிகரும் அதில் சேருவதையே இறுதி லட்சியமாகக் கொண்டிருந்தார்கள். இருந்தாலும் ஏற்கெனவே சில அபாரமான திறமைசாலிகள் உட்பட அந்தக் குழுவில் தேவையான அளவுக்கு சகல நடிகர்களும் இருந்தார்கள. அதன் முன்னணி நடிகர்களில் ஒரு சித்திரக்குள்ளன் இருந்தான். எல்லாரையும் விடக் குள்ளமானவன். ஆனால் அவனுக்கு முக்கியமான பாத்திரங்களைக் கொடுத்தார்கள். அவன் கைநிறையச் சம்பாரித்தான். விமர்சகர்கள் எப்போதும் அவனது உன்னதமான நடிப்பு உத்தியை வலியுறுத்திக் குறிப்பிட்டார்கள். ஒருசமயம் ஹாம்லெட் பாத்திரத்தில் நடிக்கும்போது உன்னதத்தின் உச்சத்தையே எட்டிவிட்டான். மேடையில் அவன் இருந்தாலும் பார்வையாளர்களின் கண்ணுக்குத் தட்டுப்படவில்லை. அவ்வளவுக்குப் பொடியனாக கச்சிதமான குள்ளனாக இருந்தான். அறிவைப் பொறுத்தமட்டில் நம்மில் அவனும் ஒருத்தன். தோற்றத்தில்தான் சித்திரக்குள்ளன். அந்த நாடகக் குழுவின் வெற்றிக்கு பெருமளவில் அவனே காரணம்.

ஒருநாள் தனது ஒப்பனையறையில் அவன் ஒப்பனை செய்து கொண்டிருந்தான். ஒரு சரித்திர நாடகத்தில் வழக்கம்போல் அரசனாக முக்கியப் பாத்திரமேற்று நடிக்கப்போகிற முதல்நாள் ராத்திரிக்கு முந்திய நேரம். தன் தலையில் அணிந்திருந்த தங்கக் கிரீடத்தின் பிம்பத்தைக் கண்ணாடியில் பார்க்க முடியாததைக் கவனித்தான். அப்புறம் வெளியே தாழ்வாரத்தைத் தாண்டிப் போகும்போது வாசல் ரெம்பத் தாழ்வாக இருப்பதை உணராததால் கிரீடம் அதில் மோதி விழுந்து கணகணவென்று பலத்து ஓச்சமிட்டு உருண்டோடியது. அதை எடுத்துக்கொண்டு நாடக மேடைக்குப் போனான். முதல் காட்சி முடிந்ததும் ஒப்பனையறைக்குத் திரும்பியபோது வாசலில் ஏதேச்சையாகவே தலையைக் குனிந்து கொண்டான். ‘மத்திய நாடக மன்ற’ கட்டடம் நடிகர்களின் உயரத்துக் கேற்ப பிரத்யேகமாக வடிவமைக்கப்பட்டது. நாடக அரங்கத்தைக் கட்டுவதற்காக தொலைவிலுள்ள நோவோஸிபிர்ஸ்க் நகரத்திலிருந்து இறக்குமதி செய்யப்பட்ட பளிங்குக் கல்லுக்கும் செயற்கைக் களிமண்ணுக்கும் அரசாங்கம் மானியம் வழங்கியது.

சரித்திர நாடகத்தின் பல நிகழ்ச்சிகள் ஒன்றன்பின் ஒன்றாக தொடர்ந்து நடந்தன. அந்தக் குள்ளநடிகன் ஒப்பனையறைக்குள் நுழையும்போதும் வெளியே வரும்போதும் தலையைக் குனிந்துகொள்ளப் பழகிவிட்டான். இருந்தாலும் ஒரு சந்தர்ப்பத்தில் நாடகக் குழுவின் வயதான முடிதிருத்துபவன் அவனைக் கூர்ந்து கவனிப்பதைப் பார்த்தான். முடிதிருத்துபவனும் குள்ளன்தான் என்றாலும் மற்றவர்களைவிட உயரமானவன். அதனால் நடிக்க லாயக்கில்லாதவனாக ஒதுக்கப்பட்டவன். இது அவனை திரைக்குப் பின்னால் நடக்கும் வேலைக்குத் தள்ளிவிட்டது. அவனுக்கென்றால் நெஞ்சு நிறைய வெறுப்பு பொறாமை அவனது கூர்ந்த பார்வையில் யோசனையும் கபடமும் தெரிந்தது. குள்ள நடிகனின் மனசை ஒரு சந்தோசமற்ற உணர்வு கவ்விக் கொண்டது. அது ரெம்ப காலத்துக்கு அவனை விட்டுப் போகாது. இந்த உணர்வை உதறித்தள்ள முயன்றும் பயனில்லை. அவன் உறங்கப் போகும்போதும் எழுந்திருக்கும்போதும் அது உடனிருந்தது. அதைப் புறக்கணிக்கவும் மனசில் வளரத் தொடங்கியிருந்த சந்தேகத்தை அமுக்கவும் முயன்றான். காலமும் அவனுக்கு விடுதலையளிக்கவில்லை. ஏறுக்கு மாறாகிப் போனது. தலைக்கிரீடம் அணியாமலிருந்த போதுங்கூட ஒப்பனையறையின் வாசலில் அவன் தலைகுனிய வேண்டிய நாளும் வந்தது. தாழ்வாரத்தில் அவன் முடிதிருத்துபவனைக் கடந்து போனான்.

எதார்த்தத்தை எதிர்கொள்வது என்று அவன் அன்றைக்குத் தீர்மானித்து விட்டான். தனது அழகிய அறையின் சன்னல்

திரைகளையெல்லாம் மூடிக் கொண்டு தன் உயரத்தை குத்துமதிப்பாக அளந்து பார்த்தான். சந்தேகமே இல்லை. இனியும் மாயைகளை வைத்துக் கொண்டாட முடியாது. அவன் வளர்ந்து கொண்டிருந்தான்.

அன்றைக்கு ராத்திரி அவன் கிட்டத்தட்ட ஸ்தம்பித்த நிலையில் சாய்வு நாற்காலியில் உட்கார்ந்திருந்தான். பக்கத்தில் ஒரு மதுக்கிண்ணம். எதிரே தொங்கிய அப்பாவின் போட்டோவை வெறித்திருந்தன அவன் கண்கள். அவரும் குள்ளந்தான். அடுத்த நாள், தனது ஷுவின் குதிங்காலடியைக் கழற்றிவிட்டான். இந்தச் சங்கடமான நிலைமை தற்காலிகமானதுதான். ஒருவேளை, கடைசியாக தனது முந்திய அளவுக்கே சுருங்கிவிடக்கூடும் என்ற நம்பிக்கை. ஷுவின் குதிங்காலடியைக் கழற்றிய தந்திரம் கொஞ்ச காலத்துக்குத்தான் உதவியது. ஆனால் ஒரு நாள் முடிதிருத்துபவன் உடனிருந்ததால் அவன் நிமிர்ந்தவாக்கில் ஒப்பனையறையை விட்டு வெளியேறியபோது வாசலில் முட்டிக்கொள்ளப் பார்த்தான். முடித்திருத்துபவனின் முகத்தில் படர்ந்திருந்த ஏளனத்தைக் கவனிக்காமலிருக்க முடியவில்லை.

அவன் ஏன் வளர்ந்து கொண்டிருந்தான். இத்தனை வருசமாக உறங்கிக் கிடந்த அவனது வளர்ச்சிச் சுரப்பிகள் ஏன் விழித்துக் கொள்ளணும். முற்றிலும் அவநம்பிக்கை சூழ்ந்திருக்க மனசு ஒரு யோசனையை பற்றிக் கொண்டது. “இங்கே மக்கள் வளர்கிறார்கள்” என்று நாட்டில் அடிக்கடி ஒலிக்கும் விளம்பர முழக்கம் நினைவுக்கு வந்தது. பொதுமக்கள்தானே. சரி. ஆனால் குள்ளர்களின் நிலை. நமக்கேன் வம்பு என்று ரேடியோ கேட்பதை நிறுத்திவிட்டான். செய்திப் பத்திரிகைகள் படிப்பதை விட்டுவிட்டான். சித்தாந்தப் படிப்பையும் வேண்டுமென்றே ஒதுக்கி வைத்துவிட்டான். தன்னை ஒரு சமூக விரோதியாகக் கற்பனை செய்து கொள்ள முயன்றான். தனது இயல்பான அருவருப்பை வெல்வதுடன் ஏகாதிபத்தியத்தை ஆதரித்துப் பேசுபவனாகவும் மாறிவிட்டான். ஆனால் இதெல்லாம் செயற்கையானதாகவும் சுவைக்குதவாததாகவும் இருந்தது. பரம ஏழையான தனது குள்ள அப்பாவிடமிருந்து வாரிசுரிமையாகப் பெற்ற, கட்டுக்கடங்காத வர்க்க உணர்வே வலிமையானது என்பது நிரூபணமாகியது. அவன் மறுகோடிக்கு ஓடினான். மழலைப் பள்ளிகளில் குழந்தைகளுடன் சேர்ந்து கும்மாளம் போட்டான். சின்னஞ்சிறு கிண்ணம் நிறைய மதுவை ஊற்றிக் குடித்து மனக் கவலையை மறக்க முயன்றான். அந்தச் சமயத்திலும் ஈவிரக்கமில்லாமல் ஆனால் கண்டுணர முடியாத வகையில் காலம் அவனது உயரத்தைக் கூட்டிக் கொண்டிருந்தது.

அவனது சக கலைஞர்களுக்குத் தெரிந்துவிட்டதோ அந்த முடித்திருத்துபவன் மேடையோரம் மறைவில் நின்று நடிகர்களுடன் குசுகுசுப்பதைப் பார்த்திருக்கிறான். அவன் கிட்டத்தில் போனதும் குசுகுசுப்பு வெறும் விசாரிப்புகளாக மாறிவிடும். அவன் தனது தோழர்களின் முகங்களை நோட்டம்விட்டான். ஆனால் எதுவும் தெரிந்து கொள்ள முடியவில்லை. முன்னைப் போல் பெண்கள் அவனை தெருவில் நிறுத்திவைத்து, "ஒன் அம்மாவத் தொலச்சிட்டியா தம்பி" என்று கேட்பதெல்லாம் அனேகமாக நின்றுவிட்டது. ஒரு சந்தர்ப்பத்தில் ஒருத்தர் "மன்னிக்கணும் அய்யா" என்று சொல்வதை வாழ்க்கையில் முதல் முறையாகக் கேட்டான். அந்தச் சம்பவத்துக்குப் பிறகு அவன் அவசரமாக வீட்டுக்குப் போய் படுக்கையில் விழுந்தான். ரெம்ப நேரம் மேலே முகட்டை வெறித்தபடி ஆடாமல் அசையாமல் கிடந்தான். ஆனால் கடைசியாக, இப்படிக் கிடந்த நிலையை மாற்றிக்கொள்ள வேண்டியதாயிற்று. ஏனென்றால் ஏற்கெனவே ரெம்பவும் குட்டையான கட்டிலில் விளிம்பையும் மீறிக் தொங்கவிட்டிருந்த கால்களில் சுளுக்கு விழுந்துவிட்டது.

கடைசியில் நாடகக் குழுவிலுள்ள சக கலைஞர்களைப் பொறுத்தவரை சந்தேகத்துக்கிடமில்லாமல் போனது. வெளிப்படையாகவோ ஊகமாகவோ அவர்களுக்கு உண்மை தெரிந்துவிட்டது. விமர்சகர்களுக்குங்கூட அவனது நடிப்புபற்றி இப்போதெல்லாம் உற்சாகமில்லை என்பதையும் அவனைப் பற்றி சாதகமாக எழுதுவதே அரிதாகிவிட்டது என்பதையும் உணர்ந்தான். அல்லது எங்கு பார்த்தாலும் பரிகாசமோ பாசமோ தெரிவது ஒருவேளை அவனது உணர்ச்சிவசப்பட்ட கற்பனையின் குறளி வித்தையாக இருக்குமோ நல்லவேளையாக நிருவாகத்தின்போக்கில் எவ்வித மாற்றமும் இல்லை. ஹாம்லெட் பாத்திரத்தைப் போல் அள்ளிக்கொண்டு போகிற வெற்றி இல்லையென்றாலும் சரித்திர நாடகங்களில் அவனது வெற்றி கணிசமாக இருந்தது. அடுத்து அரங்கேறவிருந்த நாடகத்தில் தயக்கமில்லாமல் அவனுக்கு முக்கியப் பாத்திரம் கொடுத்தார்கள்.

ஒத்திகைகளின்போது அவன் ரெம்பச் சிரமப்பட்டான். ஆனாலும் எப்படியோ பெரிய சிரமம் ஏதுமின்றி முதலாவது அரங்கேற்றத்தை எட்டி விட்டான். திரை உயருவதற்குமுன் ஒப்பனையறையில் உட்கார்ந்து கொண்டிருந்தான். ஏற்கெனவே ஒப்பனை முடிந்துவிட்டது. கண்ணாடிக்கு முன்னால் தன் உருவத்தைப் பார்ப்பதைத் தவிர்த்திருந்தான். அவன் தயார். பையன் வந்து கூப்பிட்டதும் அவசரமாக எழுந்தான். தலை முகட்டு விளக்கில் மோதி அதை உடைத்துவிட்டது. திறந்திருந்த வாசல்

பக்கம் திரும்பினான். வெளிச்சம் பாய்ந்திருந்த தாழ்வாரத்தில் நாடகக் குழு முழுவதும் அரைவட்டமாக நின்றிருந்தது. நடுவில் அந்த முடிதிருத்துபவன். முடிதிருத்துபவனுக்கு அடுத்து அடுத்து அவனது பரமஎதிரியான இன்னொரு முன்னணி நடிகன். இதுவரை அவனைவிட ஒரு அங்குல வாக்கில் உயரமாக இருந்தவன்.

வேறுவழியில்லை. நடிப்புத் தொழிலை விட வேண்டியதாயிற்று. மேலும் உயரமாக வளர வளர வெவ்வேறு வேலைகள் செய்ய முயன்றான். கொஞ்சநாளாக குழந்தைகள் நாடகக் குழுவில் கும்பலில் ஒருவனாக வரும் துணை நடிகனாக இருந்தான். அப்புறம் ஏவல் பையனாக நகராட்சி டிராம் வண்டி நிலையத்தில் பாயின்ட்ஸ்மேன் பாத்திரமாக. பிழைக்க வழியில்லையாதலால் புகழின் உச்சியிலிருந்த காலத்தில சேர்த்து வைத்திருந்த உடைமைகளில் சிலவற்றை அவ்வப்போது விற்கும்படியானது. அதுக்குப் பிறகு மேலும் கொஞ்சம் வளர்ந்து அப்படியே நடுத்தர வயது மனுசனாக இருந்தான்.

அவனுக்கு என்ன தோன்றியது. ரெம்பக் கஷ்டப்பட்டானா. அவன் பெயர் காலப்புழுதியில் மூடி மறைக்கப்பட்டு விளம்பரங்களிலிருந்து காணாமல் போய் ரெம்ப நாளாகிவிட்டது. அவனுக்கு அரசின் காப்பீட்டுத் துறையில் எழுத்தர் வேலை கிடைத்தது.

ரெம்ப வருசங்களுக்குப் பிறகு ஒரு சனிக்கிழமை சாயங்கால வேளையை நிம்மதியாகக் கழிப்பதற்காக ஒரு நாடக அரங்கத்துக்குப் போய் குள்ள நடிகர் குழு நடத்திய நாடகத்தைப் பார்த்துக் கொண்டிருந்தான். மின்ட் மிட்டாயைச் சுவைத்தபடி மேடையில் கேலி கிண்டல்களை ஈடுபாட்டுடன் கேட்டு ரசித்துச் சிரித்தான். நாடகம் முடியும்போது வீட்டில் சாப்பாடு காத்திருக்கிறது என்ற சொகமான நினைப்பில தனக்குள் சொல்லிக் கொண்டான்.

“ஆமா இந்தக் குள்ளங்களோட நல்ல வேடிக்கதான்.”

சிங்கம்

சக்கரவர்த்தி சைகை காட்டிவிட்டார். அந்தக் கூண்டை மூடியிருந்த இரும்புக் கிராதி உயரப் போனது. இருட்டுக்குள்ளிருந்து உச்சகட்ட கர்ஜனைகள் பயமுறுத்திக்கொண்டு வந்தன. விளையாட்டுப் போட்டிக் களத்தில் மையப் பகுதியிலிருந்த கிறிஸ்தவர் கூட்டம் முண்டியடித்து ஒடுங்கியது. பார்வையாளர்கள் பரபரப்புடன் எழுந்து நின்று பார்த்தார்கள். பரவசப் பேச்சு அச்சக் கூக்குரல்கள் கர்ஜனை பனிப்பாறைச் சரிவைப் போல் நெருங்கிக் கொண்டிருந்தது. கூண்டுக்குள்ளிருந்து முதலில் பெண் சிங்கமொன்று வேகமாக அமைதியாக வெளியே வந்தது. காட்சி ஆரம்பம்.

சிங்கங்களை வசக்குகிற கயஸ் கையில் நீளமான தார்க்கம்புடன் எல்லா சிங்கங்களுக்கும் அந்த பயங்கரமான கூத்தில் கலந்துகொள்வதற்காக களத்துக்குப் போய்விட்டனவா என்று சரிபார்த்துக் கொண்டிருந்தான். அவன் திருப்தியுடன் பெருமூச்சு விடப்போகும் சமயத்தில் ஒரு சிங்கம் மட்டும் கூண்டு வாசலுக்கருகில் அமைதியாக கேரட்டை மென்றபடி தங்கிவிட்டதைக் கவனித்தான். அசிங்கமாகத் திட்டினான். ஒரு மிருகம்கூட சும்மா இருக்காமல் பார்த்துக்கொள்ள வேண்டியது அவன் பொறுப்புகளில் ஒன்று. பாதுகாப்பு சுகாதார விதிகளுக்குட்பட்டு அந்தச் சிங்கத்தினருகே போய் அதன் பிட்டத்தில் கம்பினால் குத்தினான். அது தலையைத் திருப்பிப் பார்த்துவிட்டு வாலை ஆட்டியதோடு சரி. அவனுக்கு ஆச்சரியம்.

மறுபடியும் குத்தினான். இந்தத் தடவை இன்னும் பலமாக சிங்கம் சொன்னது.

“அட ஆள வுடுப்பா.”

கயஸ் தலையைச் சொறிந்துகொண்டான். களத்தில் இறங்க இஷ்டமில்லையென்று சிங்கம் தெள்ளத் தெளிவாக உணர்த்திவிட்டது. கயஸ் அன்பான மனுசன்தான். ஆனாலும் பயம். வேலையில் அக்கறையற்றிருந்ததாக மேற்பார்வையளரிடம் மாட்டிக் கொண்டால் சீக்கிரத்திலேயே பலியாட்களுடன் களத்தில் நிற்க வேண்டியதுதான்.

அதேசமயம் அவன் சிங்கத்துடன் வாதம் பண்ணுகிற மாதிரி இல்லை. வற்புறுத்த முயன்றான்.

“ஒருவேள எனக்காகவாச்சும் போ்வயா கண்ணு.”

“நான் ஒண்ணும் முட்டாளில்ல.”

சிங்கம் பதில் சொல்லிவிட்டு கேரட்டைக் கடிக்கத் தொடங்கியது.

கயஸ் சன்னமான குரலில் சொன்னான்.

“அந்தா பரிதாபமா இருக்காங்களே அவங்கள்ல ஒருத்தன் மேல தாவி வுழுந்து துண்டு துண்டா கிழிக்கவா சொல்றென். சும்மா அப்படியே போயி கொஞ்சம் ஓடி உறுமுனாப் போதும். நமக்கு ஒரு சாக்குப்போக்கா இருக்குமே.”

சிங்கம் வாலாட்டியது.

“இந்தா பாருப்பா.. நாந்தான் முட்டாளில்லன்னு சொல்லீட்டன்ல. அவங்க என்னப் பாத்து ஞாபகத்லை வச்சுக்கிருவாங்க. பின்னால நான் அவங்கள்ல ஒருத்தனத் திங்கலன்னு சொன்னா ஆரும் நம்பமாட்டங்களே”

அவன் பெருமூச்சு விட்டபடி கொஞ்சம் மனத்தாங்கலாகவே கேட்டான்.

“இப்பப் போறதுக்கு ஒனக்கு ஏன் இஷ்டமில்ல.”

சிங்கம் அவனைக் கூர்ந்து பார்த்தது.

“நீயே அந்த வார்த்தையச் சொல்லீட்ட சாக்குப் போக்குன்னு. ஏன் எல்லா மகராசங்களும் களத்துக்குள்ள ஓடி கிறிஸ்துவங்கள கொதறிக் கிழிக்காம எங்கள வுட்டு ஆழம் பாக்கணும். இது ஒனக்குப் தோணவேயில்லையா.”

“என்னமோ எனக்குத் தெரியலப்பா. அவங்கெல்லாம் பெரும்பாலும் கெழடுகட்டைக. மூச்சுத் தெணறுதுக பாரு. ஆஸ்துமா.”

சிங்கம் கிண்டலாக அடித் தொண்டைக்குள் உறுமியது.

“கெழடுகளா. ஒனக்குத்தான் அரசியலப்பத்தி நெறையத் தெரியுமே. அவங்களுக்கு சும்மா ஒரு சாக்குப்போக்கு வேணும்“

“ஏன்.”

“ஏன்னா, இப்ப கவனத்தக் கவர்ந்திருக்கிற புது உண்மதான் காரணம். அதனாலதான் புதுசா என்ன உண்டாகி வளந்துக்கிட்ருக்குன்னு கவனமா இருக்கணும். கிறிஸ்தவங்க ஆட்சிக்கு வரமுடியாதுங்கிறது எப்பயாச்சும் ஒன் மனசுக்குப் படலயா.”

“அவங்களா ஆட்சிக்காஞ்”

“ஆமா. எதுலயும் உள்ளர்த்தம் என்ன இருக்குதுன்னு தெரிஞ் சுக்கிறணும். எனக்கு என்ன தோணுதுன்னா கான்ஸ்டான்டின் சக்கரவர்த்தி இப்பயோ பெறகோ அவங்களோட ஒப்பந்தம் செஞ் சுக்கிறத்தான் போறாரு. அப்ப என்ன நடக்கும். நடந்ததப் பத்தி வெசாரணைக மறுவாழ்வு முயற்சிக இப்படி. மேல அரங்கத்துல உக்காந்துருக்கிற புண்ணியவாளங்க அப்ப என்ன சொல்லுவாங்க தெரியுமா. அய்யோ நாங்கல்லப்பா எல்லாம் அந்தச் சிங்கங்கதான் செஞ்சதுன்னு சொல்லி வெலகிக்கிருவாங்க...”

“நெசமா நான் அந்த மாதிரியெல்லாம் நெனச்சுப் பாக்கவே இல்ல.”

“அதுதான் சொல்றென். ஆனா அவங்க கெடக்காங்க வுடு. என்னோட எலும்பு தோலக் காப்பாத்திக்கிறணுமில்ல. இந்த வெவகாரம் வெசாரணைக்கு வருதுன்னு வச்சுக்கோ, நான் சூசுவான்னு கேரட்டத்தான் தின்னுக்கிட்ருந்தன்னு சொல்றதுக்கு சாச்சிக இல்லாமயா போயிருவாங்க. நல்லாத் தெரிஞ்சுக்கோ இந்தக் கேரட் ஒரு நாத்தம் புடிச்ச சாப்பாடு.”

கயஸ் வன்மமாகச் சொன்னான்.

“ஆனா ஒன்னோட தோழர்களெல்லாம் கிறிஸ்தவங்கள அவக் அவக்குனு விழுங்கிக்கிட்ருக்காங்ககளே.”

“முட்டாள் மிருகங்க. பின்னால வரப் போறத அறியாத சந்தர்ப்பவாதிக. அவங்களுக்கு சாமர்த்திய அறிவு சுத்தமா கெடையாது. ரெம்ப இருண்ட ஆப்பிரிக்காவிலிருந்து...”

கயஸ் குறுக்கிட்டான்:

“நான் என்ன சொல்ல வாறன்னா..”

“என்ன...”

“அந்தக் கிறிஸ்தவங்க இருக்காங்கல்ல..”

“அவங்களுக்கென்ன..”

“அவங்க ஆட்சிக்கு வந்தாங்கன்னா..”

“வந்தா..”

“எதும் செய்யச்சொல்லி ஒன்ன நான் கட்டாயப்படுத்தலன்னு நீ அப்ப சாச்சி சொல்லுவயா..”

“மக்களோட நலமே சட்டத்தோட சாரம். ஒனக்கும் அப்படித்தான்.”

பழமொழியை உதிர்த்துவிட்டு கேரட்டை நமட்ட ஆரம்பித்தது சிங்கம்.

●

காான்ஸ்டான்டின் சக்கரவர்த்தி (Constantine the Great 1868-1923): கிரீஸ் தேசத்து மன்னர் முதலாம் ஜார்ஜின் மகன். தந்தையின் படுகொலைக்குப்பின் *1913*ம் வருடம் முடிசூடினார். எதிர்ப்பின் விளைவாக, மகன் அலெக்ஸாண்டரிடம் ஆட்சிப் பொறுப்பை ஒப்படைத்துவிட்டு ஸ்விட்ஸர்லாந்துக்குப் போய்விட்டார். மகன் இறந்துவிடவே கிரீஸுக்குத் திரும்பினார். மறுபடியும் வெளியேறினார். *1923* ஜனவரியில் இறந்தார்.

அதிசயமாகத் தப்பிய கதை

உங்களுக்கு இப்போது ஒரு கதை சொல்லப் போகிறேன். அது, உங்கள் மனசுக்கு இதமாக இருக்கும். அனைத்தையும் படைத்துக் காத்துவரும் கடவுள் நம்மை இரட்சிப்புக்கு இட்டுச்செல்லும் அற்புதமான வழிகளைக் காட்டும் கதை. உண்மைச் சம்பவங்களின் கதை.

போருக்கு முன்னர் எங்கள் ஹாம்பர்க் நகரத்தில் எரிக் கிரவுஸ் என்றொரு மனுசன் இருந்தார். அவருக்கு மனைவியும் நான்கு குழந்தைகளும் உண்டு. துரதிர்ஷ்டவசமாக அவர் கெட்ட சகவாசம் வைத்திருந்தார். பழக்க தோஷத்தால் கடவுள் செயல்களின் நேர்மையையும் நியாயத்தையுமே சந்தேகிக்கத் தொடங்கினார். ஆண்டவனின் கட்டளைகளை பணிவுடன் பின்பற்றுவதற்குப் பதிலாக, காரண காரியங்களைப்பற்றி விவாதித்து போரை எதிர்க்கும் சமாதானவாதியாகிவிட்டார்.

அந்த சமயம், 1939ம் வருசம் அவர் ராணுவச் சேவைக்காக அழைக்கப்பட்டார். அவருக்கு ரெம்ப வருத்தம். வீட்டைவிட்டுப் போக விருப்பமில்லை என்று எதிர்ப்புக் குரல் கொடுத்தார். அரசாங்கத்தை எதிர்த்தார். அதன் செயல்கள் அழிவுக்கானவை என்று கருதினார். இப்படியாக எது இல்லாமல் இந்த பூமியில் எதுவுமே நடக்காதோ அந்தத் தெய்வத்தையே கேள்விக்குள்ளாக்கினார்.

கடைசி வரை எதிர்ப்புத் தெரிவித்தபடியும் புகார் கூறியபடியும் காலாட் படையில் சேர்ந்து தனது பிரிவுடன் எங்கள் நகரத்தைவிட்டுப் போனார்.

முதலில் அவர் போலந்துக்கு அனுப்பப்பட்டார். ஒவ்வொருநாளும் அவருக்கும் சொந்த நகரத்துக்குமான தூரம் அதிகரித்துக்கொண்டே போனது ரஷ்ய எல்லையை ஒருநாள் அடையும் வரை. ஆனாலும் அவரது நினைவுகள் ஒருபோதும் ஹாம்பர்க் நகரத்தைவிட்டுப் போகவில்லை. வீட்டிலிருந்து இவ்வளவு தூரத்தில் போட்டுவிட்டார்களே என்று வருத்தப்பட்டார்.

அடுத்தடுத்த வருசங்களில் எரிக் கிரவுஸ் இன்னும் தொலைவுக்கு ஹாம்பர்க்கை விட்டு ரெம்பத் தொலைவுக்குப் போக வேண்டியதிருந்தது. நெஞ்சில் வலுவான உரமோ உறுதியோ இல்லாததால் பிரயாணத்தின் அசௌகரியம் பற்றி எரிச்சலில் பிராது சொல்வார். எல்லாவற்றுக்கும் மேலாக, போருக்கெதிராக முணுமுணுப்பார். அதாவது கடவுள் ஏற்பாட்டில் போர் என்பதே இல்லை என்பதுபோல். இப்படி தெய்வ நிந்தனைகளை உச்சரித்தபடியே கிழக்கு நோக்கி முன்னேறினார்.

காகஸஸ் மலைப்பகுதிகளை அடைந்தபோது வாழ்க்கையில் அவரது அதிருப்தி உச்சகட்டத்தை எட்டியது. "நாசமாப் போக" என்று கத்தினார்.

"இதெல்லாம் நல்லதுக்கில்ல. இப்ப நான் ஹாம்பர்க்குக்குப் போறதாருந்தா அதுக்காக எத வேணும்னாலும் இழக்கத் தயாரா இருக்கேன். பாழாப்போன யுத்தம் ஏன்தான் இங்க இழுத்து வந்துச்சோன்னு என்னால புரிஞ்சுக்கிற முடியலயே."

இப்படித்தான் எரிக் கிரவுஸின் பேச்சு இருந்தது. கடவுள் அவரவருக்கு விதித்திருக்கும் விதியில் திருப்தியடையாத எல்லா அவிசுவாசிகளின் பேச்சைப் போலவே. ஆனால் அந்தக் கணமே ஆண்டவனின் எல்லையற்ற இரக்கத்திலும் ஏன் அத்தகைய சோதனைகளில் எரிக் அழுத்தும்படிச் செய்தார் என்று தெளிவாகியது.

ஹாம்பர்க்கிலிருந்து அவருக்கு ஒரு குறிப்பு வந்தது. அவர் மனைவியும் நான்கு குழந்தைகளும் நகரத்தின் மீது நடத்தப்பட்ட ஒரு விமானத் தாக்குதலில் இறந்துவிட்டார்களாம்.

இதைப் படித்ததும் எரிக் முழங்காலிட்டு சொர்க்கத்தை நோக்கி உரக்கக் கூவினார்.

"ஆண்டவரே உமக்கு நன்றி, இப்போது எனக்குப் புரிகிறது. நீர் ஏன் ஹிட்லரின் ஆயுதப் படையைச் சிருஷ்டித்து இந்த யுத்தத்தை நடக்கப் பண்ணுனீர். எனது முட்டாள்தனமான எதிர்ப்புகளையும் பொருட்படுத்தாமல் ஏன், என்னை இவ்வளவு தூரத்துக்குக் கொண்டு வந்தீர் என்று. இதெல்லாம் எதுக்கென்றால் நீர் என்னைக் காப்பாற்ற

விரும்பினீர். பாவம் நிறைந்த என் ஆத்மாவுடன் நான் விமானத் தாக்குதலில் இறந்துவிடக்கூடாது என்பதை உறுதிப்படுத்துவதே உமது விருப்பம். அருகதையற்றவனாக நான் இருந்ததால் முணுமுணுத்து நிந்தித்தேன். என்னை மன்னியும் ஆண்டவரே."

எரிக் கிரவுஸ் ஹாம்பர்க்குக்குத் திரும்பிவிட்டார். மனுசன் என்னமாய் மாறிவிட்டார். இப்போதெல்லாம் அதிகாரிகளின் எதிர்பாராத உத்தரவுகளைப் பற்றி அவர் புகார் சொல்வதில்லை. அவரது ஓட்டு எப்போதுமே கிறிஸ்தவ ஜனநாயகக் கட்சிக்குத்தான். அவர் இப்போது போர் எதிர்ப்புவாதியில்லை. ஏனென்றால், தான் அதிசயமாகத் தப்பியதை நினைத்துப் பார்க்கிறார். மறுபடியும் கல்யாணம் செய்து கொண்டிருக்கிறார். ரெண்டாவது மனைவி இப்போதுதான் நான்காவது குழந்தையைப் பெற்றிருக்கிறாள். ஒவ்வொரு நாள் காலையும் சாப்பிட உட்காரும்போது எரிக் முகட்டைப் பார்த்தபடி தன் குடும்பத்திடம் சொல்வார்.

"ஞாபகம் வச்சுக்கங்க. எப்பயெல்லாம் தேவைக்கான தருணம் வருதோ நம்ம தலைவர் அடிநாய்ர் பொதுவாக படைதொட்ட உத்தரவு போடுறாரே அப்ப ஒங்க அப்பா தான் மொத ஆளா இருப்பாரு"

அப்புறம் எனது சகோதர சகோதரிகளே நீங்கள்... நீங்கள் என்ன செய்யப் போகிறீர்கள்.

ஹாம்பர்க் (Hamburg) : ஜெர்மனியின் வடபகுதியிலுள்ள முக்கியத் துறைமுக நகரம். பெர்லினுக்கு அடுத்து மிகப் பெரியது.

தனிப்புலம்பல்

ஜோன் தயவுசெய்து இன்னியும் ரெண்டு டபுள்ஸ். எங்களுக்கு நல்லதில்லையா. எனக்குத் தெரியுமே, கெட்டிக்காரி.

கோடைக்காலம் முடிஞ்சு போச்சு. குயில் கூவுறதக் கேட்டு மாசக்கணக்காச்சு. தயவுசெய்து எனக்கொரு உதவி செய்யி, ரெண்டு மூணு தடவ குயில் மாதிரி கூவு. மாட்டயா. நானும் மாட்டென்.

மிக்கிவிக்ஸ்1 செலைய மறுபடியும் தூக்கி நிறுத்தப் போறாங்கன்னு தெரியிது. அதனால என்ன.. எனக்குத் தெரியாது. அவருக்கெதிராச் சொல்றதுக்கு எங்கிட்ட ஒண்ணுமில்ல. மத்தவனப் போல ஒரு மனுசன். சிகரெட் வேணுமா, நீ குடிக்கிறதில்லையா, நானும் குடிக்கிறதில்ல.

ஒனக்குத் தெரியும், குளிர்காலத்துக்கும் நல்ல விஷயங்கள் உண்டு. மூணு குதிர வண்டி, பனிச்சறுக்கு வண்டி வெண்பனி.. அப்படியே உக்காந்து வேகமா ரஷ்யக் கிராமங்கள கடந்து போகலாம். இருந்தாலும் என்னமும் சொன்னயா.. இல்லையா, நானும் என்னமும் சொல்லல.

இயற்கையோட, முக்கியத்துவத்தப் பத்தி நீ அளவுக்கதிகமா கணக்குப் போட்டுற முடியாது. ஒரு பெலார்கோனியம் மலர்ச்செடிய வாங்கி அதப் பாரு. ஒங்க மேனேஜரு ஒன் போனஸ வெட்டீருவான். இல்ல, ஒரு ட்ராம் வண்டி ஒன் கால துண்டா வெட்டீரும். ஆனா பெலார்கோனியம் இன்னியும் இருக்கு. ஒன் ஆரோக்கியத்துக்காக. நீ ஆரோக்கியமா இல்லையா. நானும் ஆரோக்கியமா இல்ல.

நான் சின்னப் பையனா இருந்தப்ப எனக்கு சிம்பனி இசைக் குழுக்களப் புடிக்காது. எல்லாம் கேலிக்கூத்தாத் தெரிஞ்சுது. ஒனக்கு நெனவிருக்கா “ஸி ஸி ஸி ” “நாடோடியின் காதல் பாட்டு.” அப்ப நம்ம லித்துவேனியாவோட சண்டைக்குப் போறதா இருந்துச்சு. இல்ல அந்த மாதிரி ஏதோ ஒண்ணு. அந்தக் கர்னல்கள். கடைசியில எல்லாம் சந்தோசமா முடிஞ்சது. “ஏ நண்பா, வாழ்வு நிறைய வேண்டும்“ அந்தப் பாட்டுன்னா எனக்கு உயிர்.

ஜோன் தயவுசெய்து இன்னியும் ரெண்டு குடு, ஆமா டபுள்ஸ்தான்.

நம்ம சரித்திரம் முழுக்க வெவரமானதில்லையா. கிரன்வால்ட் யுத்தத்தவே எடுத்துக்கோ. நமக்கு இவ்வளவுதான் முடியும்னு தெரிஞ் சிருந்தது. தனிப்பட்ட மொறையில எனக்குக் காஞ்ச செவப்புத் திராட்சதான் புடிக்கும். தொந்தரவு கம்மி. ஆனா அதவும் அளவுக்கதிகமா சாப்பிடக்கூடாது. வயித்துக்கு நல்லதில்ல.

ஆரோக்கியந்தான் ரெம்ப முக்கியமானது. நான் ஒரு மறதிப் பேர்வழி. கக்கூசுக்குள்ள போனவன் காலர் பட்டனக் கழட்டுனேன். ஒருத்தனுக்கு எப்படி வாழணும்னு தெரிஞ்சுக்கிறது முக்கியம்.

கடலோட ஆழத்தப் பாரு. ஜெல்லி மீன்கள், வெலாங்குகள், பிளெய்ஸ் மீன்கள் எல்லாம் மெதந்து திரியிது. எதவாச்சும் குடிக்கணும்னு நெனைக்குது. ஆனா குடிக்கிறதுக்கு அங்க எதுமே கெடையாது. நம்ம நெலம அதவிட சந்தோசமா இருக்குதில்லையா. நீ குடிக்கமாட்டயா. நானும் மாட்டென்.

ஒரு துண்டு பால்கட்டி எடுத்துக்கோ. அழகான கால்கட்டி, கேப்ரி2போல. லூவ்ரு3போல அழகானது. ஒனக்கு லூவ்ரப் புடிக்காது. எனக்கும் புடிக்காது. அதுமேல என்ன அறியாமயே ஒரு வெறுப்பு. அதனாலதான் பாரிஸவுட்டு தூர வெலகியிருக்கென்.

இங்க பாரு நம்ம மறுபடி சந்திக்காமயே போகலாம். நான் வீலிக்ஸ்காவுக்குப் போயிறப்போறென். அங்க ஐரோப்பாவோட ரெம்ப அற்புதமான உப்புச் சொரங்கம் உண்டு. ஏதாச்சும் ஒண்ணத் தொத்திக்கிற வேண்டியிருக்கு. சாயந்தரம் கிராக்கோ4 நகரத்து மேல பாயிற ஒளி வெள்ளத்தப் பாப்பென். பாக்க வேண்டியதுன்னு எனக்கு சொல்லிக்கிருவென்.

என்னால குதிரச் சவாரி செய்ய முடியாது. ஆனா ட்ராம் வண்டியில ரசிச்சுப் பிரயாணம் போவென். அப்படியுங்கூட எனக்கு ஒரு விபத்து நடந்துருச்சு. பெரிசா ஒண்ணுமில்ல. “உண்மையிலயே ஒன் விருப்பம் என்ன”ன்னு யாரோ எங்கிட்டக் கேட்டாங்க. என்னால பதில் சொல்ல முடியல.

ஜோன் தயவுசெய்து இன்னியும் ரெண்டு.

"உன் எலும்புகளையெல்லாம் நிரப்பு..." எனக்குப் பல் வலி.

கலையும் வாழ்க்கையும் நெறையப் பேச முடியும். குட்டையான நாயவே எடுத்துக்கிருவொம். "ஒரு குட்டையான நாய் ஒரு மரத்தின் ஓரம் உட்கார்ந்துகொண்டு மக்களை வைத்த கண் வாங்காமல் பார்த்துக் கொண்டிருக்கிறது. அவர்களில் ஒருத்தருக்காவது பேரின்பமும் மகிழ்ச்சியும் நிறைந்த ஆகாயங்களை எங்கே தேடிக் காண்பதென்று தெரியாது." இந்தப் பகுதி நெனவிருக்கா... அப்படித்தான் இருந்துச்சு.

ஜோன் இன்னியும் ரெண்டு டபுள்ஸ்.

ஒரு காலத்துல எனக்கு ஒரு தயாரிப்பாளரத் தெரியும். தெறமசாலி. எனக்கு மூட்டுவாதம் உண்டுன்னு நம்புறயா. நீரால அது வருது. அதுகளுக்கு வேணும்னா பஞ்சபூதங்க கெடுதி செய்யும்.

காடுகள்ல மரம் நடுறது எனக்குப் புடிக்கும். 'வனத் திருநாள்' என்னோட நாள்தான். காடு இருக்கிற எடத்துல பாலும் ஆரோக்கியமும் இருக்கும்.

ஜோன் தயவுசெய்து அதேதான்.

என்னருமத் தோழனே, நான் ஒரு காலமும் கஸ்டப்பட்டதில்ல. எப்பயாச்சும் ஒரு கழுதப்புலி குறுக்க வாறதுதான். அதோட யாரும் கைகுலுக்கிக்கிறதில்ல. ஆக மொத்தம் நம்ம சந்தோசப்பட்டுக்கிறலாம். அதுக்கு ஒரு காரணம் இருந்தா ஒனக்கு முடி கொட்டுதே. எனக்கும் அப்படித்தான்.

கொட்டுற முடி செத்துக்கிட்டிருக்கிற குதிர மனுசங்க வுட்டுப்போன ஒரு பண்ண வீடு. இதப்பத்தி விரக்தியான சின்னக் கவிதையொண்ணு ஒனக்குத் தெரியுமா. ஜெஸியெனின் எழுதுனதுன்னு நெனைக்கிறென். அதுல விஷயமிருக்குது. அப்பாவோட சவப்பெட்டியக் காட்டி ஒருத்தன் சொன்னதப் போல.

ஜோன்...

1. **மிக்கிவிக்ஸ்** (Adam Mickiewics 1798-1855) :
லித்துவேனியாவில் பிறந்தவர். போலந்தின் தேசியக்கவி. அந்த நாட்டில் இலக்கிய வரலாற்றில் கற்பனாவாத

இயக்கத்தின் முன்னோடி. எளிமையாக எழுதி எல்லாருடைய மனசிலும் இடம்பிடித்தவர். முரண்பாடுகளால் ரஷ்யாவுக்கு நாடு கடத்தப்பட்டார். பாரிஸில் இறந்தார். பல வருடங்களுக்குப் பிறகு அவரது உடல் அங்கிருந்து போலந்துக்குக் கொண்டுவரப்பட்டு தேவாலயத்தில் அடக்கம் செய்யப்பட்டது. அவருக்கு சிலைகள் நிறுவப்பட்டன. போரின்போது அவற்றில் சில சேதமடைந்தன.

2. கேப்ரி (Capri) : இத்தாலியின் நேப்பிள்ஸ் மாகாணத்தில் அமைந்துள்ள அழகிய தீவு. அதே பெயரில் அழகான நகரமும் உண்டு. ரோமானியர் ஆட்சியின்போது மன்னர்களின் இருப்பிடமாக விளங்கியது. இன்னும் மிஞ்சி நிற்கும் ரோமானிய மாளிகைகள் காட்சிக்கு விருந்தாகும்.

3. லூவ்ரு (Louvre) : உலகத்திலேயே மிகப்பெரிய கலைக்கூடம். பாரிஸில் உள்ளது. எட்டு நூற்றாண்டுகளாகச் சீரமைக்கப்பட்டு இந்த நிலைக்கு உயர்ந்தது. இரு உலகப்போர்களிலும் தப்பித்துவிட்டது. ஆயிரக்கணக்கான சிற்பங்கள் கலைப்பொருள்கள் ஓவியங்கள் புராதனச் சின்னங்களைக் கொண்டது. லியோனார்டோ டா வின்ஸி ரெம்ப்ராண்ட் லூபின்பாகி டேவிட் போன்ற உலகப் புகழ்பெற்ற கலைஞர்களின் ஓவியங்கள் அதில் இடம்பெற்றுள்ளன.

4. கிராக்கோ (Krakow) : ஆரம்பத்தில் போலந்தின் தலைநகரமாக இருந்தது. இப்போதும் அந்த நாட்டின் கலை கலாச்சாரத்துக்கான பாரம்பரியத் தலைநகரம் இதுதான்.

ஒட்டைச்சிவிங்கி

பொபாடியன் ஜோவுக்கு தலைமுடி முன்வாக்கில் தாழ்வாரமிட்டிருக்கும். பார்த்தாலே சிரிப்பு வரும். அவனுக்கு ரெண்டு மாமா. ரெண்டு பேருக்கும் ஒத்துப் போகாது. ஆளுக்கொரு திசை.

பெரிய மாமா கன்னியர் மடத்தையொட்டி ஒடுக்கமான சந்தில் குடியிருந்தார். கீழ்த்தளத்தில் ஒரு விசாலமான அறை அவருடையது. அவர் சொல்வார்:

“அய்யா எனக்குக் கீழ்தளமே போதும். மாட மாளிகையெல்லாம் புதுமை விரும்பிகளான ஓங்களுக்குத்தான் சரி.”

அந்த அறை முழுக்க பழைய புஸ்தகங்கள் தண்டிதண்டியாக பாதி உளுத்துப்போன அலமாரிகளில் அடைத்துக்கொண்டிருக்கும். அலமாரிகளைத் துளைத்த பூச்சிகளும் அலுத்துப்போய் செத்துவிட்டன.

ஒருசமயம் மாமாவைப் பார்க்க வந்த ஜோ அலமாரியில் இடித்துக்கொள்ள ஒரு கனத்த புஸ்தகம் விழுந்து மண்டையைப் பதம் பார்த்துவிட்டது. மாமாவுக்கு தினமும் ஒத்தாசை செய்ய வருகிறவன் மருந்துக் கடைக்குப் போய் கட்டுத்துணி வாங்கி வரவேண்டியதாயிற்று. அந்த புஸ்தகத்தின் பெயர் ‘பொருளை எதிர்த்து ஆன்மா’

மாமா அந்த அறையைவிட்டு வெளியே தலைகாட்டியதில்லை. உயரமான சாய்வுமேசையில் உட்கார்ந்து சதா எழுதிக்கொண்டிருப்பார். அப்படித்தான் அவர் காலம் கழிந்தது.

அவர் எழுதுகிற சமாச்சாரம் சுவாரசியமாகத்தான் இருக்கணும். ஏனென்றால் நாற்பது வருசமாக இந்த விஷயம்பற்றி எழுதிக் கொண்டிருக்கிறார். சரி, இந்த விஷயத்தின் சமாசாரம் இதுதான்.

'காரண காரிய உலகம் பற்றிய ஒரு சிறு விவரணை அல்லது பூமி ஒரு கோளமாக இல்லாமலிருந்தால் எப்படித் தோற்றமளிக்கும் மற்றும் இதன் எதிர்நிலை வாதம்'.

ஜோ ஒருநாள் மாமாவிடம் கேட்டான்

"ஒட்டைச்சிவிங்கி எப்படியிருக்கும் மாமா"

அந்த மிருகத்தின் தோற்றம் எப்படியிருக்கும் என்று மாமாவுக்கும் தெரியவில்லை. இருபது வயதிலிருந்தே தன்னுடைய இந்த மாபெரும் ஆய்விலேயே முழுக்க முழுக்க முங்கியிருந்ததால் அறையில் நான்கு சுவர்களுக்கப்பால் போனதே கிடையாது. அவருடைய படிப்பெல்லாம் மேற்படி 'பொருளை எதிர்த்து ஆன்மா' புஸ்தகத்துடன் பூரண கருத்து பூரண சித்தம் உலகம் குறித்த தன்னிலை லட்சியவாதம் கடந்த நிலை மறுப்புவாதம் அனுபவ அறிவின்றியே கொள்ளும் கற்பனைக் கருதுகோள்கள், தன்னிலை அறிவொன்றே சாத்தியம் என்னும் கொள்கை இப்படியான பொருள்கள் பற்றிய அரும்பெரும் ஆய்வுகளாக இருந்தன.

இருபது வயது வரை அவர் என்ன செய்தார் என்று நீங்கள் கேட்கலாம்.

அதுவா இருபது வயதை எட்டும் வரை அவருடைய ஒரே சிந்தனை தன் முகத்திலிருந்த பருவைப்பற்றியே இருந்தது. கண்ணாடி முன்னால் மணிக்கணக்கில் தவங்கிடந்தும் அது மறைய மறுத்தது.

மிருகக்காட்சி சாலைக்குப் போயிருக்கலாமென்றால் அதுக்கும் தோதில்லை. மிருகங்களின் விரசமான நடத்தையைப் பார்க்க நேர்ந்துவிடுமோ என்ற பயம். அதனால் அந்தப் பக்கமே போவதில்லை.

மருமகன் கேட்டது அவர் எதிர்பாராத கேள்வி. ஆனாலும் காட்டிக் கொள்ளவில்லை. என்ன இருந்தாலும் அவர் ஒரு லோகாயதவாதியில்லை. மாறாக சுத்தமான கருத்துமுதல்வாதி. தன் வாழ்நாள் முழுவதும் அவர் படித்தவற்றிலிருந்து ஒரு விஷயம் உறுதி என்று அறிந்திருந்தார். இந்தப் பிரபஞ்சம் பற்றிய அறிவு முழுமையும் அதன் காரணகாரியத் தொடர்புத் தன்மையில் மனுசனுக்கு வெளிப்படுத்தப்பட்டிருக்கிறது. ஆகவே ஒரு ஒட்டைச்சிவிங்கி எப்படியிருக்கும் என்பது பற்றிய அறிவு அதில் ஒரு சிறு கூறுதானே.

அவர் ஜோவிடம் சொன்னார்:

“நாளைக்கு வா சொல்கிறேன்”.

ஜோ போய்விட்டான். அவர் திரைச்சீலைகளை இழுத்து மூடி மெழுகுவர்த்தியைக் கொளுத்தினார். தன் மேசைமேல் ஒரு மண்டையோட்டை வைத்தார். நெடுஞ்சாண்கிடையாக தரையில் விழுந்து கிடந்தார். நடுச்சாமம் வரை. சாமத்துக்குமேல் எழுந்து படிப்பில் முங்கிவிட்டார்.

அடுத்த நாள் ஜோ பழைய கேள்வியுடன் வந்தான்.

மாமா பேச ஆரம்பித்தார்.

“ஒட்டைச்சிவிங்கி எப்படியிருக்கும்னு தெரிஞ்சுக்கிறணும், நல்லது. ஒட்டைச்சிவிங்கிங்கிறது மூணு காலு, தலையில ரெண்டு கொம்பு, குதிரைக்கு உள்ளதுபோல ஒரு வாலு கொண்ட மிருகம். கெட்டிப் பாலோட சேத்து காளான்களை மட்டும் சாப்பிடும். தெரிஞ்சுக்கிட்டயா. ஓடு ஓடு”

“குளிர்காலத்துல காளான் மொளைக்காதே. அப்ப எதத் திங்கும் மாமா”

“குளிர்காலத்துல ஊறுகா போட்ட காளானச் சாப்பிடும்“

ஜோ அவருக்கு நன்றி சொல்லிவிட்டுப் போனான். இந்த மாமாவிடம் அவனுக்கு எப்போதுமே கொஞ்சம் பயம். அதனால் மரியாதையாக நடந்து கொள்வான். இருந்தாலும் அவர் சொன்னது அவனுக்குத் திருப்தியாயில்லை. ஒட்டைச்சிவிங்கி விவகாரம் தீர்ந்தபாடில்லை. காளான் விஷயந்தான் நெருடியது.

சின்ன மாமாவிடம் கேட்பதென்று தீர்மானித்தான்.

எல்லாக் குடும்பங்களிலும் இருப்பதைப் போல ரெண்டு மாமாவுக்கும் எந்த விதத்திலும் சரிப்பட்டு வருவதில்லை. ஒருத்தருக்கொருத்தர் தெரியாதவர்கள் போலக் கூட நடந்து கொள்வார்கள்.

சின்ன மாமாவுக்கு அதிக வேலையுள்ள பிழைப்பு, ஒரு தினசரிப் பத்திரிகையின் ஆசிரியர். முழுக்க முழுக்க வேலையே தஞ்சமென்று கிடப்பதால் வீட்டில் இருக்கமாட்டார். ஜோ பத்திரிகை அலுவலகத்திலிருந்த அவரை தொலைபேசியில் தொடர்பு கொண்டான்.

“ஹலோ மாமாவா ஜோ பேசுறென்.”

“என்ன வேணும் தோழரே...”

“ஒண்ணுமில்ல மாமா ஒட்டைச்சிவிங்கி எப்படியிருக்கும்னு தெரியல. அதான் ஒங்ககிட்டக் கேக்கலாம்னு நெனச்சென்.”

“விரிவுரையாளர்களுக்கான குறிப்புகள்ல பாரேன்.”

“அந்தப் புஸ்தகம் எங்கிட்ட இருக்குது. அதப்பத்தி ஒருவார்த்தகூட இல்லையே.”

“அப்படின்னா பாயர்பாக்குல இருக்குமே.”

“பள்ளிக்கூடத்துல எடுத்துப் பாத்தென். அதுலயும் இல்ல.”

“அப்ப டூரிங்குக்கு மறுப்புல பாரு.”

“அதும் எங்கிட்ட இருக்குது பிரயோஜனமில்ல..”

“அதுல இருக்கந்தாகணுமே.”

“இல்லையே.”

“அதெப்படி இருந்துதான் ஆகணும். நீ ஏதோ கற்பன பண்ணுற.”

மாமா தொலைபேசியை வைத்துவிட்டார்.

ஜோவைப்போல் அவர் சின்னப் பையனாக இருந்தபோது ஒட்டைச்சிவிங்கியை படத்தில் பார்த்தது. சிக்கரி வியாபாரிகளின் கம்பெனியொன்று விளம்பரத்துக்காகக் கொடுத்த ‘மிருகங்கள்’ வரிசையில் அதுவும் ஒன்று. அந்த நினைவில் ஒட்டைச்சிவிங்கி எப்படி இருக்குமென்று பருவட்டாக யூகிக்க முடிந்தது. ஆனால் அந்தப் படத்தை அவர் பார்த்தது போருக்கு முந்திய முதலாளித்துவக் காலகட்டம் என்பதால் அதை ஒத்துக் கொள்ள மனசில்லை யாரும் என்னைத் தொந்தரவு பண்ணக்கூடாது என்று கறாராகச் சொல்லிவிட்டு மார்க்ஸிய நூலகத்தை அலச ஆரம்பித்தார். ஜோ சொன்னது சரிதான் என்பதை சீக்கிரமே தெரிந்து கொண்டார். லுத்விக் பாயர் பாக்கும் ஜெர்மானியத் தத்துவ ஒளியும், டூரிங்குக்கு மறுப்பு ஏன் மூலதனம் எதிலுமே ஒட்டைச்சிவிங்கியைப் பற்றிய பேச்சே இல்லை. அந்தப் புஸ்தகங்கள் ஒன்றில்கூட ‘ஒட்டைச்சிவிங்கி’ என்ற வார்த்தையே தட்டுப்படவில்லை

மேற்கொண்டு ஆராய்ச்சி செய்தும் பயனில்லை. பத்திரிகை ஆசிரியருக்கு ஒரே மண்டைக் குடைச்சலாகிவிட்டது.

சிக்கரி விளம்பரத்திலிருந்து இந்த அறிவைப் பெற்றதாக ஏற்றுக்கொள்வதா. கூடாது, ஏற்றுக்கொண்டால் தன் அந்தஸ்து என்னாவது. யுத்தத்துக்கு முந்தி சிக்கரி வாங்கக்கூட வக்கில்லாமலிருந்த பல்லாயிரக்கணக்கான மக்களின் அந்தஸ்தைவிட தாழ்ந்துவிடுமே.

அப்படியானால் ஒட்டைச்சிவிங்கி எப்படியிருக்கும் என்று தனக்குத் தெரியாதென்று சொல்லிவிடலாமா. அதுவும் முடியது.

எப்படி முடியும். அப்புறம் அவருடைய புகழ் என்னாவது. புறவுலகம் கண்டறியக்கூடியது என்ற கொள்கையை முழுமனசுடன் ஏற்றுக்கொண்டு அதன் காரணமாக தனக்கு எல்லாம் தெரியும் என்ற அபிப்பிராயத்தையும் ஏற்படுத்திக் கொண்டவராயிற்றே அவர். ஏதோ கொஞ்சம் தெரியாதென்று வைத்துக் கொண்டாலும் அதை ஒத்துக்கொள்ள முடியாது.

கடைசி வழி, விலங்கியல் கையேடு வாங்கி ஒட்டைச்சிவிங்கியைப் பார்க்கலாம். அது முறையல்ல என்று தயக்கமில்லாமல் ஒதுக்கிவிட்டார். அப்படிச் செய்வது புறவயமான அறிவியல் என்னும் சகதியில் தள்ளிவிடுகிற குறுகிய ஆய்வறிவாகிவிடும்.

பொடியன் ஜோ, மறுபடியும் ஒட்டைச்சிவிங்கியைப் பற்றி தொலைபேசியில் விசாரித்தான். சட்டென்று பதில் வந்தது.

'ஒட்டைச்சிவிங்கின்னு ஒண்ணு கெடையாது."

"என்ன என்ன சொல்றீங்க மாமா. அப்படி ஒண்ணு கெடையாதா"

"அப்படி ஒரு உசுப்பிராணியே இல்ல. வேணும்னா நாயோ, முயலோ எப்படியிருக்கும்னு சொல்றேன்"

"வந்து ஒட்டைச்சிவிங்கி... ஏன்.. மாமா இல்லன்னு சொல்றீங்க"

"இல்ல. அதனாலதான் மார்க்ஸ் எங்கெல்ஸ் அவங்க வழியில தொடர்ந்து பணிபுரிஞ்ச சிந்தனையாளர்கள் யாரும் ஒட்டைச்சிவிங்கியப் பத்தி ஏதும் சொல்லல. இதுலருந்தே தெரியவேணாமா அது இல்லன்னு."

"ஆனா.."

"ஆனாங்கிற பேச்சுக்கே எடமில்ல. சொல்லிப்புட்டென்"

ஜோ தொலைபேசியை கீழே வைத்தான். அவனுக்குள்ளிருந்து பெருமூச்சு வந்தது. பிறகு பள்ளியில் சாரணர் படைத்தலைவனைக் கலந்து பேசினான்.

சாரணர் படைத்தலைவன் சாதாரண இளைஞன். அவன் சொன்னான்:

"ஒனக்கு வேற பெரிய கவலகெடையாதா சரி ஞாயித்துக்கெழம வரைக்கும் பொறுத்துக்கோ. மிருகக்காட்சி சாலைக்கு போவொம். நேர்லயே பாத்து உண்மையத் தெரிஞ்சிக்கிருவொம்."

அவர்கள் போனார்கள். ஒட்டைச்சிவிங்கியைப் பார்த்தார்கள். அதைப்பற்றி நிறையப் பேசினார்கள். ஜோ சாரணம்

படைத்தலைவனுக்கு நன்றி சொல்லிவிட்டு ஆழ்ந்த சிந்தனையில் வீடு திரும்பினான்.

வருகிற வழியில் பள்ளிக்கூடப் பையை விற்றான். உடனே பூக்கடைக்கும் எழுதுபொருள் கடைக்கும் போனான்

மறுநாள் மதியம் ஒரு செய்தியாள் பத்திரிகை ஆசிரியரின் அலுவலகத்துக்கு ஒரு ரோஜாச்செண்டையும் சிறு கடிதத்தையும் கொண்டு வந்து கொடுத்தான்.

"அன்புள்ள தம்பி

நீ ஏன் என்னைப் பார்க்க வருவதேயில்லை. நமது இளமைப்பருவம், குடும்பம் சிறுவன் ஜோ ஒட்டைச்சிவிங்கிகள்.. இதெல்லாம் பற்றி நாம் பேசலாமே.

கடவுள் உன்னை ஆசீர்வதிப்பாராக.

உனது பாசமிக்க அண்ணன்."

பெரிய மாமா ஜோவைச் சந்தித்தபின் மீண்டும் தன் வாழ்க்கைச் சாதனையான புஸ்தகத்தை எழுதத் தொடர்ந்தபோது மைக்கூட்டில் எலி செத்துக் கிடப்பதைக் கண்டார்.

பொடியன்களுக்கு எப்போதாவதுதான் ரெண்டு ரோஜாச் செண்டு வாங்கக் காசு கிடைக்கும்.

●

பாதிரியாரும் இசைக் குழுவும்

சனிக்கிழமை பொழுது சாயும் நேரம்.

கிராமத் தேவாலயத்துக்கு வெளியே தீயணைப்புப் படைப்பிரிவின் இசைக்குழு கூடியிருக்கிறது. கடினமாக உழைக்கும் தேனீக்கள் எலுமிச்சை மரப் பூக்களுக்கு நடுவே பறந்து திரிகின்றன. அடிக்கடி ஏதாவதொரு தேனீ ஒரு இசைக்கருவியின் குழலுக்குள் வழிதப்பி நுழைந்து அந்த மினுமினுப்பான உலோகத்துக்குள் கொஞ்சநேரம் முட்டி மோதி முனங்கிவிட்டு கோப ரீங்கரிப்பில் வெளியே பறந்தோடுகிறது.

இசைக்குழு இங்கே கச்சேரி நடத்தவிருக்கிறது.

காற்றின் அமைதியில் இசையொலி நன்றாகக் கேட்கிறது. பிசிறற்ற குழலோசை அந்தச் சிறிய கிராமம் முழுக்க வியாபிக்கிறது. விவசாயிகள் தங்கள் வீடுகளுக்கு வெளியே வாசற்படியில உட்கார்ந்திருக்கிறார்கள். கொஞ்சம் வசதியானவர்கள் பெஞ்சுகளில் அவர்கள் இசையை கவனமாகக் கேட்டுக் கொண்டிருக்கிறார்கள்.

இசைக்குழுத் தலைவன் சைகை செய்கிறான்.

அதற்கேற்றபடி இசைக்கருவிகள் முழங்குகின்றன.

இசையொலி பாதிரியாரின் வீட்டுக்கும் கேட்கிறது. அங்கே ரெம்ப வயசான ஒரு பாதிரியார் வசிக்கிறார். அரசியல் விவகாரங்களை விட்டு தூர விலகியிருப்பவர். மாறாக, செடிகளைச் சேகரிப்பதில் ஈடுபாடு கொண்டவர்.

லோகாயதமான இசை பாதிரியாரின் காதுகளில் பாய்கிறது.

அவர் ஊன்றுகோலை எடுக்கிறார். அதில்லாமல் அவரால் ஏகதேசம்தான் நடக்கமுடியும். வீட்டிலிருந்து தேவாலயத்துக்கு மெல்ல நடக்கிறார். கோயில் வளாகத்தின் கதவைத் திறக்கிறார். பழமைவாய்ந்த துருப்பிடித்த கீல்கள் கிறீச்சிடுகின்றன. நின்று காதில் கைவைத்துக் கேட்கிறார்.

அவர்கள் இசைத்துக் கொண்டிருக்கிறார்கள்.

“இறைவனோட இல்லத்துக்கு முன்னால லோகாயத கீதங்களா, வெட்டிப்பயக...”

இசைக்குழு தொடர்ந்து இசைக்கிறது.

வயதான பாதிரியார் முணுமுணுக்கிறார்:

“இருக்கட்டும், இவங்களுக்குப் பாடம் கற்பிக்கிறென்”

அவர் விரைவாக ரெண்டாவது வாசலுக்கு வந்துவிடுகிறார். அது தேவாலயத்திலிருந்து முன்புறமுள்ள சிறு மைதானத்துக்கு வரும் வழி. இசைக்குழுவைப் பார்க்கிறார். பித்தளை இசைக்கருவிகளுடன் தலைக்கவசமணிந்த ஆறு தீயணைப்புப் படை வீரர்கள் குழுத் தலைவனின் கவசத்தில் ஒரு இறகு குதியாளமிடுகிறது. இளைஞர்கள் பெருமையாகத் தங்களை காட்டிக்கொள்ளத்தானே ஆசைப்படுகிறார்கள்.

“அயோக்கியப் பயக. நானுந்தான் ஒரு காலத்துல இப்படி இருந்துருக்கென்”

பாதிரியார் பயிற்சிக் கல்லூரி மைதானத்தில் கூடைப்பந்து விளையாடியது நினைவுக்கு வருகிறது.

இல்லையில்லை அவர்களைக் கண்டித்து வைக்கணும். கேவலம் தேவாலயத்தினருகே லோகாயத இசையா.

எலுமிச்சம் பூவின் மணம் மூக்கைத் துளைக்கிறது. இசை வாசிப்பின் சிறு சிறு இடைவெளிகளில் தீயணைப்புப்படை வீரர்கள் நெஞ்சுக்குள் மூச்சை இழுத்துவிடும்போது தேனீக்களின் ரீங்காரத்தைக் கேட்க முடிகிறது.

மனுசர்களையும் அவர்களது பலவீனங்களையும் புரிந்துகொள்ளுதல் என்ற பேரலையொன்று ஓடிவந்து பாதிரியாரின் நெஞ்சில் நிறைகிறது. அவர் எவ்வளவோ காலம் வாழ்ந்துவிட்டார். எவ்வளவோ பார்த்தாயிற்று. சகமனுசர்களின் குறைபாடுகளைச் சகித்துக்கொள்ள வேண்டாமா, மனுசர்கள் கஷ்டத்திலேயே பிறந்து மடிகிறார்கள். அந்தக் கஷ்டத்தை இந்த மாதிரியான சின்னக் கேளிக்கைகள் ஈடு செய்கின்றன.

“இருந்தாலும் இவங்க இந்த வேல செய்யக்கூடாது. எப்படிச் செய்யப் போச்சு...”

அவருக்கு இன்னுங் கொஞ்சம் கோபம் மிஞ்சியிருக்கிறது.

கதவு கிறீச்சிடுகிறது. வீரர்கள் சுற்றுமுற்றும் பார்க்கிறார்கள். இசையை நிறுத்திக்கொள்கிறார்கள். பாதிரியார் அருகே வருகிறார். நரைக்கோலம் ஊன்றுகோலில் சாய்ந்தபடி அவர்கள் மரியாதையுடன் தலைவணங்குகிறார்கள். அவர் நின்று அவர்ளை நோக்கி விரலசைத்தபடி சொல்கிறார்.

“இப்ப... இப்ப...”

ஆனால் வீட்டுத் தோட்டத்தை நோக்கித் திரும்பும்போது அவரது நீலக்கண்களில் சிரிப்பு தவழ்கிறது.

வீரர்கள் இசையைத் தொடர்கிறார்கள்.

●

அய்யோ பாவம்

காலநிலை அற்புதமா இருக்குது. இண்ணைக்கென்னமோ பொழுது தன்னமீறிப் பொழிஞ்சு தள்ளுது. நம்பமுடியாத அளவுக்கு வானம் நீலம்பூத்துக் கெடக்குது. அதுலருந்து எறங்கி வாற பிரகாசமான கதகதப்பான ஒளிவெள்ளம் எங்க ஒலிப்பெருக்கிக் கருவிகளக் கடந்து போற அணிவகுப்பு ஊர்வலத்துமேல பாயிது. மரங்களோட கொப்புகள்ல பறவைகளாத் தெரியிது. ஆயிரக்கணக்குல இருக்கும். எங்ககிட்ட இவ்வளவு பறவைகளா, நம்பவே முடியல. நாங்க கொற சொல்லிக்கிட்டே காலங்கழிக்கிறொம். தவறுகளும் தடுமாற்றங்களும் நெறஞ்ச பல வருசங்களுக்குப் பெறகு இப்படியொரு கொண்டாட்ட நாள் வாறப்பதான் நம்மளச் சுத்தி இவ்வளவு பறவைகளான்னு ஒணந்து பாக்கிறொம். அந்தப் பறவைக பாடுது. ஏகக் கும்மாளத்துல பாடுறதப் பாத்தா அதுக பறவைகளே இல்ல, ஆனா.. குதிரைகளோன்னு தோணுது.

இந்தச் சமயத்துல வெளையாட்டு வீரர்களோட அணி ஒண்ணு மரியாத செய்ற தளத்தக் கடந்து போயிக்கிட்ருக்குது. அவங்க தசையெல்லாம் உருண்டு தெரண்டு மிருதுவா இருக்குது. ஒடம்ப முன்னுக்கும் இடுப்பப் பின்னுக்கும் தள்ளி நடக்கிறாங்க. நாங்க அலுமினியம் உற்பத்தி செய்றொம். இன்னியும் அதிகமாக உற்பத்தி செய்வொம். இது எங்க இளமைப் பருவம். எங்கள எப்படியும் கைவுடாத இளமைப் பருவம். அவங்க மரியாத செய்ற தளத்தப் பாத்துக் கையசைக்கிறாங்க. ஏதோ சத்தமா கத்துறாங்க. ஆனா என்னன்னு என்னால கேக்க முடியல. பறவைகளோட பாட்டு எல்லாத்தவும் அமுக்கீருச்சு.

அடுத்த அணி நெருங்கி வருது. வெளையாட்டு வீரர்களுக்குப் பின்னால பென்ஷன் வாங்குற கெழவர்களும் அனாதை இல்லக்

கொழந்தைகளும் வாறாங்க. சகோதரத்துவத்த குறிக்கிறவகையில ரெண்டு அணிகளும் கலந்து கலந்து வருது. 'முதுமையும் இளமையும், இளமையும் முதுமையும்'னு மொழங்கிக்கிட்டு வீர நட போடுறாங்க. இப்ப அணிவகுத்து வேகமா நடந்துக்கிட்ருக்கிறாங்க. ஆனா அவங்கள கொஞ்ச நேரத்துக்கு முந்தி வரை மறந்தாச்சு. அனியாயமா மறந்தாச்சு. நீங்க அவங்களப் பாக்க முடியாது. அது ஒரு பரிதாபம். சின்னச்சின்ன செம்பட்டைத் தலைகள் அடுத்தடுத்து பட்டை போட்டதாகவோ வெறும் சாம்பல் நெறத்துலயோ மேலுடுப்புகள் பைஜாமாக்கள் இல்ல சட்டைகள், மொகச் சுருக்கங்கள் வெயில்ல மின்னுது. சில கொழந்தைக இன்னியும் நடக்கக் கத்துக்கிறல. அதனால அமைப்பாளர்கள் அவர்கள அஞ்சஞ்சுபேரா கொடுக்குப் புடிக்கவச்சு ரெம்பச் சொதாரிப்பான கெழவர்களோட பெணச்சுக் கட்டவேண்டிய நெலமை. அதேசமயம் பார்வ மங்கிப்போன கெழவர்கள கொழந்தைகளோட கும்மாளப் பேச்சுவழி நடத்திப் போகுது. அந்த அனாதைக் கொழந்தைக எங்களுக்குக் கெடச்ச அற்புதமான புது இனம். 'கண்கள் வலதுபக்கம் திரும்பட்டும்'னு உத்தரவு என் காதுல வுழுகுது. பாரிசத்தால வது பக்கம் மொடங்கிப் போனவங்க, வலது கையில நரம்பு இழுத்துக்கிட்டவங்க எல்லாரும் தங்கள பெருமையா காட்டிக்கிற இந்தச் சமயத்துக்காகத்தான் வருசக்கணக்கா காத்துக்கிட்ருந்தாங்க. இப்ப அவங்க மரியாத செய்ற தளத்தக் கடந்து போறாங்க. பென்ஷன் காரங்கள்ல ஒருத்தர் கைதட்ட ஆரம்பிச்சாரு. ஆனா ஒரு கையி கழண்டு வுழுந்துருச்சு. ஒரு போர்வீரர் அத எடுத்த ஒடையதாரியிடம் ஒப்படச்சாரு. கெழவர் நன்றி சொல்லவும் வீரர் வெறச்சு நின்னு சலாம் போட்டாரு.

அவங்க கடந்து போயிட்டாங்க. ஆனா இதோட பேரணி முடிஞ்சு போயிறல. ஒருக்காலும் முடியாது. அழுத்தமா கால் மிதிக்கிற சத்தமும் மாறி மாறி எட்டுப் போடுற சத்தமும் ஏற்கெனவே கேட்டுக்கிட்ருக்குது. ஆமா அவங்க இதோ வாறாங்க. எங்களோட பெருமைக்குரிய இணையில்லாத மறுவாழ்வு பெற்ற ஊனமனுசங்க காலு இல்லாதவங்கள்ல ஒரு சுறுசுறுப்பான பிரிவு ஊன்றுகோல உற்சாகமா வீசிச் சொழட்டலன்னா கருப்புக் கண்ணாடியும் வெள்ளக் கைத்தடியுமா வந்த ஒரு சின்ன அணி தப்பான தெசையில திரும்பியிருக்கும். அதனாலதான் முழுப்பிரிவும் மரியாத செய்ற தளத்துமேல ஒண்ணுபோல நடபோட்டுப் போகுது. மரக்காலுகள்ல வெயிலு பிரதிபலிக்குது. நெகிழ்ச்சியான காட்சிகளப் பாக்க முடியிது. ஒரு கையில்லாத ரெண்டு பேரு சேந்துக்கிறாங்க. அப்பத்தான் கைதட்ட முடியும். ஒரு ஊமை உற்சாகமா குரல் குடுக்க முயற்சி செய்றாரு. முடியல.

அடுத்து எங்களுக்கு முன்னால வேகமாப் போறது ஊனமானவங்க வண்டிகளோட படைப்பிரிவு அவங்க எவ்வளவு நேர்த்தியா வழிநடத்தப் படுறாங்க. அவங்க வண்டிச்சக்கரங்கள்ல நிக்கல் முலாம் பூசிய ஆரக்கம்பிகள்ல வெயிலு பிரதிபலிக்குது. ஆகவே நாங்க நிக்கல் உற்பத்தி செய்றொம். இன்னியும் அதிகமா உற்பத்தி செய்வொம். ஒங்களால இந்தக் காட்சியப் பாக்க முடியாமப்போனது பரிதாபம்.

அவங்களும் கடந்து போயிட்டாங்க. தெரு வெறிச்சோடிப் போச்சு. ஆனா படை அணிவகுப்பு மட்டும் முடிஞ்சிட்டதா நெனைக்க வேணாம். ஒருக்காலும் முடியாது.

இதோ இப்ப அவங்க வாறாங்க. சாகாம மட்டும் இருந்துருந்தா அவங்க நம்ம கண்ணுக்குத் தெரிஞ்சிருப்பாங்க. ஆமா இங்க வந்துட்டாங்க. பொழுது பிரகாசிக்குது. இப்ப அவங்க எல்லாரும் அணிவகுத்துப் போறாங்க. அத்தன பேரும் தவறுகளால பலியானவங்க. பார்வையாளர்கள் அவங்களுக்குச் சலாம் போட்டு மரியாத செய்றாங்க பறவைகள் பாடுது. உயிருள்ளவங்களப் போலவே அவங்க அணி வகுத்து நடந்து போறாங்க. இதத்தான் கம்பீரமான நடை அறிவுன்னு சொல்றேன் நான். தங்களோட சவப்பெட்டிகள் குதூகலமா ஏந்தி வாறாங்க. மரியாத செய்ற தளத்துல அதுகள மொறையோட தூக்கிக் குடுக்கிறாங்க. எனக்குக் கண்ணு கலங்குது. ஆமா அதப்பத்திச் சந்தேகமே இல்ல. அவங்க வேகமா அணிவகுத்துப் போயிக்கிட்ருக்காங்க. நாங்க சிந்தூர மரங்கள ரெம்ப ஏற்றுமதி செய்றவங்க. இன்னியும் பெரிய ஏற்றுமதியாளராவொம். கடைசியில அந்த நல்ல நாளும் வந்துருச்சிங்கிற பெருமையில அவங்க நடக்கிறாங்க. பறவைகள் பாடுது.

இதுல ஒண்ணக்கூட ஒங்களால பாக்கமுடியாமப் போனது பரிதாபந்தான்.

●

நான் நுட்பமானவன்

நான் முதன்முறையாக அவளைப் பார்த்தபோது ஒரு கர்னலுடன் இருந்தாள். அவளை நெருங்கிய கர்னல் ஒரு கையால் மீசையை முறுக்கியபடி, மறுகையால் அவளது ரவிக்கைக்குள் ஆழத் துழாவினார். நான் எதையும் நம்பிவிடுகிறவன். அமைதியான சுபாவமுடையவன், அதனால் கர்னல் நடந்துகொண்டதைப் பற்றி ஆச்சரியப்படவில்லை. எதையோ தொலைத்துவிட்ட மனுசன் தொலைந்ததை மறுபடியும் தேடிப் பெற முயற்சிப்பது சகஜம்தான் என நினைத்துக் கொண்டேன். “அடியே என் செல்லமே” என்று அவன் அவளிடம் கொஞ்சுவதைக் கேட்கும் வரை அவரது செயலுக்கு ஒரு பாலியல் அர்த்தம் இருக்குமென்று என் மனசில் தோன்றவே இல்லை.

அடடாஞ் நான் கற்பனை செய்துவைத்திருந்த மாதிரி அவளொன்றும் கிட்ட நெருங்கமுடியாதவளல்ல போலிருக்கிறதே என்று நினைத்துக் கொண்டேன். மறுநாள் மூன்று லெப்டினென்ட்களுடன் அவளும் ஒரு குதிரைமீது போவதைப் பார்த்தபோது எனது கண்டுபிடிப்பு உறுதிப்பட்டது. நானும் ஒரு ஆம்பளைதான் என்று காட்டிக் கொள்ளணும் போல் எனக்கும் ஒரு முரட்டு ஆசை கிளம்பியது அந்தக் கணம். என் தைரியத்தைக் காட்டுவதற்குச் சரியான சந்தர்ப்பத்தை எதிர்பார்த்து ஒரு வாரம் முழுக்க என்னைத் தயார்ப்படுத்திக் கொண்டிருந்தேன். விரைவிலேயே அந்தச் சந்தர்ப்பம் வந்தது. அவள் வெளியே உலாவிக் கொண்டிருந்தாள். என் முரட்டுத்தனத்தின் கிலி ஒருபக்கம் இருந்தாலும் கூச்சங்களையெல்லாம் உதறித் தள்ளிவிட்டு அவளுக்குத் தலைவணங்கி சந்தோசப் புன்னகையுடன் சொன்னேன்.

“குட் மார்னிங்”

இந்தத் தீர்மானமான அணுகுமுறையால் அவளும் பதிலுக்குத் தலையசைத்தாள். ஆனாலும் புருவங்களை வளைத்துப் பார்த்தபடி போய்விட்டாள்.

நான் அவமானத்தில் வெந்துகொண்டிருந்தேன். என்னால் எப்படி இவ்வளவு மிருகத்தனமாக நடந்துகொள்ள முடிந்தது. முட்டாள் எனக்கு இது வேண்டியதுதான். எனது அநாகரீகத்தைப் பார்த்து நான் முரட்டுத்தனமாக நடந்துகொண்டதாக அவளுக்குத் தோன்றியிருக்கணும். அவளுக்குப் பின்னால் ஓடி நான் அந்த அர்த்தத்தில் நடந்து கொள்ளவில்லை என்று எடுத்துச்சொல்லி மன்னிப்புக் கேட்கணும் போலிருந்தது. இருந்தாலும் அந்த நேரம், அந்த இடத்திலேயே மேலும் பேசுவது இன்னும் ரெம்ப நாசூக்கற்ற செயலாக இருக்குமென்று தோன்றியது.

மூன்று நாள் முழுக்க அவள் கண்ணில்படாமல் எச்சரிக்கையாக இருந்து கொண்டேன். அதனால்தான் துருப்புக்களின் நடமாற்றம் பற்றி நான் கேள்விப்பட்டதெல்லாம் ராணுவ ஒத்திகைகளாகவோ, அது சம்பந்தப்பட்ட பயிற்சிகளாகவோ இருக்குமென்று நினைத்துக் கொண்டேன். சாயங்கால வேளைகளில் மட்டுமே கனவுகளிலும் யோசனைகளிலும் முக்கியவனாக ஆள் நடமாற்றமற்ற தெருவில் நடந்து போவேன். பூங்காவில் புதர்களிடையே அவள் செடிகளைத் தள்ளிக்கொண்டே வரும்போது சந்தர்ப்பவசமாகப் பார்த்துவிட்டேன். நல்லவேளை அவள் தனியாக இல்லை. இல்லையென்றால் நான் அவளிடம் போய் அவளைக் கெடுப்பதுபற்றி முடிவு செய்திருக்க வேண்டியிருந்திருக்கும். குதிரைப்படைப் பிரிவு ஒன்று அங்கே இருந்ததால் அப்படித் தீர்மானம் செய்வது தேவையில்லாமல் போயிற்று.

கொஞ்சநாள் பிரிந்திருந்ததால் நிலைமை ஏறுக்குமாறாகிவிட்டது. புதர்த் தோட்டத்தை விட்டால் அவளை வேறு எங்கே போய்ப் பார்ப்பது எனக்குப் பிடிக்கவில்லை. அவள் எந்த வரவேற்பு நிகழ்ச்சியில் வேட்டை விளையாட்டில் அல்லது அடிக்கல் நாட்டு விழாவில் கலந்து கொள்வாளோ, எனக்குத் தெரியாது. அப்படிப்பட்ட நிகழ்ச்சிகளை ஒரு பெண்டாளுகிறவன் தன் முயற்சிகளில் முன்னேறத் தோதாக இருக்கும்.

விதி என்னைக் காப்பாற்றியது. நான் எனக்குத் தெரிந்த ஒருவருடன் பேசிக் கொண்டிருந்தபோது திடீரென அவளது பெயரை உச்சரித்தார். சற்றும் ஈடுபாடே இல்லாத பாவனையில் அவள் யாரென அறிந்து கொள்வதில் ஆட்சேபணை இல்லையென்று நாசூக்காகக் குறிப்பிட்டேன். எனது நண்பர் சன்னலருகே போய் மூன்று தடவை சீட்டியடித்தார். “என்னத் தொந்தரவு

பண்ணாதபடிக்கு அவள் எட்டத்துலயே வச்சிருக்கென்” என்று விளக்கம் சொன்னார்.

அவள் வீட்டுக்குள் வந்தபோது நண்பர் அறிமுகம் செய்துவைத்தார். அவள் என்னைப் பார்த்த பார்வையைப் பொருட்படுத்தாமல் அவளது கையில் முத்தமிட்டேன். எனது பேச்சு ரெம்ப சுவாரசியமாக இருந்தது. அவள்மீது பொன்மொழிகளாகப் பொழிந்தேன். எனது பேச்சு வன்மையும் கவிந்து வரும் இருளும் தந்த உற்சாகத்தில் இதுக்கு முந்திய முயற்சிகளைவிட ஒருபடி மேலே போக முடிவு செய்தேன். அங்குலம் அங்குலமாக என் கை அவளை நெருங்கி நகன்றது. நான் தொடும்போது அவள் பின்வாங்கவில்லை.

எனக்குச் சந்தோசம் எப்படி இருக்குமென்று கற்பனை செய்து பாருங்கள். இந்த முதல் வெற்றியின் கிறக்கத்தில் அவள் கையை மிருதுவாக வருடுவதில் ஈடுபட்டு மேலும் பிரமாதமாகப் பேசினேன். நான் வருடிய கை அவளது இடையின் அருகில் இருந்த கை. அவளுடையதாகத்தானே இருக்கணும் என்று சிறிதும் சந்தேகமின்றி நான் எண்ணித் தொட்ட கை மட்டும் எனது நண்பருக்குச் சொந்தமான கையாக இல்லாமலிருந்ததால் என் வெற்றி இன்னும் பெரியதாக இருந்திருக்கும்.

முதலில் கஷ்டமாக இருந்தது. அப்புறம் இதுபற்றி நான் வருத்தப்பட வில்லை. அந்தச் சம்பவம் நடந்த ஆறு மாதத்துக்குப் பிறகு ஒரு சந்திப்பின் போது அவளுக்குப் பக்கத்தில் உட்கார நேர்ந்தது. அவளது கையை என் கையில் பற்றியபோது அவள் மெதுவாக ஆனால் உறுதியாக எடுத்துக் கொண்டாள். என்னிடமிருந்து இப்படிப்பட்ட நடத்தையை எதிர்பார்க்க வில்லை என்று நட்புரீதியாக ஆனால் கடுமையாகச் சொல்லிவிட்டாள். எனக்கு ரெம்ப வெட்கமாகப் போயிற்று.

அடுத்த நாள் அவளுக்காக சில பூக்களைக் கொண்டு வந்திருந்தேன். இருண்ட அறையில் ஒரு முரசு தடுக்கி விழுந்துவிட்டேன். ராணுவ வீரர்களின் இடுப்பில் கட்டித் தொங்குமே அந்த மாதிரி முரசு. கீழே விழுந்து சிராய்த்துவிட்டது. கடுமையாக சளிப்பிடித்து அப்போது கட்டிலில் கிடந்ததால் அவள் என்னைப் பார்த்திருக்க முடியாது என்று அப்புறமாகச் சொன்னாள்.

எங்கள் பழக்கம் ரெண்டாவது வசந்த காலத்தை எட்டியபோது ஒரு நாள் போகிறபோக்கில் சொன்னாள்: ராத்திரி கொஞ்சம் தீக்குச்சி வாங்குவதற்காக என்னிடம் வருவேன் என்று. வரவேற்பு நிகழ்ச்சிகள் வேட்டை விளையாட்டுக்கள் அடிக்கல் நாட்டுவிழாக்கள் என்று இருபது தடவையாவது அவளைப் பார்த்திருப்பேன். இந்தத் தடவை

அவளிடம் இரக்கமற்ற கொடூரத்துடன் நடந்துகொள்ளணுமென்று முடிவு செய்தேன்.

அவள் வந்தபோது எனது கௌரவ உணர்வைத் தொட்டு பேசினாள். பிறகு நானும் எல்லா ஆண்களைப் போலத்தான் என்று கண்டு ஏமாற்றமடைந்ததாகச் சொன்னாள். என்னை உயர்ந்த இடத்தில் வைத்திருந்தாளாம். அது தவறாகக் கூடும் என்ற எண்ணத்தையே வெறுத்தாளாம். தீக்குச்சி பற்றிக் கேட்டாள். நான் அதைப்பற்றி சுத்தமாக மறந்துவிட்டதால் இரவல் கொடுப்பதற்காக ஒரு தீப்பெட்டி வாங்க வெளியே போக வேண்டியிருந்தது. அவள் தலையசைத்தாள். நான் உணர்ச்சிப்பெருக்கில் சலாமிட்டேன். அவள் போய்விட்டாள்.

நான் அங்கலாய்க்கக் கூடாது. அவள் என்னைப் பற்றி நல்லபடியாகவே பேசுவதாகக் கேள்வி. நான் மிகவும் நுட்பமானவன் என்று சொல்கிறாளாம்.

நினைவுச் சின்னம்

*1905*ம் ஆண்டு போராடிய 'யாரும் அறியாத போராளி' ஒருத்தனுக்கு எங்கள் ஊரில் நினைவுச் சின்னம் ஒன்று உண்டு. புரட்சியின்போது சர்வாதிகாரியின செயலால் அவனுக்கு மரணம் நேர்ந்தது. அவன் நினைவாக சக பிரஜைகளாகச் சேர்ந்து ஒரு சிறு மேடையைக் கட்டி வைத்தார்கள்

ஐம்பது வருசம் கழித்து அந்த மேடைக்குமேல் 'மங்காத மகிமை' என்று பொறிக்கப்பட்ட கல்பீடம் ஒன்று வைக்கப்பட்டது. பீடத்துக்கு மேல் விலங்கை முறித்தவாக்கில் ஒரு இளைஞனது சிலை எழுந்தது *1955*ம் வருசம் சிலையை கோலாகலமாகத் திறந்து வைத்தார்கள். நிறையச் சொற்பொழிவுகள், மலரும் மலர்வளையமுமாகக் குமிந்துவிட்டது.

கொஞ்சகாலத்துக்குப் பிறகு உள்ளூர் பள்ளிக்கூடத்துப் பையன்கள் எட்டுப்பேர் சேர்ந்து அந்த யாரும் அறியாத நாயகனுக்கு அஞ்சலி செலுத்தணுமென்று முடிவு செய்தார்கள். சிறந்த பேச்சாளரான அவர்களது வாத்தியார் புரட்சியைப் பற்றி ஆழமாக வருணித்த வருணிப்பில் அவர்கள் அசந்து போனார்கள். பள்ளிக்கூடம் முடிந்ததும் அவர்கள் கைவசமிருந்த காசைத் திரட்டி ஒரு மலர்வளையம் வாங்கினார்கள். நினைவுச் சின்னத்தை நோக்கி சின்ன ஊர்வலமாக நடந்தார்கள்.

தெருமுனையில் அவர்கள் திரும்பியபோது நீலநிற கோட்டுப் போட்ட ஒரு குள்ளமான ஆள் எதிரே வந்தார். அவர்களை உற்றுப் பார்த்துவிட்டு சற்று எட்டத்திலேயே பின் தொடர்ந்து நடக்க ஆரம்பித்தார்.

அவர்கள் பழைய நகரச் சதுக்கத்தைக் கடந்தார்கள். மக்கள் அவர்களைக் கண்டுகொள்ளவில்லை. ஊர்வலங்கள் சகஜந்தானே.

அந்தப் பகுதியில் சொற்பமன சனங்களே குடியிருந்தார்கள். அங்கேதான் தூய யோவான் ஆலயம் இருக்கிறது. ஆனால் அதைச் சுற்றியிருக்கும பழைய வீடுகளை அலுவலகங்களாகவும் அருங்காட்சியகங்களாகவும் மாற்றியிருந்தார்கள்.

அவர்கள் நினைவுச்சின்னத்தை அடைந்ததும் நீலக்கோட்டு மனுசன் வேகமாக அவர்களிடம் வந்தார்.

“குட் ஈவினிங். அஞ்சலி செலுத்துகிறீங்களா, நல்ல காரியம். உண்மையாகவே ரெம்ப நல்ல காரியம். ஆமா இதென்ன நினைவு நாளா வேலையில முங்கிக் கெடக்கிறவனுக்கு எங்க இதெல்லாம் ஞாபகமிருக்குது”

ஒரு பையன் சொன்னான்:

“நினைவுநாளில்ல. இதச் செய்யணும்னு எங்களுக்குத் தோணிச்சு.”

ஆச்சரியத்தில் அவர் குரல் உயர்ந்தது.

“என்ன சொல்றீங்க. சும்மா ஒங்களுக்குத் தோணிச்சா அப்படின்னா என்ன அர்த்தம்.”

“மக்களோட விடுதலைக்காகப் போராடி உசிரக் குடுத்த புரட்சிக்காரனுக்கு மரியாத செலுத்தணும்னு விரும்பறொம் அவ்வளவுதான்.”

“அப்படியாஞ் ஆக, நீங்க கட்சியோட மாவட்டக் கமிட்டியிலருந்து வாறீங்க”

“இல்ல நாங்க பள்ளிக்கூடத்துலருந்து..”

“மாவட்டக் கமிட்டியிலருந்து ஒங்களோட யாரும் வரலன்னு சொல்றீங்களா..”

“வரல”

அவர் சற்று யோசித்தார்.

“ஒருவேள பள்ளிக்கூடத்துல உத்தரவு போட்டாங்களோ”

“இல்ல நாங்களாத்தான் முடிவு செஞ்சொம். “

அவர் போய்விட்டார். பையன்கள் மலர் வளையம் வைத்துக் கொண்டிருக்கும் சமயத்தில் ஒருத்தன் சொன்னான்.

“அவரு மறுபடியும் வாறாருடா..”

நீலக்கோட்டு மனுசன் உண்மையிலேயே அங்கு வந்து நின்றார். இந்தத் தடவை கொஞ்சம் தள்ளியே நின்று கொண்டு கேட்டார்.

"ஒருவேள யாருமறியாற புரட்சிக்காரங்களுக்கு அஞ்சலி செலுத்துற மாதமா இது."

அவர்கள் ஒருமித்த குரலில் ஓங்கிச் சொன்னார்கள்.

"இல்ல நாங்கதான் முடிவு செஞ்சோம்"

அவர் நடையைக் கட்டிவிட்டார். பையன்கள் மலர்வளையம் வைத்தார்கள். வைத்து விட்டுத் திரும்பிப் போகும் சமயத்தில் அந்த மனுசன் மறுபடியும் வந்தார். அவருடன் ஒரு போலீஸ்காரர்.

போலீஸ்காரர் பையன்களிடம் கேட்டார்.

"ஒங்க அடையாள அட்டையைக் காட்டுங்க."

அவர்கள் பள்ளிக்கூட அடையாள அட்டைகளைக் காட்டினார்கள். அவர் சரிபார்த்து விட்டு சலாம் போட்டார்.

"சரியாருக்கு. எல்லாம் சரியாருக்குன்னுதான் தோணுது."

நீலக்கோட்டு மனுசனுக்குச் சரியாகத் தோன்றவில்லை.

"ஒருக்காலும் இருக்காது."

பிறகு பையன்கள் பக்கம் திரும்பிக் கேட்டார்.

"ஒங்கள மலர்வளையம் வைக்கச் சொன்னது யாரு."

"யாருமில்ல."

சிரிப்பில் அவர் முகம் விரிந்தது இரைந்தார்.

"அத ஒத்துக்கிறீங்கல்ல... யாருமறியாத புரட்சிக்காரனுக்கு மரியாத செலுத்துற இந்தக் காரியத்த ஏற்பாடு செஞ்சது ஒங்க பள்ளிக்கூடமும் இல்ல, போலந்து இளைஞர் சங்கத் தலைமைக்குழுவும் இல்ல, கட்சிக் கமிட்டியும் இல்லன்னு ஒத்துக்கிறீங்க."

"ஆமா இவங்க யாருமில்ல."

"மாதர் சங்கமோ 1905ம் வருச நண்பர் கழகமோ இந்தக் காரியத்தத் தொடங்கி வைக்கல"

"இல்ல"

"...இது நினைவு நாளுமில்ல. விசேசமான மாதமுமில்ல. அந்த மாதிரி வேற எதுமே இல்ல."

"இல்ல."

"ஒங்களுக்கு எந்த உத்தரவுமே இல்லங்கிறீங்களே. நீங்களே தன்னிச்சையா செஞ்சுதுங்கிறீங்களா."

"ஆமா நாங்களாத்தான்."

தன் கைக்குட்டையால் நெற்றியைத் துடைத்துக் கொண்டார் அவர்.

"நான் யாருன்னு போலீஸ் அதிகாரி ஒங்களுக்குத் தெரியும். இந்த மலர் வளையத்த அப்புறப்படுத்துங்க. அப்புறம் நீங்க வீட்டுக்குப் போங்க"

பையன்கள் மௌனமாக அங்கிருந்து நகர்ந்தார்கள். மலர் வளையத்தைச் சுமந்துகொண்டு போலீஸ்காரரும் போய்விட்டார். நீலக்கோட்டு செயல்வீரர் மட்டும் நினைவுச்சின்னத்தோரம் தனியாக நின்றிருந்தார். அவரது கண்கள் சிலையை சந்தேகத்துடன் நோக்கின.

மழை பெய்யத் தொடங்கியது, அவரது மேல்கோட்டிலும் புரட்சிக்காரனின் கல்சட்டையிலும் சிறுசிறு துளிகள் விழுந்தன. மேகங்கள் ஒளிமங்கிய மாலையை அழைத்து வந்தன. சிலையின் காது மடலில் வளையமாகத் தொங்கிக் கொண்டும் கண்குழியில் மின்னிக் கொண்டும் முகத்தில் வெள்ளித்துளிகள் வடிந்து கொண்டிருந்தன.

ஒருத்தர் முகத்தை ஒருத்தர் பார்த்தபடி அவர்கள் நின்றிருந்தார்கள்.

●

ஒரு சகாப்தத்தின் பின்னணி

ஐம்பது வருசங்களாக நகரத்தின் பிரதானச் சாலைகளில் ஒன்றாகத் திகழ்ந்த அந்தத் தெருவில்தான் என் புதுக் குடியிருப்பு இருந்தது. கீழ்த்தளத்திலுள்ள அறையின் உயர்ந்த கூரையைத் தாங்கியிருப்பது போல் ஓங்கியுயர்ந்தும் ஒடுக்கமாகவும் இரு சன்னல்கள் அதேபோல் வேலைப்பாடு கொண்ட பித்தளைக் கைப்பிடியுடன் நெடிதுயர்ந்த கதவு ஒன்று வெளியே பிரகாசிக்கும் சூரிய ஒளிக்குச் சவால் விடுகிற மாதிரி இந்த அறையில் மங்கலான சாயங்கால வெளிச்சம் நீங்காது நிறைந்திருக்கும். மதியம் சில கணங்கள் மட்டும் மூலைகளுக்குள்ளும் கூரை விதானத்துக்குக் கீழேயும் பின்வாங்கியிருந்து விட்டு சீக்கிரமே திரும்பி வந்து அறை முழுக்க வெற்றிக் களிப்பில் வியாபித்துவிடும். என் சன்னல்கள் வழியாக நான் பார்க்கமுடிந்ததெல்லாம் தெருவின் எதிர்ப்புறத்தில் இதே மாதிரியான சன்னல்களின் வரிசைதான். பின்னால் உள்ள அறைகளில் இருள் நிறைந்திருப்பதால் மூடியிருப்பது போன்ற சன்னல்கள்.

சரியாக என் சன்னலின் கீழ்ச்சட்டத்துக்கு வெளியே அந்தவழியாகப் போகிறவர்களின் தொப்பிகள் மிதந்து கொண்டிருந்தன. நகரத்தையே வெள்ளம் சூழ்ந்துகொண்டதுபோலவும் வெள்ளத்தில் முங்கிவிட்ட ஆண்கள் பெண்களின் நினைவுச் சின்னங்களாக தொப்பிகள் முடிவற்ற நீரோடையாக வெள்ளத்தில் அடித்துச்செல்வது போலவும் தோன்றியது. மூடிய சன்னல்களின்வழியே வந்த காலடிகளின் சரசரப்பு ஒரு நதியை நினைவுபடுத்தியது.

ஒருநாள் வழக்கமாக மிதக்கும் தொப்பிகளின் பெருங் கூட்டத்தினிடையே மற்றவற்றைப்போல் இல்லாமல் முற்றிலும்

வேறுபட்ட கருப்புத் தொப்பியைக் கண்டேன். அது என் சன்னலைக் கடந்து மறைந்தது. நதி ஓடிக் கொண்டிருந்தது ஒரு நிமிசம் போலிருக்கும். மணியொலி கேட்டு கதவைத் திறந்தபோது அந்தத் தொப்பியை மறுபடியும் பார்த்தேன். அது வயதான ஒருத்தரின் தலையில் இருந்தது. ஒரு வாரமாக காலநில வறண்டிருந்தாலும் என் வாசலுக்கு வெளியே கால்மிதி இல்லையென்றாலும் அவர் எச்சரிக்கையாக கால்களைத் துடைத்துக் கொண்டிருந்தார். தொப்பியை எடுத்தபடி உள்ளே வரலாமா என்று கேட்டார். உள்ளே நுழைந்ததும் சுற்றிலும் ஒருமுறை நோட்டம்விட்ட அவர் பையிலிருந்து மடித்த செய்தித்தாளை எடுத்துச் சொன்னார்.

“நான் விடையக் கொண்டுவந்துருக்கேன்.”

“என்னை விடை”

அவர் செய்தித்தாளை என்னிடம் கொடுத்தார். அது தந்தத்தால் செய்த பழைய டாமினோ கட்டைகள் நிறத்தில் இருந்தது. ரெம்ப காலத்துக்கு முந்தியே புழக்கத்திலிருந்து போய்விட்ட எழுத்து வடிவம். எழுத்துகளுக்கு நீளமான சோகைபிடித்த கால்கள், எழுத்துகளின் கால்களையும் தலைகளையும் படுக்கைக் கோடுகள் அலங்கரித்தன. ஒரு செய்தியின் ஆரம்பம் கண்ணில்பட்டது.

“1906 ஜுன் 6. இந்த வாரம் பேடன்பேடன் நகரில்...”

நான் புரியாமல் விழிப்பதைப் பார்த்து “அந்தப் புதிர்” என்று குறிப்பாகச் சொன்னார்.

இன்னொருபக்கத்தில் அந்தப் புதிர் இருந்தது. அதனருகிலேயே அதுக்கான விடையும் நகலெடுக்கும் பென்சிலை நாவால் நனைத்து கைப்பட கவனமாக எழுதப்பட்டிருந்தது.

“ஆமாமா.”

“முழு விடையும் கண்டுபுடிச்சிட்டென்.”

“சரி.”

அவர் தட்டுமுட்டுச் சாமான்களை சந்தேகத்துடன் பார்த்தபடி கேட்டார்:

“அதுலருக்கிற அறிவுரப்படி இங்க கொண்டு வந்தென். தபாலுல அனுப்பியிருக்கலாம். ஆனா நானே நேர்ல கொண்டு வந்துறலாம்னு நெனச்சென். இதுதான பத்திரிக ஆபீஸ்.”

“இல்ல இப்ப இல்ல. இது, இப்ப ஒரு தனியார் குடியிருப்பு.”

“அடப் பாவமே புதிருக்கு முழு விடையும் கண்டுபிடிச்சென். அப்படின்னா பத்திரிக ஆபீஸ் இப்ப எங்கருக்கு.”

தெரியாது என்ற தோரணையில் தோளைக் குலுக்கினேன்.

“நான் இங்க குடிவந்தப்ப ஏற்கெனவே இது தனியார் குடியிருப்பாத்தான் இருந்துச்சு.”

“அதுக்கும் முந்தி.”

“எனக்குத் தெரியாது”

“அய்யய்யோ நானே விடை முழுதும் கண்டுபிடிச்சனே”

நான் சொன்னேன்:

“ஒருவேள, இது ஒரு காலத்துல பத்திரிக ஆபீஸா இருந்துருக்கும். ஆனா அது ரெம்ப ரெம்ப காலத்துக்கு முந்தியாருக்கும்“

அவர் தலையாட்டினார்.

“ஆமா. அம்பது வருசத்துக்கு முந்தி.”

அறிவுகெட்ட மனுசன் கடுப்பேற்றத் தொடங்கினார்.

“ஓங்க புதிர வச்சு இப்ப என்ன செய்யலாமிங்கிறீங்க. அதுக்குப் பெறகு நாட்டுல எவ்வளவோ நடந்துருக்குதே. ஓங்களுக்குத் தெரியாதா.”

அவர் வேதனைப்பட்ட குரலில் சொன்னார்.

“நான் என்ன செய்றது, நான் ஒண்ணும் அறிவாளியில்லதான். ஆனாலும் விடை எல்லாத்தயும் நானேதான் கண்டுபுடிச்சேன்”

இருவரும் ஒரு கணம் மௌனமாக இருந்தோம். அவர் வைத்திருந்த செய்தித்தாளின் பெயரைப் படித்தபோதுதான் எனக்கு உண்மையிலேயே கோபம் வந்தது.

“நீங்க கொண்டு வந்திருக்கிற இந்தச் செய்திப் பத்திரிக தேசிய சிறுபான்மச் சமூகங்களப் பிரிச்சாளும் கொள்கையுடைய முடியாட்சி அரசங்காத்தோட சதிகாரக் கருவின்னு ஓங்க்ளுக்குத் தெரியாதா.”

அவர் சொன்னார்:

“அது ஒரு ஞாயித்துக் கெழம நடந்தது. என் மாமா எங்களப் பாக்கிறதுக்கு வந்திருந்தாரு. அவரு பையில இந்தப் பத்திரிகைய வச்சிருந்தாரு. அண்ணைக்கு சரியா வெயிலா இருந்ததால, நாங்க தோட்டத்துல உக்காந்துருந்தொம். அப்பாவும் மாமாவும் சீட்டு வெளையாடலாம்னு முடிவு செஞ்சாங்க. அவங்களோட சேந்து

வெளையாட எனக்கு ஆசதான். ஆனா அப்பா வுடல. ஒனக்கு வயசு பத்தாது. பெரியவனா, வளந்தப் பெறகு வெளையாடுறதுக்கு நெறைய நேரம் கெடைக்கும்னு சொல்லீட்டாரு. அப்புறம் அவங்க மேல் சட்டையக் கழட்டி உள்கோட்டோட இருந்துக்கிட்டாங்க மாமாவோட மேல்சட்ட செரி மரக்கொப்புல தொங்கிக் கிட்ருந்துச்சு. அவங்க வெளையாட ஆரம்பிச்சாங்க. மாமாவோட சட்டப் பையிலிருந்த செய்திப் பத்திரிகைய வாசிக்க எடுத்தென். இப்படித்தான் இந்தப் புதிருக்கு விடை கண்டுபுடிக்க ஆரம்பிச்சேன்."

நான் குத்தலாகச் சொன்னேன்.

"அத இப்பத்தான் முடிச்சிருக்கீங்க"

"ஆமா இது ரெம்பச் சிக்கலான புதிராக்கும். 'போதுமான'ங்கிற வார்த்தைய ஓங்களுக்குத் தெரியுமா. அதுல இன்னியும் மோசமான வார்த்தைக இருந்துச்சு."

"ஆனா மொதலாவது ஒலகப் போர் நடந்ததே..." என்று சொன்னேன்.

"நான் ரிசர்வ்ல வேல பாத்துக்கிட்ருந்தென்."

"நீங்க வேடிக்கையான ஆளுதான். அந்த மாற்றங்க அதிரடி எழுச்சிக குடியரசு மக்கள் கருத்தெடுப்பு இதெல்லாம் நடந்தப்ப.."

"அது லேசா இருந்துச்சுன்னா நெனைக்கிறீங்க. அந்தக் காலத்துல 1910ம் வருசம் பறக்கும் கப்பலுன்னா' யாருக்குத் தெரியும். என்னால கண்டுபுடிக்கவே முடியல. அதோட வேர்ச்சொல்லுகளுக்கு அர்த்தம் கண்டுபுடிச்சு சிரமப்பட்டு எல்லாத்தவும் ஒண்ணுசேத்துப் பாத்ததும்தான் வெளிச்சமாச்சு"

"நீங்க தேறமாட்டீங்க. 1929ம் வருசம் பொருளாதாரத் தேக்கம் வேலையில்லாத் திண்டாட்டம் வறும எல்லாம் வந்துச்சே அப்பயும் புதிருக்கு விடை தேடிக்கிட்டுத்தான் இருந்தீங்களா"

"ஒருவேள, நான் அவ்வளவு கெட்டிக்காரனா இல்லாம இருக்கலாம். எனக்குக் கெடச்ச நேரம் ரெம்ப அதிகம்னும் நீங்க நெனைக்கலாம். ஆனா பாருங்கய்யா நான் வேல செஞ்சு சம்பாரிச்சு பெழப்பு நடத்த வேண்டியிருந்துச்சு. சாயங்காலங்கள்ல மட்டுந்தான் புதிருக்காக உக்கார முடியும்."

"ஸ்பெயின் உள்நாட்டுப் போர் வந்ததே ஹிட்லர் வந்தாரே அப்ப எல்லாம் என்ன செஞ்சுக்கிட்டிருந்தீங்க..."

"நான்தான் சொன்னனில்ல. யாரோட ஒதவியும் இல்லாம நானே புதிருக்கு விடை கண்டுபுடிக்க வேண்டியிருந்துச்சு. ஏராளமா

அன்னிய மொழி வார்த்தைக. அதொண்ணும் லேசுப்பட்ட காரியமா இல்ல. இருந்தாலும் எனக்கும் ஒரு மண்டையிருக்குதே."

நான் அவரைக் கிண்டலடித்தேன்.

"நீங்க ஒரு மகாமேதை. ரெண்டாம் ஒலகப் போர்க்காலத்தயும் புதிருக்கு விடைகண்டுபுடிக்கிறதுலயே கழிச்சிருப்பீங்க. நீங்க ஒரு ஐன்ஸ்டீனாக்கும். ஆனா அணுகுண்டத்தான் கண்டுபுடிக்கல. அது எப்படின்னு ஒங்களுக்குத் தெரியாமப் போச்சு."

"குண்டுச் சமாச்சாரமே வேற, அது என்னோட பொறுப்பில்ல. ஆனா எதுவும் ஒரு கெழவனுக்கு லேசானதுன்னு நெனைக்கிறீங்களா. பள்ளிக்கூடத்துல படிச்சதெல்லாம் மறந்துபோச்சு. எத்தனையோ கவலைக. ஆனா எப்பவுமே செயிக்காம வுடமாட்டேன்"

நான் கிண்டலாக உரக்கச் சிரித்தேன். அவருக்குக் கோபம் வந்துவிட்டது எழுந்து கொண்டு சொன்னார்.

"நீங்க சிரிக்கக்கூடாது. நான் அணுகுண்டக் கண்டுபுடிக்கலதான். அதுக்கு யார் என்ன செய்ய முடியும். 1914ம் வருசம் நான் ரிசர்வ்ல வேல பாத்துக்கிட்டுருந்தென். ஆனா ஒல யுத்தம் வெடிக்கிறதுக்கு முந்தியே தாவிப் பாயிற துப்பாக்கிக்குண்டு என் தலையில தாக்கியிருச்சு. இது நடந்தப்ப நான் மோன்டெனெக்ரோ பகுதியில இருந்தென். நீங்க என்னன்னா சிரிக்கிறீங்க. ஆனா ஒண்ணு, மனுசனோட சிந்தனைய மதிக்கணும். இந்தா பாருங்க புதிர மனுசனோட சிந்தன இன்னியும் சாகல."

டிராயருக்குள்ளே...

இன்று காலை என் மூக்குக் கண்ணாடியைத் தேடும்போது சாய்வு மேசையின் நடு டிராயரை இழுத்தேன். அங்கே பார்த்தால் குட்டி மனுசர்களின் கூட்டமே குடியிருந்தது. மூக்குக் கண்ணாடி உறைக்கும் போட்டோக்கள் இருந்த உறைக்கும் இடையில் லட்சணமான குட்டி மனுச இளந்தம்பதிகள் இருவர் நின்று கொண்டிருந்தார்கள். என் கட்டைவிரல் அளவுக்கு அவன். மங்கலான நிறத்தில் கண்கள். புன்னகை பூத்திருந்தான். அவள் என் சுண்டுவிரல் தண்டியிருப்பாள் பார்க்க லட்சணமாக துருதுருவென்றிருந்தாள். பின்புறம் முடிந்த பொன்னிறக் கூந்தல் தோளைத் தொட்டுக் கொண்டிருந்தது. நான் டிராயரைத் திறக்கும்போது ஒருத்தரை ஒருத்தர் நோக்கிக் கொண்டிருந்தவர்கள் ஒரே சமயத்தில் என் பக்கம் திரும்பினார்கள். நான் அவர்களுக்கு சக்திவாய்ந்த பலவானாக கடவுளைப்போல் விசுவரூப அவதாரமாகத் தெரிந்திருக்கணும். அவர்களைப் பார்த்து புன்னகை செய்தேன். காலநிலை மாற்றத்துக்கு நிகரான புன்னகை என்றாலும் அவர்கள் பயந்ததாகத் தெரியவில்லை. கைகோர்த்தபடி டிராயரின் விளிம்பை நோக்கி நாலெட்டு வைத்தார்கள். நான் அணிந்திருந்த ஸ்வெட்டரை தொட்டுக் கொண்டிருந்தது டிராயர். உள்விரிப்பாக மடிக்கப்பட்டிருந்த செய்தித்தாள் அவர்களது நடையில் சரசரத்தது. எனது அசைவுகள் அவர்களுக்கு பூகம்பம்போல் இருக்கக்கூடும் என்ற எண்ணத்தில் எச்சரிக்கையுடன் தலையைக் குனிந்தேன். அவர்களது கண்கள் என்ன சொல்லிற்று என்பதை என்னால் பார்க்க முடியவில்லை. அந்தக் கண்கள் குண்டூசித் தலையளவு இருந்தன. தாங்கள் சிரமத்தில் இருப்பதாக அவர்கள் வெளிப்படையாகவே சொன்னார்கள். அவள் அம்மா அவர்களது

கல்யாணத்துக்குச் சம்மதிக்க மாட்டாளாம். உதவிவேண்டிக் கேட்பது மாதிரி இருந்தது அவர்கள் பேச்சு.

காலை உணவை முடித்திருந்த நேரம், ரெம்ப நல்ல மனநிலையில் இருந்தேன். என் டிராயரில் ஒரு முழு உலகமே இருந்தது. உணர்ச்சிகள், பிரச்சனைகள் முழுக்க முழுக்க தற்செயலாகவே அவர்களைப் பார்க்க நேர்ந்தது. அவர்களுக்கு ஏராளமான சொந்தக்காரர்கள் இருப்பதைக் கண்டேன். அவர்களும் அந்த டிராயரிலேயே சிறுசிறு வீடுகளில் வசித்தார்கள். அங்கே அந்த வீடுகளைக் கொண்ட ஒரு முழுத் தெருவே ஏன் ஒரு முழு நகரமே இருந்தது. ஆசை, அன்பு, வெறுப்பு என்று என் டிராயர் நிறைந்திருந்தது கண்டு எனக்கு ஆச்சரியம். அந்த இத்துனூண்டு மனுசர்களின் வாழ்க்கையில் என் கைகளும் குரலும் திடீரென ஈடுபட்டிருப்பதை அறிய விநோதமாகவும் ஆனால் சந்தோசமாகவும் இருந்தது. எதிர்பாராதவிதத்தில் ஒரு பெரும்சக்தியாக நான் மாறிவிட்டேன். தற்செயலாக அவர்களது வாழ்க்கையைத் தொட்டுவிட்ட நான் இப்போது அவர்களை ஒரு தீர்மானமான வழிக்கு இட்டுச் செல்ல முடியும். அவர்கள் எனக்கு ஒரு பொருட்டே அல்ல என்கிற அளவுக்கு ரெம்பச் சின்னதாக இருந்தார்கள். ஆனாலும் அவர்களுக்கு நான் எல்லாமுமாக இருக்க முடியும்.

மீண்டும் சொல்கிறேன், நான் ரெம்ப நல்ல மனநிலையில் இருந்ததால் அவர்கள் பிரச்சனையில் உடனடியாக அக்கறை கொண்டேன். அந்தப் பெண்ணுக்காக அவள் அம்மாவுடன் பேசுவதாக உறுதியளித்தேன். அந்தச் சந்திப்பை எதிர்நோக்க எனக்குச் சந்தோசமாகவும் திருப்தியாகவும் இருந்தது. அதிகாரமுடைய பெரிய மனுசனாக இருக்கப் போகிறேன். டிராயரை இன்னும் நெருங்கிப் பார்த்தபோது அதுக்குள் ஒரு அடிவானமே இருப்பதைக் கண்டேன். அப்படியொன்று இருக்குமென்று நான் சற்றும் நினைத்ததில்லை. நட்புணர்வும் பெருந்தன்மையும் என்னுள் கிளர்ந்தது. அந்த ஆகஸ்ட் மாத நாள் அருமையான நாள். அவர்களுடன் நகைச்சுவையாகப் பேசினேன். சிரித்துப் பழகினேன். கண்ணாடிக்கு முன்னால் நின்று என் கண்களைப் பார்த்தேன். அவர்களது சிறு தானியக் கண்களுடன் ஒப்பிடும்போது என்னுடைய சாம்பல் பூத்த பச்சைக் கண்கள் அளவுக்குமீறிப் பெரிசாக இருந்தன. நான் போகணுமென்று கண்ணிய மாகச் சொல்லிக்கொண்டு கிளம்பிவிட்டேன்.

காப்பிக் கடையில் ஒருத்தரைச் சந்தித்தேன். என்மீது வேடிக்கையான அபிப்பிராயம் வைத்திருந்தவர். வானத்தில் மேகம் திரண்டு மழை பெய்யத் தொடங்கியது.

நான் வீட்டுக்குப் போகும்வழியில் மழை வெறித்துவிட்டது. ஆனால் சற்று மேடுபள்ளமாக இருந்த சாலையில் சிறுசிறு நீர்க்குட்டைகள். அந்த வழியாகப் போன லாரியொன்று சேற்றுத் தண்ணீரை இருபுறமும் சிதறித் தெளித்தது. வழியைவிட்டு ஓடிப்போய் ஒதுங்கத் தாவினேன். ஆனால் அந்த தப்பிக்கும் முயற்சி வீணாயிற்று. எனது அருமையான புத்தம் புதிய சொகமான கால்சட்டையெல்லாம் சேற்றுத் தெளிப்பு.

வீட்டுக்கு வந்ததும் துடைக்கும் பிரஷ்ஷைத் தேடி டிராயரைத் திறந்தேன். அந்த இளைஞன் என்னைப் பார்த்த மாத்திரத்தில் என்னுடன் பேசணுமென்று சைகை செய்தான். நான் அவர்களுக்கு உதவணுமென்று விரும்பினால் தலையிட அதுவே தக்க தருணம் என்று வெட்கம் கலந்த புன்சிரிப்பில் விளக்கிச் சொன்னான்.

என் கை பொறுமையிழக்கவே அவர்கள் எல்லாரையும் ஒரே வீச்சில் ஒதுக்கித் தள்ளினேன்.

ஒரு உண்மை

“சாமி நான் பாவசங்கீர்த்தனம் செய்யணும். என்னால முடியுமான்னு யோசனையாருக்கு... சொல்லட்டுமா சாமி... எனக்குப் புருசன் இருக்காரு”

“...”

“என்ன சொல்றீங்க சாமி. அய்யோ இல்ல. நெசந்தான். நாங்க மொறையா கல்யாணம் பண்ணிக்கிட்டோம். ஆர்கன் சங்கீதம் கேட்டுச்சு. நான் நீளமா வெள்ளையா தலச்சீல அணிஞ்சிருந்தென். சாம்பிராணிப் பொகையும் அல்லிப்பூக்களும் இருந்துச்சு. நான் ‘ஆமா’ன்னு சொன்னென். எல்லாருக்கும் சந்தோசம். அம்மா அழுதுக்கிட்டிருந்தா அப்புறம்..”

“...”

“கொஞ்சம் இருங்க, அந்த சமாச்சாரத்துக்குத்தான் வாறென். நான் அப்ப சின்ன ஏழப் பொண்ணு. கண்ணு பெரிசாருக்கும். நீளமா பின்னல் முடி. அவரு காருல வந்தாரு. ஆளு வாட்டசாட்டமா இருந்தாரு. ரெண்டு பேரும் ஒரு மலஉச்சிக்கு நடந்தெம். எதிர்காலத்தப் பத்திப் பேசினாரு. எதிரொலிக்கிற மாதிரி சத்தமான கொரலு. நெறையத் திட்டங்க வச்சிருந்தாரு. நான் அவரோட சீருடையில் மினுமினுத்த உலோகப் பித்தான்களைத் தடவிக்கிட்டுருந்தேன். அதுகமேல கன்னத்த வச்சு கண்ணாடியில போல என் உருவத்தப் பாக்கிறதுல ஒரு ஆச”

“...”

“ஆமா ஆமா சாமி. அது வீண்பெருமன்னு எனக்குத் தெரியும். மன்னிச்சுக்கங்க. அப்புறம் நாங்க கல்யாணம் பண்ணிக்கிட்டொம்.”

சுலவோமிர் மிரோசெக்
தமிழில் : பூமணி

"..."

"இல்ல. இல்லவே இல்ல. கல்யாணத்துக்குப் பெறகு அவரு மாறவேயில்ல. எப்பயும் தெடமாவும் எம்மேல அக்கறையுள்ளவராவும் இருந்தாரு. எங்களுக்குள்ள கருத்து வேறுபாடுக இருந்துச்சு. ஆனா எப்பவுமே கடுமையா இல்ல. நாங்க அனேகமா எப்பயும் ஒண்ணாவே இருப்பொம். அவரு என்ன வுட்டு ஒருநாளும் பிரிஞ்சதே இல்லன்னு சொல்லலாம்."

"..."

"ஆனா ஏன் சாமி அப்படி நெனைக்கிறீங்க. உண்மையிலேயே ஆமா நான் அதப்பத்திக் கேள்விப்பட்டென். ஆனா அவரு அப்படியில்ல. ஒருக்காலும் இல்ல. அதப்போல இல்லவே இல்ல"

"..."

"ஒருவேள இருக்கலாம். எனக்குத் தெரியாது. ஆனா இப்ப பாவசங்கீர்த்தனம் செய்ய நான்தான் வந்துருக்கென். அவரு வரலயே. இப்ப எனக்கு ஒதவி தேவையாருக்கு... ஓங்க புத்திமதி வேணும் ஆறுதல் வேணும்... இல்ல நான் அழுகல. என் கையப் புடிச்சுக்கங்க சாமி."

"..."

"ஆமா, நான் அவரக் காதலிச்சதனாலதான் கல்யாணம் பண்ணிக்கிட்டென். நான் எங்க பாவம் செஞ்சென். அவரப் பத்தி யார வேணுமின்னாலும் கேட்டுப் பாருங்க. எவ்வளவு மரியாதைக்குரிய மனுசன், எவ்வளவு தெறமசாலி, எவ்வளவு அருகதையானவருன்னு எல்லாருமே சொல்லுவாங்க"

"..."

"என்ன சொல்றீங்க."

"..."

"இல்ல இல்லவே இல்லை. நெசமா ஒருக்காலும் இல்ல. மனசளவுலகூட நான் அவருக்கு நம்பிக்கத் துரோகம் செஞ்சதில்ல. நம்பிக்கையான பெண்டாட்டியாத்தான் நடந்துருக்கென். என்ன நம்புறீங்களா சாமி."

"..."

"இல்ல.."

"..."

“இல்ல”

“...”

“அதும் இல்ல”

“...”

“ஆக இதெல்லாம் எதப்பத்தின்னு கேக்கறீங்களா. சாமி நான் இங்க வந்தது... இல்ல அத நம்பவே முடியாது. ஏழு வருசம் அவரோட வாழ்ந்த பெறகு... போன கோடையில லீவ கழிக்கப் போனெம். ஓய்வெடுக்கச் சொல்லி நான்தான் அவர நச்சரிச்செென். அவரு முக்கியமான பதவியில இருந்தாரு. ரெம்ப வேல. தலைக்கு மேல பொறுப்பு. நாட்டையேஞ் ஒருநா காலையில சாப்பாட்டுக்காக எதிரெதிர உக்காந்துருந்தொம். அவருக்குப் பின்னால தெறந்த வாக்குல சன்னல். அதுவழியா தோட்டம் மரங்கன்னு பாக்க முடியும்... அறைச்சொவரு மேல எளஞ்செவப்பு நெறத்துல சின்னச் சின்னப் பூவா ஆயிரக்கணக்குல கோலம் போல அச்சடிச்சிருந்துச்சு. அவரு கோப்பைய எடுக்கயில அவரவே பாத்தென். அப்படி உத்துப் பாத்ததுக்கு பெரிசா காரணம் ஒண்ணுமில்லை. அப்பப் பாத்தா’

“...”

“ஆமா, நான் என்னத்தப் பாத்தென். ஏழு வருசமா அவரோட உண்டு, ஒறங்கி, எப்படி குடும்பம் நடத்த முடிஞ்சது இப்பத்தான.. சாமி இது பாவம்னா நான் என்ன செய்யட்டும் சொல்லுங்க...”

“... “

“அவரு பிளாஸ்டிக் களிமண்ணால செய்யப்பட்ட மனுசங்கிறத அப்பத்தான் கவனிச்செென்”

“ஆமா ஆளு முகமே முழுக்க முழுக்க செயற்கையா இருந்தாரு. குனிஞ்சு கவனிச்செென். என் கண்ணு ரெண்டும் அகலமா விரிஞ் சிருக்கணும். ஏன்னா, அவரு கோப்பைய வச்சிட்டு என்ன வெசயம்னு அமைதியா கேட்டாரு. இல்ல இந்தத் தடவநான் தப்புக்கணக்குப் போடல. எப்பயுமே அவரு களிமண்ணு மனுசனாத்தான் இருந்துருக்காரு. முழுக்க முழுக்க, ஏன் அய்யோ, ஏன் இத நான் முந்தியே கவனிக்கல. இப்ப என்னதான் நடக்கப் போகுதோ”

“...”

“விவாகரத்தா. ஆனா அதுமட்டும் முடியாது சாமி. எங்களுக்குக் கொழந்தைக இருக்குது.”

பாபி சமாச்சாரம்

பள்ளிக்கூடத்தில் புதிய பருவம் தொடங்குகிறது. பாபியைப் பற்றி எனக்குத் தெரிந்த சமாச்சாரங்களையெல்லாம் சொல்லிவிடுவதற்கான நேரம் வந்துவிட்டதென்று நினைக்கிறேன் கொஞ்சநாளாகவே அவன் நினைவு என்னைப் பயமுறுத்திக் கொண்டிருக்கிறது. போன தடவை அவன் வந்திருந்தபோது பிரம்பு நாற்காலியில் உட்கார்ந்துகொண்டு அவனைப்பற்றி தனியாகப் புலம்பித் தீர்க்கவேண்டியிருந்தது. நட்சத்திரங்கள் மட்டும் மின்னும் பல தெளிந்த ராத்திரிகளுக்குப் பிறகு அன்றைக்குச் சாயந்தரந்தான் நிலா தலைகாட்டியிருந்தது. பாபி எப்படி இருப்பான் என்று எனக்கு இன்றைக்குக்கூட தெரியும். வெளிறிய முகம் கொக்குக் கழுத்தில் பெரிய தலை பொருந்தியிருக்கும். காதுகள் துருத்திக் கொண்டு முடிக்கற்றையின்கீழ் எப்போதும் வேலையை வெட்டி முறிக்கிற மாதிரி சிந்தனையில் ஆழ்ந்திருக்கும் நெற்றி.

எனது நிராதரவான கற்பனையைக் கைப்பற்றி சிறைப்பிடித்து குட்டி பாபியுடன் நிரந்தரமாகப் பிணைந்துவிட்ட முதல் விஷயம் நத்தைகள் விவகாரந்தான். நத்தையைப் பற்றி நமக்குத் தெரியும் என்று நினைத்துக் கொண்டிருக்கிறோம். ஆனால் பாபி இந்த விஷயத்தை அவனுக்கே உரிய முறையில் அணுகினான். அவனது பயிற்சி நோட்டுப் புஸ்தகத்தைப் பார்ப்போம். 'கடவுள் ஆசீர்வதிப்பாராக' என்ற தலைப்பிலுள்ள அவனுடைய கட்டுரையைப் படிக்கலாம்.

"நத்தை ஒரு சிறிய பிராணி. தனது கொம்புகளை வெளியே நீட்டுவதன் மூலம் தன்னைத் தாங்கிக் கொண்டிருக்கிறது. இதன் பலனாக அதுக்குக் கொஞ்சம் பாலாடைக்கட்டி கிடைக்கிறது. அதைக் கொண்டு ருசியான பால்பணியாரம் செய்து கொள்கிறது."

பள்ளிக்கூடத்தில் பாபி கேட்டான்.

“நத்தை உலாவப் போகும்போது யாரவாச்சும் ஒதைக்கணும்னு தோணுனா எந்தக் காலால ஒதைக்கும்“

வாத்தியார் பதில் சொன்னார்:

“பாபி நத்தைக்கு ஒரு காலுதான் உண்டுன்னு ஒனக்குத் தெரியாதா. இதப்பத்தி பாடம் நடத்தும்போது நீ ஏன் கவனிக்கல. ஆமாமா எனக்கு ஞாபகம் வருது. நீ மேசைக்கடியில உக்காந்திருந்த.”

பாபி தன் கருத்தை மாற்றிக் கொள்ளவில்லை... நான் வெளிப்படையாக ஒத்துக்கொண்டாகணும். பாபி பொய் சொல்வான். அவன் வீடு திரும்பிய போது பள்ளிக்கூடத்தில் புதுசாக என்ன சொல்லித் தந்தார்கள் என்று கேட்டதுக்குச் சொன்னான்:

“நத்தை தன்னோட எடது காலால ஒதைக்குதுன்னு வாத்தியாரு சொன்னாரு, ஆனா நான் அவருக்குச் சொன்னேன்: அப்படி முடியாது. ஏன்னா, நத்தைக்கு வலது காலு மட்டுமே இருக்குதுன்னு. ஆனா அவருக்கு அதுல கவனமில்ல. அவரு மேசைக்கடியில உக்காந்துட்ருந்தாரு.”

பாபியின் மனசு முழுக்க நத்தைகளின் நினைவே நிறைந்திருந்தது. கொஞ்சநாள் கழித்து மாமாவிடம் கேட்டான்:

“பட்டாளத்துல சேரச்சொல்லி ஒரு நத்தைக்கு உத்தரவு வருதுன்னு வச்சுக்கிருவொம். அப்ப மருத்துவப் பரிசோதனையில தேறுறதுக்கு ரெண்டு காலு வேணும். இனியொரு கால சேக்காளியிட்டருந்து வாங்கிக்கிற முடியுமா...”

“இல்ல பாபி அதோட சேக்காளிக்கும் ஒரு காலுதான் இருக்கும். அதவும் குடுத்துட்டா எதும் மிஞ்சாது.”

“அதோட சேக்காளி மூணாவது நத்தையிட்டருந்து கடன் வாங்கிக்கிற முடியாதா?”

“முடியாது. ஏன்னா மூணாவது நத்தையிட்டயும் ஒரு காலுதான இருக்கும். அதக் குடுத்துட்டு என்ன செய்யும்?”

“அது நாலாவது நத்தையிட்ட கடன் வாங்கிக்கிற முடியாதா?”

“நேரமாச்சு பாபி போயிப் படு”

“நாலாவது நத்த அஞ்சாவது நத்தையிட்டருந்து வாங்க முடியாதா?”

“ஓடு ஓடு பாபி முன்னால போயி வெளையாடு”

"அஞ்சாவது நத்த ஆறாவது நத்தையிட்ட வாங்க முடியாதா?"

"பாபி..."

"மாமா..."

"என்ன..."

"நான் மட்டும் நத்தையாயிருந்தா மூணு காலு வச்சிருப்பென். அப்பத்தான் சேக்காளிகளுக்குக் கடன் குடுக்க முடியும்."

"சபாஷ் ஒனக்கு ரெம்ப நல்ல மனசு."

உண்மைதான். ஒருநாள் துடுக்கு டாமி பூனைகளை இம்சித்துக் கொண்டிருக்கும்போது பாபி சொன்னான்:

"இரு இரு கடவுள்கிட்ட மாட்டுவ. அப்ப அவரு கனமா குடுப்பாரு"

அப்போதுங்கூட சந்தேகத்தைக் கிளப்புகிற ஏதோ ஒன்று பாபியிடம் இருக்கிறது. ஒருதடவை அவன் வகுப்புக்குள் நுழையும்போது தொப்பியை எடுக்கவில்லை. வாத்தியார் அவனைக் கண்டித்தார்.

"நீ ஏன் தொப்பிய எடுக்கல"

"ஏன்னா, அத எடுக்கக்கூடாதுன்னு அம்மா சொல்றாங்க. எடுத்தா சளிப் புடிச்சுக்கிருமாம்"

வீட்டுக்குப் போனதும் சொன்னான்:

"அம்மா எனக்குச் சளிப் புடிச்சிருச்சு. ஏன்னா வாத்தியாரு தொப்பிய எடுக்கச் சொல்லீட்டாரு"

மறுநாள் அவன் பள்ளிக்கூடத்துக்குப் போகவில்லை. அதுக்கடுத்த நாள் போனபோது வாத்தியார் கேட்டார்:

"நேத்து ஏன் பள்ளிக்கூடத்துக்கு வர பாபி"

"ஏன்னா அம்மா சொல்றாங்க, கெழக்கயோ மேற்கயோ வீடுதான் நல்லதாம்"

காலப்போக்கில் படிப்பு ஒரு கட்டத்தை எட்டியது. மனுசன் கம்பளி, மிருகங்களின் ரோமங்களைப் பயன்படுத்தியும் குளிர்கால ஆடைகள் குல்லாவைத் தயாரித்தும் சளிப் பிடிக்காமல் தன்னைப் பாதுகாத்துக் கொள்ள எப்படி கற்றுக்கொண்டான் என்று வாத்தியார் விளக்கினார்.

இந்தத் தகவலை கிரகித்துக் கொண்டு பாபி சொன்னான்:

“எங்கப்பா எப்பயும் தொப்பி வச்சிருப்பாரு. ஏன்னா அவரு சொல்றாரு, எப்பயாச்சும் ஏரிப்பக்கமா நடந்துபோகையில தண்ணிக்குள்ள தவறி வுழுந்துட்டா தொப்பி மேல மெதக்கும். அதவச்சு அவரு எங்க கெடக்காருன்னு கண்டுபுடிச்சிறலாமாம்ஞ்”

மேலும் யோசித்துவிட்டு அவன் சொன்னான்:

“எங்க குடும்பக் கல்லறையில அவருக்காக ஏற்கெனவே ஒரு எடம் ஒதுக்கி வச்சிருக்கொம். எல்லாரும் ஒண்ணாச் சேந்துருந்தா சந்தோசமா இருக்கும்னு அத்த சொல்றாங்க”

இந்த லட்சணத்தில்தான் பாபி இருக்கிறான். அவனிடம் எச்சரிக்கையாக இருக்கள். அவன் நல்லவன்தான் ஆனாலும்...

சீக்கிரத்திலேயே மறுபடியும் பவுர்ணமி வரும்.

முரசுக்காரனின் வீரதீரம்

என்னுடைய முரசு என்றால் எனக்கு உயிர். என் தோளிலிருந்து மார்புக்குக் குறுக்கே அகலமான வாரில் தொங்கும் பெரிய முரசு. சொரசொரப்பான மஞ்சள்நிறத் தோலில் அடிக்க சிந்தூரமரக் குச்சுகள் தோதாக இருந்தன. காலப்போக்கில் கைபழகி அவை வழுவழுப்பாகி விட்டன. எனது உற்சாகத்துக்கும் கடும் உழைப்புக்கும் அதுவே சாட்சி. வெள்ளைப் புழுதி படிந்த அல்லது கருப்புச் சகதி நிறைந்த சாலைகளில் முரசை சுமந்து போவேன். இருபுறமும் பச்சை மஞ்சள் பழுப்பு வெள்ளை என்று பருவகாலத்துக்கேற்ப உலகம் வர்ணம் பூசியிருக்கும். போகுமிடமெல்லாம் முரசுத்தாளம் நிலப்பரப்பில் எதிரொலிக்கும். ஏனென்றால் என் விரல்கள் என்னைவிட்டுப் பிரிந்து முரசுக்குச் சொந்தமாகிவிட்டன. முரசு ஓய்ந்திருக்கும்போது எனக்குச் சிய்யென்றிருக்கும். இப்படியாக, ஒருநாள் ராத்திரி ஆர்வத்துடன் முரசடித்துக் கொண்டிருந்தேன். அப்போது ஜெனரல் என்னிடம் வந்தார். அரைகுறையாகச் சீருடை அணிந்திருந்தார். பித்தான் போடவில்லை. நீளமான கால்சட்டை. என்னைப் பாராட்டினார். ஏதோ சொல்ல வந்தவர்போல் கொஞ் சநேரம் ராகமிழுத்தார். அரசாங்கத்தையும் நாட்டையும் புகழ்ந்தார். கடைசியில் தற்செயலாகக் கேட்டார்:

"இப்படியேதான் அடிச்சுக்கிட்டே இருப்ப. அப்படித்தான"

நான் முரசை ரெட்டிப்பு வேகத்தில் அடித்தபடி ஓங்கிச் சொன்னேன்.

"ஆமய்யா. நாட்டின் பெருமையைப் பறைசாற்றுவதற்காக."

அவர் ஆமோதித்தார். ஆனாலும் எப்படியோ அவர் குரலில் சற்று வருத்தம் தொனித்தது.

"ரெம்பச் சரி. எவ்வளவு நேரம் அடிக்கப்போற."

நான் உற்சாகத்துடன் சத்தமிட்டுச் சொன்னேன்.

"எனக்கு வலு இருக்கிறவரைக்கும் அய்யா."

அவர் தலையைச் சொறிந்தபடி சொன்னார்.

"கெட்டிக்காரப் பையன். ஒனக்கு ரெம்ப காலம் வலு இருக்குமோ."

நான் பெருமையாகச் சொன்னேன்.

"இறுதி மூச்சுவரை இருக்கும் அய்யா."

ஜெனரலின் குரலில் ஆச்சரியம்.

"நல்லது நல்லது"

அவர் கொஞ்சநேரம் ஆழ்ந்த சிந்தனையில் இருந்த மாதிரி தெரிந்தது. பிறகு வேறுதிசையில் எண்ணம் திரும்பியது.

அவர் சொன்னார்.

"நேரமாச்சே."

நான் உரக்கச் சொன்னேன்:

"எதிரிக்குத்தான் நேரமாச்சு. நமக்கில்ல ஒருபோதும். எதிர்காலம் நமதே."

ஜெனரல் சொன்னார். ஆனால் அவர் குரல் எதிர்மறையாகத் தொனித்தது.

"ரெம்ப நல்லது. ரெம்ப நல்லது. மணியாச்சேங்கிற அர்த்தத்துலதான் நேரமாச்சேன்னு சொன்னேன்."

நான் உண்மையான முரசுக்காரனுக்கே உரிய உற்சாகத்தில் கத்தினேன்.

"போருக்கான தருணம் வந்துருச்சு. துப்பாக்கிகள் மொழங்கட்டும். மணிகள் ஒலிக்கட்டும்."

அவர் சட்டென்று குறுக்கிட்டுச் சொன்னார்.

"அய்யோ வேண்டாம். மணிகள் வேண்டாம். நான் என்ன சொல்ல வாறன்னா மணிகள் ஒலிக்கட்டும். ஆனா அப்பப்ப மட்டும்."

நான் உற்சாகத்துடன் ஆமோதித்தேன்.

“ரெம்பச் சரி தோழர் ஜெனரல் அவர்களே. நமக்கு முரசுகள் இருந்தா மணிகள் தேவையில்ல. என்னோட முரசின் மொழக்கத்தில் மணியோசை மறையும்.”

என் கருத்தை வலியுறுத்தும்வகையில் முரசை ஓங்கிக் கொட்டினேன்.

ஜெனரல் கேட்டார்:

“மணியோசையில ஒன் முழக்கம் மறையாது. அப்படித்தான்.”

அவர் குரல் ஒரு நிச்சயமில்லாமல் ஒலித்தது. கையினால் வாயைப் பொத்தியபடி பேசினார்.

நான் திரும்பவும் உரக்கச் சொன்னேன்:

“ஒருபோதும் இல்லய்யா. நீங்க ஒங்க முரசுக்காரன நம்பலாம் அய்யா. அவன் தன்னோட முரச ஒருபோதும் ஓயவுடவே மாட்டான்.”

தகிக்கும் உற்சாக அலை என்னை அடித்துப்போனது.

“ஒன்னால நம்ம ராணுவத்துக்குப் பெருமதான்.”

ஒரு குளிர்ந்த பனிமூட்டம் எங்கள் முகாமின்மீது இறங்கியது. அவர் நடுங்கிக்கொண்டிருந்தார். சாம்பல் பூத்த மூடுபனியில் ஜெனரலின் கூடார உச்சியை மட்டும் என்னால் பார்க்க முடிந்தது.

அவர் தொடர்ந்தார்:

“ஆமா பெருமதான். ராவும் பகலுமா நம்மோட படை வீர நடைய நிறுத்தவே போறதில்ல. ஏன் நம்ம எடுத்துவைக்கும் ஒவ்வொரு அடிக்கும்”

நான் ஆனமட்டும் பலங்கொண்டு முரசடித்தபடி குறுக்கிட்டேன்:

“ஒவ்வொரு அடியும் முடிவில்லாற வெற்றி மொழக்கமா இருக்கும்.”

“நல்லது நல்லது. ஆமா அப்படியேதான்”

ஜெனரல் முணுமுணுத்தபடி கூடாரத்தை நோக்கி நடந்தார். நான் தனியாக நின்றிருந்தேன். முரசடிப்பவன் என்ற முறையில் எனது பொறுப்புணர்வையும் சுய தியாக வேட்கையையும் தனிமை தட்டியெழுப்பியது. ஜெனரல் அவர்களே நீங்கள் போய்விட்டீர்கள். ஆனால் உங்களது விசுவாசமான முரசுக்காரன் விழிப்புடன் இருக்கிறான். நீங்கள் புருவத்தை நெறித்தபடி நமது கூட்டு வெற்றிக்கான பாதையைக் குறிக்கும்விதமாக வரைபடத்தில் சிறு சிறு கொடிகளை வைத்தவாறு போர்தந்திரத் திட்டங்களைத் தீட்டிக் கொண்டிருக்கிறீர்கள். நானும் நீங்களும் இணைந்து எதிர்காலத்தை

வெல்வோம். உங்கள் சார்பிலும் என் சார்பிலும் முரசு கொட்டி வெற்றி முழங்குவேன். இப்படி எனக்குள் எண்ணங்கள்.

ஜெனரல்மீதான ஆதங்கம் எனக்குள் மேலோங்கியது. என்னால் முடியுமென்றால் அந்த நோக்கத்துக்காக என்னை அர்ப்பணிக்கும் உறுதியுடன் இன்னும் உரக்க முரசடித்திருப்பேன். கருத்த ராத்திரியில் இளமையின் உத்வேகத் தகிப்பில் எங்களது மாபெரும் லட்சியத்தால் ஈர்க்கப்பட்ட நான் எனது மரியாதைக்குரிய பணியில் என்னை அர்ப்பணித்தேன். முரசொலிக்கிடையே அவ்வப்போது ஜெனரலின் கூடாரம் இருந்த திசையிலிருந்து யாரோ ஒருத்தர் தூக்கமின்றி படுக்கையில் புரண்டுபடுப்பதுபோல் மெத்தையின் ஸ்பிரிங்குகள் கிறீச்சிடுவதைக் கேட்க முடிந்தது. கடைசியாக நடுராத்திரியிருக்கும் கூடாரத்தினருகே ஒரு வெள்ளை உருவம் பனிப்படலத்தில் மங்கலாக வெளிப்பட்டது. ராத்திரி உடையில் ஜெனரலேதான். அவர் குரல் கம்மியிருந்தது.

அவர் கேட்டார்:

“ஆக, நீ தொடர்ந்து முரசடிச்சுக்கிட்டே இருக்கப் போற, அப்படித்தான”

உண்மையில் நான் உருகிப் போய்விட்டேன். அவர் நடுராத்திரியிலும் என்னைத் தேடி வந்திருக்கிறாரே, இவரல்லவா வீரர்களின் உண்மையான தந்தை.

“ஆமய்யா. குளிரோ, தூக்கமோ என்னை ஒண்ணும் செய்யமுடியாது. நம்ம போராட்டத்தோட நோக்கத்துக்கும் என்னோட கடமைக்கும் அடிபணிஞ்சு எனக்கு வலுவிருக்கிறவரைக்கும் இந்தப் பணிய தொடரத் தயாராயிருக்கென். என்னோட மரியாதையுணர்வு அதத்தான் எனக்கு ஆணையிடுது. ஆகவே ஆண்டவரே எனக்கு உதவும்“

இந்த வார்த்தைகளைச் சொல்லும்போது நான் ஒரு கடமைவீரன் என்று காட்டிக்கொள்ளும் ஆசையினாலோ ஜெனரலுக்குத் துதிபாடும் எண்ணத்தினாலோ சொல்லவில்லை. பதவியுயர்வோ வேறெந்தச் சன்மானமோ பெறுவதற்காகக் கணக்குப் பண்ணிய வீண் பெருமையல்ல இது. எனது நோக்கத்துக்கு இப்படியொரு அர்த்தம் கற்பிக்கமுடியுமென்று என் மனசில் என்றைக்குமே தோன்றியதில்லை. நான் எப்போதுமே ஒரு உண்மையான நேர்மையான சத்தியமாகச் சொல்லுவேன். நல்ல முரசுக்காரன்.

ஜெனரல் நறநறவென்று பல்லைக் கடித்தார். அவருக்குக் குளிராயிருக்குமென நினைத்துக் கொண்டேன். அப்புறம் சொன்னார்:

"நல்லது, ரெம்ப நல்லது"

போய்விட்டார்.

சில நிமிசங்களில் நான் கைது செய்யப்பட்டேன். இந்தப் பணியைச் செய்ய உத்தரவிடப்பட்ட ரோந்துப்படை அருவமில்லாமல் என்னை வளைத்துக் கொண்டது. அவர்கள் என் முரசைப் பறித்துக் கொண்டார்கள். குளிர்ந்து சோர்ந்துபோன என் விரல்களிலிருந்து முரசுக் குச்சுகளைப் பிடுங்கிக் கொண்டார்கள். அந்தப் பள்ளத்தாக்கில் அமைதி நிலவியது. என்னைக் குறிவைத்தபடி துப்பாக்கி ஏந்தி சூழ்ந்து நின்ற தோழர்களிடம் என்னால் எதுவும் பேச முடியவில்லை. அதுக்கு விதிகளிலும் அனுமதியில்லை. முகாமுக்கு வெளியே என்னைக் கூட்டிப் போனார்கள். வழியில் அவர்களில் ஒருவன் குசுகுசுத்தான். ஜெனரலின் உத்தரவுப்படி என்னைக் கைது செய்திருப்பதாக. சதி செய்ததாகக் குற்றச்சாட்டு. சதியாம்.

இருள் உடைந்து விடிந்துகொண்டிருந்தது. இளஞ்சிவப்பில் சில மேகங்கள் வானத்தில் மிதந்தன. நாங்கள் ஜெனரலின் கூடாரத்தைக் கடக்கும்போது என் காதில் ஒலித்த சுகமான குறட்டையொலி அவற்றை வாழ்த்தி வரவேற்றது.

●

கூட்டுறவுச் சங்கம்

மேனேஜர் தொலைபேசியில் பதில் சொன்னார்.

"ஹலோ... ஆமா.. ஆமா.. விக்டரி தெருவா.. ஆமா நெசந்தான். இப்ப அவன் வழியில வந்துக்கிட்டிருப்பான்."

அவர் தொலைபேசியை கீழே வைத்துவிட்டுச் சொன்னார்:

"நீங்கதான் பாக்கிறீங்களே வாடிக்கக்காரங்ககிட்ட இல்லன்னு கொற சொல்ல முடியாது. நான் இப்பயே போயி எங்க ஊழியர்களப் பாக்கணும். நீங்களும் எங்கூட வரணும்னா வரலாம்."

நம்பர் 1 கூட்டுறவுச் சங்க அலுவலகம் முந்தி ஒரு வீடாக இருந்தது. அந்தக் கட்டடம் அவசரம் அவசரமாக மாற்றியமைக்கப்பட்டிருந்தது. பால்கனியுடன் கூடிய முன்னறைதான் மேனேஜர் அலுவலகம். தாழ்வாரம் வழியாகப்போய் ஒரு சின்ன அறையை அடைந்தோம். ஒரு காலத்தில் அது ரெம்பப் பெரிய குளியலறையாக இருந்தது. குளிப்புத்தொட்டி இன்னும் அங்கே இருந்தது. பக்கத்தில் சுவர் உள்வாங்கிய காலியிடம் ஒன்று. அப்பகுதியில் பூசப்படாமல் செங்கல் சுவர் தெரிந்தது. வென்னீர் போடும் கொதிகலன் வைத்திருந்த இடம். ஒரு நோஞ்சான் பல்பின் மஞ்சள் வெளிச்சத்தில் ஓடுகள் பதித்த சுவர்கள் நெடுக பெஞ்சுகளைப் பார்க்க முடிந்தது. பலர் பெஞ்சுகளில் உட்கார்ந்து கொண்டும் படுத்துக் கொண்டும் இருந்தார்கள். வெளிறிய கோலத்தில் அழுக்குப்படிந்த துணிகள். பெரும்பாலானவர்கள் உறக்கத்திலிருந்தார்கள். சிலர் மட்டும் பீட் கிழங்கு சூப்பும் ஊறுகாய் போட்ட வெள்ளரிப்பிஞ்சுத் துண்டுகளும் சாப்பிட்டுக் கொண்டிருந்தார்கள்.

மேனேஜர் வாசலிலிருந்து கேட்டார்:

"அடுத்து யாரு."

ஒரு பெஞ்சிலிருந்து நடுத்தர வயசு மனுசன் ஒருத்தன் எழுந்தான். வழுக்கை விழுந்துகொண்டிருந்த தலையும் வீங்கிய கண்ணிமைகளுமாக நின்றான்.

"என்ன விலாசம் தலைவரே."

அவன் குரல் கரகரப்பாயிருந்தது.

"விக்டரி தெரு நம்பர் 3 கடையில போய்க் கேளு."

"சரி."

அந்த மனுசன் கோட்டில் பித்தான் போட ஆரம்பித்தான்.

நாங்கள் மேனேஜர் அலுவலகத்துக்குத் திரும்பினோம். சுவர்மீது ஒரு தேசியக் கவிஞரின் நினைவு ஆண்டு விழாவை அறிவிக்கும் சுவரொட்டி.

மேனேஜர் விவரமாகச் சொன்னார்:

"எங்க சங்கத்தோட கொள்கைகள் ரெம்ப எளிமையானது. வாடிக்கக்காரங்க குடுக்கிற கொஞ்சக் கட்டணத்துலதான் எங்க நடைமுறைச் செலவு தொலைபேசி மேனேஜர் கணக்கர் துப்புரவுக்காரப் பொண்ணு இவங்களோட சம்பளம் அத்தனையும் ஓடியடையிது. மிச்சம் பள்ளிக்கூட கட்டட நிதிக்குப் போகுது."

"அப்புறம் மத்த ஊழியர்கள் இருக்காங்களே"

"அது நெலமையப் பொறுத்தது. கொள்கைரீதியாப் பாத்தா பொழுதுபோக்கா இதுல ஈடுபடுறவங்களத்தான் சார்ந்திருக்கோம். அவங்கள ஓய்வறையில பாத்தீங்களே. ராவும் பகலும் யாராச்சும் இருக்கிற மாதிரி மொறபோட்டு வேல செய்வாங்க. அவங்களுக்குச் சம்பளம் முழுக்க முழுக்க பொருளாத்தான் கெடைக்கும். இந்த ஏற்பாட்டுலதான் வேல நடக்குது. வேறமாதிரி சொல்லணும்னா அவங்களுக்கு எடையில தரகர் வேலதான் நாங்க செய்றொம். இருந்தாலும் எங்களுக்கு ஓரளவு தொழில்ரீதியான ஒத்துழைப்பாளர்களும் உண்டு."

"இந்த கூட்டுறவுச் சங்கத்த நீங்க அமைக்க நேர்ந்தது எப்படி"

"அதுவா, ராவு பகல் நேரத்திலும் எத்தனையோ மனுசங்க தொணைக்கு ஆளு தேடுறாங்க. நம்ம சொந்த அனுபவத்துலருந்தே தெரியும். குடிக்கணும்னு நெனைக்கிறப்ப தோதான நண்பர் இல்லன்னா எப்படியிருக்கும்னு. உதாரணமா நீங்க ஒரு நண்பரோட குடிச்சுக்கிட்டுருக்கீங்க. ஆனா அவரு ஒங்களவிட்டுப் போயாகணும். அவரோட ஸ்டேஷன் வரைக்கும் போயி திரும்பி வாறீங்க. அப்புறம் என்ன பயங்கரமான தனிமை அல்லது

ஒங்களுக்கு ஒருநா ஓய்வு கெடைக்குது. மதியத்துக்கு முந்தின்னு வச்சுக்கிருவோம். ஓங்க நண்பர்கள் வேலைக்குப் போயிட்டாங்க. சாராயம் குடிக்கிற கடையெல்லாம் வெறிச்சோடிக் கெடக்குது. தனிமை ஒங்களுக்குத் தண்டனையாகுது. அல்லது சாமத்துக்குமேல ஒறங்க முடியாத அளவுக்குக் கவல பாடாப் படுத்துது. நீங்க ஒரு பாட்டில் வோட்கா வாங்கீட்டு வந்து காலி மேசைக்கு முன்னால ஒண்டியா உக்காந்துருக்கீங்க. சரி முடிவே இல்லாத ஏராளமான இப்படிப்பட்ட சூழ்நிலைகள்லதான் எங்க கூட்டுறவுச் சங்கம் ஒரு எளிய உருப்படியான பரிகாரம் குடுக்குது. தனிமையில இருக்கிற பயந்த வெரட்டியடிச்சிறொம். நம்மளோட சேந்து அடிக்கடி குடிக்க முடியாத இல்ல குடிக்க விரும்பாத நண்பர்கள வலபோட்டுத் தேடித் தவிக்கத் தேவையில்லாம ஆக்கியறொம். எங்கள தொலபேசியில கூப்பிட்டு ஒங்க விலாசத்த குடுத்தாப்போதும். ஒரு நொடியில எங்க ஆளு ஒங்களத் தேடி வருவான். விசுவாசமானவன். இட்ட பணியச் செய்யச் சித்தமாருக்கிறவன். நட்பா பழகுவான். எரக்க சுபாவம் உள்ளவன். எதப்பத்தியும் பேசுறதுக்குத் தயாரா இருக்கிறவன். ஒங்க கவலைகளுக்குக் காது குடுக்கிறவன். எல்லாத்தவிட முக்கியமானது என்னன்னா, எப்பயுமே முடியாதுன்னு சொல்லாத மனுசன். கூடச் சேந்து குடிக்க விருப்பப்படுற ஆனா அத வாங்குறதுக்கு வக்கில்லாத தகுதியிருக்கிற ஆளுகளத்தான் நாங்க வேலைக்குச் சேத்துருக்கொம். பரஸ்பர புரிதலுக்கு வழிவகுப்பதே எங்க பணி. எங்க ஒதவியால குடிக்க விருப்பமும் கைவசம் சாராயமும் இருக்கிறவங்களும் குடிக்கிற தேவையிருந்தும் வெறுங்கையோட நிக்கிறவங்களும் ஒண்ணுகூடி அனுபவிக்க முடியிது. எங்க சங்கம் மட்டும் இல்லன்னா, ரெண்டு பேரும் தாகத்தோடயும் சோகத்தோடயும் தெருவில ஒருத்தர ஒருத்தரு சந்திக்காமயே போயிருவாங்க; வானத்துல ரெண்டு நட்சத்திரக் கூட்டம் ஒண்ண ஒண்ணு அறியாமயும் புரியாமயும் திரியிற மாதிரி"

"அத மனிதாபிமானம்னு சொல்லுவென்."

"ஆமா. அதவிட மேலானது நாங்க பொருளாதாரரீதியாக்கூட முக்கியமான பங்கு வகிக்கிறோம். அரசாங்கம் ஏகபோக சாராயக்கடைய நடத்துது. நாங்க அதோட விற்பனைய அதிகரிக்க ஒதவுறோம். நாங்க வாங்கலன்னா அப்படியே முழுசா மிஞ்சிக் கெடக்கிற பாட்டில்களப் பத்தி கொஞ்சம் நெனச்சுப் பாருங்க. இன்னொருத்தரு தொணைக்கு இருந்தாத்தான் ஒருத்தரால ரெம்பச் சந்தோசமா நெறையக் குடிக்க முடியும். எல்லாருக்கும் தெரிஞ்ச உண்ம இது."

அந்தச் சமயத்தில் முன்கததவை படாரெனச் சாத்தும் சத்தம் கேட்டது. பெரிய அறையில் கம்மிய ஆண் குரலொன்று பாடலை முணுமுணுக்கத் தொடங்கியது.

“போகாதே போகாதே காட்டுக்குப் போகாதே”

மேனேஜர் சொன்னார்.

“கொஞ்சம் இருங்க. எங்க ஆளு ஒருத்தன் திரும்பி வந்திருக்கான். அவனோட அறிக்கையக் கேக்கணும்.”

ஒரு மனுசனை அலுவலகத்துக்குள் கொண்டு வந்தார்கள். அவன்மீது ஒரு வாளித் தண்ணீரையும் கொட்டிக் காலியாக்கினார் இதில் அனுபவப்பட்ட மேனேஜர்.

புதுசாக வந்தவன் தெரிவித்தான்.

“வீரத் தலைவர்கள் மேம்பாலம் நம்பர் 12லிருந்து வாறென். ஏற்றுமதித் தரத்துல வோட்கா. அவரோட சம்சாரம் வுட்டுட்டுப் போயிட்டாங்க. சின்ன வயசில கஸ்டப்பட்டவரு. நாப்பத்தெட்டு வயசில நிமோனியா காச்சலு. அப்பப்பா இந்த ஒலகம் அழகானது மனுசங்கதான் மோசமானவங்கன்னு சொல்றாரு.”

சோர்வாக வந்த வேலைக்காரன் “நீலநிற டான்யூப் நதி” பாடலைப் பாடிக்கொண்டே. அலுவலகத்தை விட்டுக் கிளம்பினான்.

மேனேஜர் சொன்னார்:

“நீ சமத்தாக்கும். இன்னொரு மனுசன் தனிமையிலருந்து காப்பாத்தப்பட்டாரு”

“தொழில்ரீதியா ரெம்பத் தகுதியுடைய ஒத்துழைப்பாளர்கள்னு சொன்னீங்களே”

“ஆமா. சிலசமயம் திருப்திப்படுத்த முடியாத வாடிக்கக்காரங்க வாறாங்க. உதாரணத்துக்கு சிலர் பாடுற மனநிலையிலயே எல்லாத்தவும் பாக்கிறவங்க. அவங்களுக்கு கவிஞர்கள அனுப்புவென். மாயா நாகரீகத்துல வல்லுநரான பல்கலைக்கழகப் பேராசிரியருட்டருந்து அழைப்பு வந்தா சும்மா யாராவாச்சும் அனுப்ப முடியாது. அப்புறம் ஒரு கிண்ணம் வோட்காவுல மதத்தப்பத்தி விவாதிக்க விரும்புறவங்க இருக்காங்க. அதனால மதக் கல்லூரியிலிருந்து வெளியேற நேர்ந்த ஒரு மதகுருவ தயாரா வச்சிருக்கென். வேறமாதிரி சொல்லணும்னா எங்களுக்காக வேல செய்றதுக்கு எல்லாவிதமான வல்லுநர்களோடயும் தொடர்பு வச்சிருக்கொம். “

தொலைபேசி ஒலித்தது. மேனேஜர் விரைவாக அதைக் கையிலெடுத்தார்.

அவர் சொன்னார்:

“இது நம்பர் 1 கூட்டுறவுச் சங்கம். ஒங்களுக்கு என்ன வேணும்“

கேட்டுக் கொண்டிருக்கும்போதே அவர் முகத்தில் ஒரு கவலை தெரிந்தது. தொலைபேசியை கையால் பொத்திக்கொண்டு என்னிடம் திரும்பினார்.

“சகலஆன்மாக்கள் சதுக்கத்துலருந்து ஒரு வாடிக்கையாளரு, சோசலிச நல்லொழுக்க வளர்ச்சியப்பத்தி விவாதிக்கறதுக்கு யாராச்சும் ஆளு வேணுமாம். அப்படியொரு ஆள இந்தப் பூமியில எங்க புடிச்சுக்குடுக்கப் போறனோ.”

நான் கேட்டேன்.

“குடிக்கிறதுக்கு அங்க என்ன இருக்குதாம்“

“கொஞ்சம் இருங்க” என்றவர் தொலைபேசியில் கேட்டார்.

“இந்தச் சந்திப்புல குடிக்கிறதுக்கு அங்க என்ன இருக்குதுன்னு தயவுசெய்து சொல்ல முடியுமா.”

அவர் பதிலைக் கேட்டுவிட்டு மறுபடியும் தொலைபேசியை மூடிக்கொண்டு என்னிடம் தெரிவித்தார்.

“கோனியாக்கும் செரி பிராந்தியும்.”

நான் முன்வந்தேன்.

“நான் போறென்”

மேனேஜர் துள்ளிக் குதித்தார்.

“அற்புதம். நல்லவேள ஒரு காலியிடம் வச்சிருக்கென்”

அவர் தொலைபேசியில் சொன்னார்:

“ஒங்க ஆர்டர் ஏத்துக்கிட்டொம்.”

மாயா நாகரீகம் (Maya Culture) மெக்ஸிகோவின் தென்பகுதியிலும் மத்திய அமெரிக்காவிலும் வெள்ளையர்களின் வருகைக்குமுன் செழித்து வளர்ந்திருந்த பழங்கால நாகரீகம். மாறுபட்ட வாழ்முறைகள் கலை கலாச்சாரம் மொழிகளைக் கொண்டது. கி.பி. 300 முதல் 900 வரை உன்னதநிலையில் இருந்தது. 1520 - 1545 வாக்கில் அப்பிரதேசம் ஸ்பானியர்களின் கைக்கு மாறியபின் மாயா நாகரீகத்தின் மாபெரும் நகரங்கள் சிதைந்து சீரழிந்தன.

பியர் ஜின்ட்

நீரோடையோரம் ஒல்லியான வெள்ளை பெர்ச் மரங்கள் காவலிருக்க ஒரு சின்ன மரவீடு நின்றது. அந்த வீட்டுக்குள் ஒரு இளைஞன் மனைவியுடன் குடியிருந்தான். அவர்கள் ஒருவரையொருவர் நேசித்தார்கள். மனைவி சொன்னாள்:

“வீட்டுக்கூரையப் பழுது பாக்கணும். ஓட்டையிருக்குது. அதுவழியா மழத்தண்ணி ஒழுகுது.”

கண்களால் அவளை அன்புடன் தொடர்ந்தபடி அவன் பதில் சொன்னான்:

“அதுக்கென்ன பழுதுபாத்துருவொம்.”

அடுத்த நாள் அருகிலுள்ள மாவட்டத் தலைநகரத்தில் ஒரு முக்கியமான கூட்டம் நடக்கவிருந்தது. நீரோடையோரம் குடியிருந்த அந்த இளைஞன் அந்த நகரத்துக்கு வண்டியோட்டிப் போக வேண்டியிருந்தது. ஒரு முக்கியமான பிரயாணியை உள்ளூர் ஆரம்பப்பள்ளித் தலைமை ஆசிரியரை ஏற்றிப் போகணும். அவன் தனது அழகிய மனைவியிடம் விடைபெறும்போது, அவள் கண்களில் நீர்கோர்த்தது. அவன் வெளியே போவதில் அவளுக்கு மனசில்லை.

நகரத்தில் காகிதப் பூக்களால் அலங்கரிக்கப்பட்ட கூட்ட அரங்கத்தை அடைந்தவுடன் “நாம் ஒரு புதிய வீட்டை நிர்மாணிக்கிறோம்“ என்று இசைக் குழு முழங்கிய மாத்திரத்தில் அவன் தன் மனைவியின் கண்ணீரை விரைவிலேயே மறந்துவிட்டான்.

கூட்டத் தலைவர் பேசினார்.

"குறைபாடுகள் ஏதேனும் உங்களுக்குத் தெரிந்தவரை இருந்தால் அதை வெளிப்படையாகவே சொல்லலாம். இப்போது யார் பேசப் போகிறீர்கள்"

வாசலோரம் உட்கார்ந்தபடி கூட்ட நடவடிக்கைகளை அக்கறையாகக் கவனித்துக் கொண்டிருந்த அந்த இளைஞன் தனது எளிமையான நேர்மையான குணத்தின் காரணமாக அங்கே விடுக்கப்பட்ட எல்லா வேண்டுகோள்களுக்கும் பதில்சொல்லத் தயாராக இருந்தான். அவன் சத்தமாகச் சொன்னான்.

"நான் நான் பேசணும்"

அவர்கள் அவன் பெயரையும் சமூகப் பூர்வீகத்தையும் கேட்டார்கள். அவன் சொன்னான்.

"வெவசாயி."

அதை அங்கீகரிக்கும் முணுமுணுப்பு அரங்கத்தை வலம் வந்தது. அவன் மேடைக்குப்போவதைப் பார்க்க மக்களின் கழுத்துகள் நீண்டன. மாவட்ட நகரத்திலிருந்து வந்திருந்த ஒரு பத்திரிகையாளர் சொகமான தூக்கத்திலிருந்து முழித்துப் பார்த்து தன் குறிப்புப் புஸ்தகத்தில் எழுதிக் கொண்டார்.

"விவசாயிகளின் தலைவர் மேடையேறுகிறார்."

மாவட்டக் குழுச் செயலாளர் தலைமையாசிரியரிடம் விசாரித்தார்.

"யாரது."

"வண்டிக்காரன். அவனுக்கு இப்ப என்ன வேகம் வந்துருச்சுன்னு தெரியல."

மாவட்ட ஆளுநர் மாவட்ட அதிகாரியைப் பாராட்டினார்.

"சரியான ஆளு நீங்க, இவன் ஒரு அசல் விவசாயி."

அந்த இளைஞன் மேடையின் சுற்றுக்கம்பியில் கைகளை வைத்து நின்றான். அவ்வளவு பிரம்மாண்டமான கூட்டத்தில் பேச கடும் முயற்சியெடுக்க வேண்டியிருந்தது. அதில் சந்தோசமில்லை. ஆனாலும் கூட்டத்தலைவரின் வேண்டுகோளைக் கண்டுகொள்ளாமல் இருந்திருக்கலாம் என்பது மண்டையில் தோன்றவேயில்லை அவன் பேசினான்:

"எனக்கு இதப்பத்தியும் அதப்பத்தியும் ரெம்பத் தெரியாது. ஆனா ஒரு கேள்வி கேக்கணும்னு தோணுது. எங்க கெரமாத்துல ஏன் கூர ஓடுகளோ ஆணிகளோ இல்ல. இங்க இந்த மாவட்ட நகரத்துல ஓடும் ஆணியும் கெடைக்குது. எங்க கெராமம் அப்படியொண்ணும் தூரத்துல இருக்கிறதா தெரியல. ஆனா

எங்களுக்கு எங்க கெராமத்துல ஓடும் ஆணியும் தேவையாருக்கு. அவ்வளவுதான். நான் சொல்ல நெனச்சது."

அவனது கடைசி வார்த்தைகளுக்கு பலத்த கைதட்டல் அதிர்ந்தது. ஆளுநர் மாவட்ட அதிகாரி கட்சி செயலாளர் தலைமையாசிரியர் என்று எல்லாரும் ஆரவாரம் செய்தார்கள். வேகமாக ஓடும் குதிரையில் சவாரி செய்பவனைப்போல் குறிப்புப் புஸ்தகத்தை நோக்கிக் குனிந்தபடி பத்திரிகையாளர் எழுதினார்.

"அதோ அந்த வல்லமைமிக்க போராளி."

சந்தோசத்தில் முகம் சிவந்த ஆளுநர் மேடைக்கு விரைந்தார்.

அவர் உரக்க முழங்கினார்.

"தோழர்களே நமது கூட்டத்துக்கு விவசாயிகள் தரப்பில் நமது விவசாயத் தோழர் அளித்த ரத்தினச் சுருக்கமான பங்களிப்புக்கு நாம் நன்றி சொல்லக் கடமைப்பட்டிருக்கிறோம்."

"ஆகா ஆகா" என்று கூட்டம் அவர் முழக்கத்தை மறித்துக் கத்தியது. நெகிழ்ந்து போய்விட்டது கூட்டம்.

பிறகு தன் கீழே பணிபுரியும் மாவட்ட அதிகாரியின் தோளில் கையை அழுத்தியபடி ஆளுநர் பாராட்டினார்.

"நீங்க அற்புதமா காரியம் செஞ்சுக்கிட்ருக்கீங்க"

சிலர் 'சர்வதேச கீதம்' பாட ஆரம்பித்தார்கள்.

இளம் பேச்சாளி தன் இருப்பிடத்துக்கு வந்து வாசலோரமாக உட்கார்ந்து கொண்டான். அந்த உற்சாகமான கரகோஷத்துக்குக் காரணம் அவனுக்குப் புரியவில்லை. கூரை ஓடுகள் ஆணிகளின் பிரச்சனை அவனுக்கு முக்கியமானதாகப்பட்டது. ஆனால் அடுத்தடுத்த சொற்பொழிவுகளில் அதுபற்றி குறிப்பிடக்கூட இல்லை.

தேசிய உடையணிந்திருந்த சிறுமிகள் ஒரு கவிதையை ஒப்பித்தார்கள். கூட்டம் முடிந்தது. அரங்கம் காலியாகத் தொடங்கியது. இன்னும் மூலையில் உட்கார்ந்திருந்த இளம் விவசாயியிடம் முன்னப்பின்னத் தெரியாத இருவர் வந்தார்கள்

இருவரில் தடியானவர் சொன்னார்.

"எங்களுக்கு ஒங்களால ஒரு காரியம் ஆகணும். ஒங்க பேச்சக் கேட்டொம். நாளைக்கு.. நகரத்துல (இங்கே அவர்கள் மாவட்ட நகரத்தின் பெயரைச் சொன்னார்கள்) உணவுப் பொருள் வழங்கும் கூட்டுறவுச் சங்கத்தோட முக்கியமான கூட்டத்துக்கு ஏற்பாடு செஞ் சிருக்கொம் நீங்கதான் கடைசியில ஆலோசனைகளைத் தொகுத்து வழங்கணும்."

ரெண்டாவது ஆள் கண்டிப்பு தொனிக்கச் சொன்னார்.

"இது அரசியல் முக்கியத்துவம் வாய்ந்த விஷயம். அதாவது, உழைக்கும் விவசாயிக கலந்துக்கிறது. நீங்க புரிஞ்சுக்கிருவீங்க."

முதலாவது ஆள் வலியுறுத்திச் சொன்னார்.

"இதனால ஓங்களுக்கு ஒண்ணும் தொந்தரவு கெடையாது. ஆனா எங்களுக்கு இது பெரிய விஷயம். வித்தியாசமாருக்கும், இன்னியொரு கருத்து, பத்திரிகைகள்ல செய்தி வாசிக்க இன்னியும் நல்லாருக்கும்"

ஒரு நண்பன் அவனது வண்டியையும் குதிரையையும் கிராமத்துக்குக் கொண்டுபோய்ச் சேர்த்துவிட்டான். அவன் அன்றைக்கு ராத்திரி உள்ளூர் ஹோட்டலில் கழித்தான். கூட்டுறவுச் சங்கச் செலவில்தான். காலையில் அந்த ரெண்டு ஆட்களுடன் மாவட்ட நகரத்துக்குப் பிரயாணமானான். அந்த கூட்டுறவுச் சங்க உறுப்பினர்களிடையே பேசும்போது ஒருகண் ஆணிகளின் பிரச்சனையை இன்னும் ரெம்ப அழுத்தமாகப் பேசமுடியுமென்று நினைத்தான்.

மாவட்ட நகரத்தில் நடந்த கூட்டம் பெரும்பாலும் நேற்று நடந்ததைப் போலவே இருந்தது. ஒரு குறிப்பிட்ட கட்டத்தில் அவனைக் கூட்டிவந்த ஒரு தலைவர்களும் அவனுக்குச் சைகை காட்டினார்கள். அவன் மேடைக்குப் போய் தனது கிராமத்துக்காக கூரை ஓடுகளும் ஆணிகளும் வேணுமென்று உருக்கமாக வேண்டுகோள் விடுத்தான். மறுபடியும் அவனுக்கு உற்சாக ஆரவாரம். ஆனால் நடைமுறையில் எதுவும் நடக்கவில்லை.

கூட்டம் முடிந்தபின் இரு கூட்டுறவுத் தலைவர்களில் தடியானவர் அவனது சொற்பொழிவுக்கு நன்றி தெரிவித்து அவனை அந்த நகரத்திலேயே தங்குமாறு ஆலோசனை கூறினார். அவர் சொன்னார்:

"கலைஞர்களோட கூட்டம் பற்றிய விளம்பரச் சுவரொட்டிய நீங்க பாத்துருக்கலாம். நான் அங்க போறதா இருக்கென். அது பெரிய அரங்கம். அந்தச் சனங்க ரொம்ப அறிவாளிக."

உண்மையில், அவனுக்கு தன் வீட்டுக்குப் போகணுமென்றுதான் ஆசை. ஆனால் சாயங்காலம் வரை ரயில் இல்லை. நகரம் தந்த பிரமிப்பிலும் திகைப்பிலும் கலைஞர்கள் கூட்டம் ஒரு பாதுகாப்பான புகலிடமாகத் தோன்றியது. அடிதொடியாக ரெண்டு கூட்டங்களில் கலந்து கொண்டதால் கூட்டங்களுக்குப் பழக்கப்பட்டவனாக மாறிக்கொண்டு வந்தான். அதுக்குமேல் என்ன பொதுக்கூட்டங்களில் பேசும் பயம் போய்விட்டது. அவன் வார்த்தைகளுக்குக் கிடைக்கும் உற்சாக வரவேற்பை எதிர்பார்க்க சந்தோசமாகவும் இருந்தது.

கலைஞர்கள் கூட்டத்தில் பெண்கள் கால்சட்டை அணிந்திருப்பதையும் ஆண்கள் பச்சை அல்லது சிவப்பில் மேல்சட்டை அணிந்திருப்பதையும் பார்த்தான். இது அவனை மிரட்டியது. ஆனாலும் பயத்தை உதறிவிட்டு தைரியத்தை வரவழைத்துக் கொண்டான். சந்தர்ப்பம் வந்ததும் அவனைப் பேச அனுமதித்தார்கள். அவர்கள் அவனது சமூகப் பூர்வீகம் பற்றி கேட்ட போது "விவசாயி" என்று ஓங்கிச் சொன்னான். அவன் எதிர்பார்த்தது போலவே எல்லாம் இருந்தது. இல்லாத கூரை ஓடுகள் ஆணிகளைப் பற்றி பொதுவான உற்சாகத்துக்கிடையே அவர்களிடம் எடுத்துரைத்தான். கூட்டுறவுத் தலைவரின் அறிவுரைப்படி நடந்துகொண்டதும் நல்லதுதான். கூட்டம் முடிந்தபிறகும் கூடியிருந்த கலைஞர்களுக்கு அவன்மீதான ஈடுபாடு குறையவில்லை. சிலர் அவன் உருவத்தை சிலை வடிக்கத் தொடங்கினார்கள். அவர்களில் ஒருத்தர் பிரமாதமான தோற்றம் கொண்டவர் அவனை ஹோட்டலுக்குக் கூட்டிப் போனார்.

கல்லூரிப் பக்கமே எட்டிப் பார்க்காத அந்தக் கலைஞர் ஓவிய மாணவர்களின் குழு ஒன்றை வைத்து நடத்தி நிறையப் பணம் பண்ணிக் கொண்டிருந்தார். உருவப்படங்கள் வரைய நிறைய வாய்ப்புகளை அவர்களுக்கு வாங்கிக் கொடுத்தார். (அவருக்குக் கிடைத்த கட்டணத்தில் எழுபது சதவீதத்தை அவர்களுக்குக் கொடுத்துவிடுவார் என்பதை ஒப்புக் கொள்ளணும்.)

அவர்கள் ஹோட்டலை அடைந்தபோது அந்த இளம் விவசாயி, நகரத்தில் தங்கி ஒரு தேசியக் கவிஞரின் நினைவாக நடக்கவிருக்கும் கூட்டத்தில் கலந்துகொள்ளணுமென்று அந்தக் கலைஞர் யோசனை சொன்னார்.

விவசாயி மறுத்தான்.

"என் பொண்டாட்டியும் ஒழுகிற கூரையும் என்னாகிறது."

கலைஞர் சொன்னார்:

"இண்ணைக்கு மழ பேயாது. வானம் நல்லாவே இருக்கு. எனக்காக இந்தக் காரியத்தச் செய்யி, நல்ல பையன்ல..."

நகரத்துக்கு மேலே ரயிலின் கூவல் ஒலித்தது.

நாடக அரங்கத்தில் கவிஞர் நினைவுக் கூட்டம் நடைபெற்றது. நாடக மேடையில் பக்க மறைவில், லியோன் காவாலோவின் 'பாக்லியாக்கி' என்னும் நாடகக் காட்சியமைப்புப் பொருட்களின் மத்தியில் நின்றவாறு ஓவியர் கடைசிநேர ஆலோசனைக் குறிப்புகளை வழங்கினார்.

“நீ மேடையில நொழையிறது நல்லாருக்கு. ஆனா இன்னியும் பலமா தரையில ஒதைக்கணும். நீ ஒரு வெவசாயின்னு ஓங்கிச் சொல்றப்ப ரெம்ப உற்சாகத்தோட அதச் செய்யணும். சந்தோசமாகவும் பெருமையாவும் மொழங்கணும். ஒன்னோட பேச்ச தத்துவார்த்த நெலபாட்டுலருந்து மேலும் சீர்செய்ய வேண்டியிருக்கு. ‘குறுநில உடைமையாளர்களாகிய நாங்கள்..’ அப்படின்னு ஆரம்பிச்சு பெறகு ஓடு ஆணி வெவகாரத்துக்குள்ள போகணும். பேச்சு முடிக்கயில ‘சீனாவை வாழ்த்தி மும்முழக்கம்‘ அப்படின்னு மொழங்கணும்“

கூட்டம் முடியும்போது சாம்பல் நிற வானத்திலிருந்து மழையிறங்கி வாளிவாளியாகக் கொட்டியது. வரவேற்பறையில் வாசனைப் பொருள் தொழில் பிரதிநிதிகளுடன் ஓவியர் அவனுக்காகக் காத்திருந்தார். அவர்கள் தங்கள் கூட்டத்தை அடுத்தநாள் நடத்தத் திட்டமிட்டிருந்தார்கள்.

வாரக் கடைசியில் எண்ணைய் வள ஆய்வுத் தொழில் நிறுவனம் ஏற்பாடு செய்திருந்த கூட்டத்துக்காக மூன்றாம் வகுப்பு ரயில் பெட்டியில் அவன் பிரயாணம் செய்துகொண்டிருந்தான். ரயிலின் கடகட சத்தம் கூட்டத்தினரின் கைதட்டலை நினைவுபடுத்தியது. தன்னுணர்வில்லாமலேயே சன்னலில் தன் பிம்பத்தைப் பார்த்துக் கொண்டான். ரயில் அவனை தூரத்துக்கு, தொலைதூரத்துக்குச் சுமந்து போய்க் கொண்டிருந்தது.

அறைகள் கொண்ட சூட்கேஸ் ஒன்று வாங்கினான். போகுமிடங்களில் தங்கும் வசதிக்குப் பிரச்சனை இல்லை. கூட்டங்கள், கருத்தரங்குகள் மாநாடுகளில் கலந்துகொள்பவன் என்பதால் அவனுக்கு ஹோட்டல் சாப்பாடு ஆகியவற்றைக் கவனித்துக் கொண்டார்கள். எப்படிச் சிக்கனமாக வாழணுமென்று தெரிந்துகொண்டான்.

இப்போதெல்லாம் அவன் முதலில் பேசிய பேச்சையே திரும்பத் திரும்ப பேசணுமென்ற கட்டாயம் இல்லை. அதிலிருந்து விலகி ஓவியர் சொன்ன திருத்தங்கள உள்பட எல்லாவற்றிலும் பல மாற்றங்களைச் சேர்த்துக் கொண்டான். இப்படியாக, இப்போது கிராமங்களின் தூரத்தைக் குறிப்பிடுவதுடன் “நமக்கெல்லாம் பொதுவான ஊடுபயிரைக் காக்க ஒன்றுபடுவோம் போராடுவோம்“ என்றொரு வேண்டுகோளை முன்வைக்கும் வழக்கம் வந்தது. கடைசியில் “சீனாவை வாழ்த்தி மும்முழக்கம்“ என்றோ, எளியதாக “சீனா சீனா” என்றோ முழங்கி பேச்சை முடிப்பான்.

அவன் வெற்றிப்படிகளின் வித்தியாசத்தை பிரித்துப் பார்க்க ஆரம்பித்து அதுக்குத்தக்க நடந்துகொண்டான். எங்கெங்கும் அவனுக்கு வரவேற்பு காத்திருந்தது. ஏனென்றால் கூட்டத்தின்

மனநிலை எப்படியிருந்தாலும் தவறாமல் அங்கு ஒரு ஆரோக்கியமான வர்க்க உணர்வின் மணத்தைக் கொண்டு வந்துவிடுவான். அது கூட்டத்தை ஏற்பாடு செய்பவர்களின் உயர்ந்த பாராட்டைப் பெற்றது. விமர்சனத்தைப் பொறுத்தமட்டில், அவன் பேசியது அதிகாரிகளின் தேவைக்கேற்ப அமைந்தது. அவனுடைய பேச்சுக்களும் அவைபற்றிய செய்திகளும் வளமான இலக்கியமாக விதவிதமான வகையில் பத்திரிகைகளில் வெளிவந்ததில் ஆச்சரியமே இல்லை. இப்படியாகக் காலம் கழிந்தது.

அவனது புதுவாழ்வு பழசின் நினைவுகளை இருந்த இடம் தெரியாமல் அழித்துவிட்டது. தலைமுடியை வகிடெடுத்து வாரிக்கொள்ள ஆரம்பித்தான். முடிவில்லாத பிராயணங்கள், ரயில் நிலையங்கள் மாநாடுகள் கருத்தரங்கக் கூட்டங்கள் திறந்தவெளிக் கூட்டங்கள் இவையே நடைமுறையாக அவன் வாழ்க்கை உருக் கொண்டது. ஒரு இருபது குழுக்களில் உறுப்பினரானான். உயர்மட்ட நிருவாகக் குழுக் கூட்டங்களில் கலந்துகொள்ள அவனை அழைத்தார்கள். ஒரு மழலைப் பள்ளியின் சமூக ஆளுநராக நியமிக்கப்பட்டான். பத்திரிகையாளர்களுக்கும் அரசாங்கத்தின் பெரிய சொகுசுக் கார் ஓட்டுநர்களுக்கும் அவனை நன்றாகத் தெரிந்தது.

அவனது பழக்கவழக்கங்களும் மாறிவிட்டன. ரயில்வே கால அட்டவணையை எப்படிப் பயன்படுத்துவது என்று கற்றுக்கொண்டான். ஏகதேசம் ஒரு பாட்டில் ஓடிகோலோன் வாங்குவான். ஆனால் அவ்வப்போது, தான் கலந்துகொண்ட முந்திய கூட்டத்தில் பேசிய பேச்சுகளின் நினைவு தாலாட்ட ஹோட்டல் படுக்கையில் ஓய்வெடுக்கும் போது உறக்கம் சொக்கும் சமயம் சன்னல் கதவுகளில் சொட்டும் மழைத் துளிகளின் சத்தத்தில் திடீரென்று முழிப்புத் தட்டிவிடும்.

காலப்போக்கில் அவன் செய்த வேலையில் குறிப்பிடத்தகுந்த சுத்தம் நிறைவு ஆர்வம் இவை கை கூடின. தன்னம்பிக்கை பலத்தால் தேசிய மாநாடுகள் என்றால்கூட பயப்படவில்லை. கூட்டங்கள் விழாக்கள், உயர்மட்ட நிருவாகக் குழுக் கூட்டங்கள் இவையே அவன் மனசை சுற்றிச் சுழன்றன. ஒரு சந்தர்ப்பத்தில் கருப்பு உடையணிந்து தாடிக் கோலத்திலிருந்த வயதான தோழர்கள் படைசூழ தான் எப்படி காருக்குள் உட்கார்ந்திருக்க நேர்ந்தது என்று நினைத்துக்கூடப் பார்க்கமுடியாத அளவுக்கு அப்படியொரு வேகம். அந்தக் கார் ஒரு பேரணியில் மற்ற கார்களுடன் நகர்ந்து கொண்டிருந்தது. அவர்கள் நகரத்தைக் கடந்து புறநகர்களையும் தாண்டிப் போனார்கள். கிராமங்களைக் கடக்கும்போது இருட்டிவிட்டது. நீண்ட பிரயாணத்துக்குப் பிறகு ஒரு வாசல்

கதவருகே நிறுத்தினார்கள். கதவு ஓசையில்லாமல் ஊஞ்சலாடித் திறந்தது. திறந்தால் ஒரு முற்றம் விரிந்தது. அடுத்து பூங்காவைப் போல் பரந்த தோட்டம். ஒளிவெள்ளம் பாய அதில் பிரகாசிக்கும் மரங்களும் புல்வெளிகளும் ராத்திரி தெளிந்திருந்தது. அவர்கள் சில படிகள் ஏறி தாழ்வாரங்களைக் கடந்து மிகப்பெரிய கூடத்தை அடைந்தார்கள். கூடத்தில் சுவர்கள் இருட்டில் கண்ணுக்குத் தெரியவில்லை. தலைவரின் மேசையில் ஒரு சின்னவிளக்கு மட்டும் எரிந்துகொண்டிருந்தது. அதுவுங்கூட வெளிச்ச மறைப்புத் தட்டால் அடக்கிவைக்கப்பட்டிருந்தது. அங்கே கூரையே இல்லை. கருத்த வானத்தில் உறைந்த மழைத்துளிகளாக நட்சத்திரங்கள் மின்னிக் கொண்டிருந்தன. தாடிக்காரத் தோழர்கள் சாய்வு நாற்காலிகளில் சரிந்திருந்தார்கள்.

அவர்களில் ஒருத்தர் கூடியிருந்தவர்களை வாழ்த்தி வரவேற்றபின் முதலில் யார் பேசப்போவது என்று கேட்டார்.

இளம் விவசாயி உரக்கக் குரல் கொடுத்தான்.

"நான் நான் பேசணும்"

அவனது சமூகப் பூர்வீகம் பற்றி யாரும் விசாரிக்கவில்லை.

"குறுநில உடைமையாளர்களாகிய நாங்கள்ஞ்" என்று பேச்சைத் தொடங்கி தவறாது ஒலிக்கும் கைத்தட்டலைக் கேட்பதற்காக நிறுத்தினான். அப்படி எதுமில்லை.

அவன் இன்னும் சத்தமாகச் சொன்னான்:

"நாங்கள் குறுநில உடைமையாளர்கள்ஞ் அதுபற்றியோ, இதுபற்றியோ எங்களுக்கு அதிகம் தெரியாது. ஆனால் ஒன்று தெரியும். ஓடுகளும் ஆணிகளும் மாவட்ட நகரத்துக்குக் கிடைக்கின்றன. அவை கிராமங்களுக்கு வந்து சேருவதில்லை. அப்புறம் மக்கள்..."

கூட்டத்தில் நிலவிய சவ அமைதி அவனை நிறுத்தச் செய்தது. தலைவர் சொன்னார்.

"இது வானவியல் அறிஞர்களுக்கான மகாசபை. நீங்கள் எங்களில் ஒருவரில்லையென்று தெரிகிறது. நீங்கள் யார்."

"நான் ஒரு விவசாயி."

"விவசாயியா, எங்கே உங்கள் கையைக் காட்டுங்கள்"

அவன் விளக்கு வெளிச்சத்தில் கைகளை நீட்டினான். அவற்றை எல்லாரும் தெளிவாகப் பார்க்க முடிந்தது. அவை வெள்ளையாக மென்மையான தோலுடன் இருந்தன. கடினமான மனுச

உழைப்புக்கான ரேகையே காணோம். வரவேற்புப் பணியாளர்கள் அவனை கூட்டத்திலிருந்து அகற்றினார்கள். வானில் நட்சத்திரக் கூட்டங்கள் இந்தக் காட்சியை அமைதியாகக் கவனித்துக் கொண்டிருந்தன. அவற்றின் குளிர்ந்த சுடர்கள் கண்ணைச் சிமிட்டின.

நீரோடையோரம் ஒரு வெள்ளை பெர்ச் மரம் வளர்கிறது. அதன் நிழலில் ஒரு மரவீடு நிற்கிறது. காற்றும் மழையும் கூரையில் துவாரமிட்டு ஈரத்தையும் அழுகலையும் பரப்பியிருந்தன. ஏக்கத்தினால் முன்னதாகவே வயசு முதிர்ந்துவிட்ட ஒரு பெண் தெருமேல் கண்வைத்து தன் கணவனின் வருகைக்காக வாசல்படியில் காத்திருக்கிறாள்.

கடைசியாக அவன் வீடு திரும்பும்போது மாறியிருக்கிறான். தலைமுடி வகிடெடுக்கப்பட்டிருக்கிறது. சூட்கேஸ் வைத்திருக்கிறான். அவள் அவனை நோக்கி ஓடுகிறாள். ஆனால் அவன் அவளைத் தழுவவில்லை. அகந்தையுடன் சொல்கிறான்:

"குறுநில உடைமையாளர்களாகிய நாங்கள்..."

●

1. பியர்ஜின்ட் (Peer Gynt) : நார்வே தேசத்து நாட்டுப்புற இலக்கியத்தில் காணும் ஒரு நாடோடிக் கவிஞன். 'நேர்வழியைவிட்டு விலகி சுற்றுவழியே போ' என்ற அறிவுரையை ஏற்று, வீட்டைவிட்டு வெளியேறி உலகம் சுற்றும் வாலிபனாகவும் பெரிய முதலாளியாகவும் மாறிவிடுகிறான். இந்தச் சீரழிவிலிருந்து அவனை மீட்டெடுக்கிறான். பொறுமையுடன் காத்திருக்கும் அவன் மனைவி 'என் வாழ்வையெல்லாம் அழகுசெய்தவன் நீதானே' என்று அவனை மீண்டும் அடைகிறாள். அவனது ஆயுள் நீட்டிக்கப்படுகிறது. ஹென்ரிக் இப்சன் எழுதிய 'பியர் ஜின்ட்' நாடகம் புகழ்பெற்றது.

2. லியோன் காவாலோ (Leon Cavallo 1858-1919) : இத்தாலிய இசை நாடகாசிரியர். 1892ம் வருடம் இத்தாலியின் மிலன்நகரில் அரங்கேறிய இவரது 'பாக்லியாக்கி' (Pagliacci) இசை நாடகம் இன்றுவரை புகழ்பெற்று விளங்குகிறது. ஒரு கோமாளி, பொறாமையால் தன் மனைவியையும் அவள் காதலனையும் கொலை செய்வதுதான் நாடகத்தின் கதை.

முதியோர் இல்லத்திலிருந்து கடிதம்

இன்றைக்கென்னமோ எங்கள் முதியோர் இல்லம் அசல் தேன்கூட்டைப் போலவே மும்முரமாக இயங்கிக் கொண்டிருக்கிறது. அவர்கள் என்னை கீழ்த்தளத்துக்குக் கொண்டுவந்தபோது எங்கள் சாப்பாட்டு அறைச்சுவரில் 'மின்னல்' பத்திரிகையின் புது இதழ் தொங்கிக்கொண்டிருப்பதைக் கவனித்தேன். அதன் தாக்குதலுக்கு இலக்கு யார் என்று உங்களால் கற்பனை செய்து பார்க்க முடியுமா. எங்கள் செயலாளரேதான். தோழர் குளுஸ். எங்களுக்கு மூச்சே போய்விட்டது. ஏனென்றால் தோழர் குளுஸ் எழுபது வயதுவாக்கில் உள்ள இளைஞராக இருந்தாலும் கடந்த ஐந்து வருடமாக எங்களை இரும்புக்கரம் கொண்டு ஆண்டு வருகிறார். எங்கள்முறை வருவதற்குமுன்பே அகாலத்தில் சாகத் தயாராக இருக்கணுமென்று புரட்சி ஆண்டு விழாவில் ஒரு முழக்கத்தை முன்வைத்ததே அவர்தான். இப்போதுகூட யாராவது ஒரு கிண்ணம் கஞ்சியை ரகசியமாக விருந்தளித்தால் மூச்சுக்காட்டாமல் ஏற்றுக்கொள்வார். அதுக்குமேல் எதுவுமில்லை. ஒரு தட்டு கஞ்சிக்காக அவர் எதுவும் செய்யத் தயாராக இருப்பதாக சனங்கள் பேசிக் கொள்கிறார்கள்.

1952ம் வருடம் ஒரு சிறப்பு ஞாபகார்த்தக் கூட்டத்தில் எங்களுடனிருக்கும் அறுதச் செவிடான பைஸ் நல்லெண்ணத்தில் முழங்கினார்.

"ஆண்டவரே எங்கள் ஜார் நிகொலாயைக் காப்பாற்றும்."

இந்தச் சம்பவத்திலிருந்து குளுஸ் சில முடிவுகளுக்கு வந்தார். என்ன நடந்ததென்று எங்களுக்குச் சரியாகத் தெரியாது. ஆனால் ரெண்டு

வேற்றாள்கள் வந்து எங்களுடனிருக்கும் பைஸின் பல்செட்கள் மீது சீல் வைத்துவிட்டார்கள். அவற்றை தோழர் குளூஸ் படுக்கையோர மேசைமேல் விட்டு வைத்திருந்தார். பைஸின் கதி என்னவாயிற்று என்று இன்றுவரை தெரியாது, பல்செட்கள் மீது சீல் இன்னும் அப்படியே இருக்கிறது.

குறிப்பாக ஏற்கெனவே ஒரு மாதிரி வாழ்க்கை வாழ்ந்தவர்களுக்கு குளூஸைக் கண்டால் பயம். உதாரணத்துக்கு கட்சிக்காரர்களால் காயம்பட்ட வயசான பாக்-பாஸின்ஸ்கி போருக்கு முந்திய ஆட்சியை எதிர்த்த காரணத்துக்காகத்தான் கர்னல் பெக் தன்னைக் காயப்படுத்தியதாக தகவல் பதிவுக்கான கேள்விப் படிவத்தில் குறிப்பிட வேண்டியதாயிற்று. ஒருமுறை நாங்கள் ஸ்வீடிஷ் உடற்பயிற்சிக்காகக் கூடிய கூட்டத்தில் வைத்து எங்களில் ஒருவரான காக்ஸ்காவை கண்டனம் செய்து பேசிவிட்டார் குளூஸ். இதைத் தாங்கமுடியாமல் மனசு உடைந்துபோன காக்ஸ்கா தன் தாடியை ரத்தச் சிவப்பாகச் சாயமடித்துக் கொண்டார். அப்புறம் எங்கள் செல்வி தோகாவையே எடுத்துக் கொள்ளுங்களேன் எங்களுக்குத் தெரிந்தவரை வழக்கமாக முடியில் பின்னல்தான் போட்டிருப்பாள். பின்னல் சீனர்களைக் கிண்டல் செய்யும் உத்தியாக இருக்கிறதே. மக்கள் சீனத்தையல்லவா கிண்டல் செய்கிறான் என்று தோழர் குளூஸ் திடீரென்று கண்டுபிடித்துவிட்டார். செல்வி நோகா தன்னை காப்பாற்றிக்கொள்ளவேண்டி மே தின முழக்கத்துடன் கொடியை பின்ன ஒப்புக்கொள்ளும்படி ஆயிற்று.

என் சொந்த அனுபவம் சற்றுச் சிக்கல் நிறைந்தது. எனக்கு பெலலைகா வாசிக்கத் தெரியும் என்பதால் தோழர் குளூஸ் என்னை, எங்கள் மிட்ஷுரின் வட்டத்துக்குத் தலைவராக்கிவிட்டார். அதில்கூட ரெம்ப மோசமில்லை. ஏனென்றால் அது என்னை எல்லா தடை தாண்டும் ஓட்டங்களிலிருந்தும் தப்பிக்க வைத்துவிட்டது. ஆனால் ஒரு சந்தர்ப்பத்தில் எங்களுக்கு ஆய்வு நடந்தபோது நான் ரெண்டு ராத்தல் ஈயக்குண்டுகளை விழுங்கவேண்டியிருந்தது. வறண்ட செயற்கையான சூழலில் தனிவகை கருநீல பெரிமரங்களை எப்படி எங்களால் வளர்க்க முடிந்தது என்பதை நிரூபிக்கவே அப்படிச் செய்ய வேண்டியதாயிற்று.

அன்றைக்கு நடந்தது எங்கள் எல்லோருக்கும் நினைவிருக்கிறது. மேரி எட்டுவல் துரதிர்ஷ்டவசமாக தன் கைப்பையை கீழே போட்டுவிட்டாள். அதிலிருந்து சிறு பவுடர் டப்பா வெளியே

விழுந்துவிட்டது. மேரி எட்டுவலுக்கு தோழர் குளூஸின் வயதிருக்கும். அதனால் சிறிது பொறுமையுடன் நடத்துவதற்குத் தகுதியானவள்தான். ஆனால் தோழர் குளூஸ் எங்கள் எல்லாரையும் அவரவர் இடத்தில் வைப்பதற்கு இது ஒரு சந்தர்ப்பம் என்று தீர்மானித்தார். அதன் விளைவு, நாங்கள் எல்லோரும் கோமல்கா ஆதரவு கொண்டிருப்பதாக சந்தேகத்தக்குள்ளானோம். மேரி எட்டுவலைப் பொறுத்தமட்டில் அந்தச் சோதனையைத் தாண்டிவிட்டாள். அவள் குறுநில விவசாயிகளைப் பாராட்டி கவிதைகள் எழுதுமளவுக்குப் போய்விட்டாள். அவளது கவிதைகளில் ஒன்றை நான் எங்கேயோ வைத்திருக்கவேண்டும். ஏனென்றால் குளூஸ் அதை மனப்பாடம் செய்யுமாறு எங்கள் எல்லாருக்கும் உத்தரவிட்டிருந்தார். இப்போது அது எங்கயோ போயிற்று. ஆமாம். இதோ இங்கே இருக்கிறது.

“குறுநில உழவா செவிகொடு இங்கே - காலக்
கொடுமையில் தொலைந்த தலைவிதி எங்கே
வறுமையில் வாடும் உன்நிலம் தரிசு - ஆனால்
அறுவடை செய்து அளிக்கணும் பரிசு”.

அருமையான கவிதை, இல்லையா.

தோழர் குளூஸைப் பற்றி என்னால் ஏராளமான கதைகள் சொல்ல முடியும். ஒரு தடவை பயங்கரப் புயல் வீசியது. எங்களுடன் இருந்த ட்ரான் இதென்ன இதைவிட மோசமான புயலை 1880ம் வருசமே பார்த்தாயிற்று என்று ஊதித் தள்ளிவிட்டார். உடனே அவர் ஒரு அதிருப்தி நோய்பிடித்தவர் என்றும் பழமைவிரும்பி என்றும் தோழர் குளூஸ் உடனே குற்றம்சாட்டினார். நான் உங்களுக்கு ஒன்று சொல்லவேண்டும். குளூஸ்கூட ஈரல் நோயால் அவதிப்படுகிறார். அது ‘ஏகாதிபத்தியத்தின் பாழாய்ப்போன பரம்பரைச் சொத்து’ என்று தவறாமல் குறிப்பிடுவார். இன்னொரு சந்தர்ப்பத்தில் அதிகாரிகளுக்கு எழுதப்பட்ட மனுவில் எங்களையெல்லாம் கையெழுத்துப் போடவைத்தார். எங்கள் நிறுவனத்தை இனிமேல் வெறுமனே ‘முதியோர் இல்லம்‘ என்று அழைக்கக் கூடாது. ‘முதியோருக்கான வோல்கா இல்லம்‘ என்று பெயர் மாற்றணும் என்பதே கோரிக்கை.

இப்போது தோழர் குளூஸ் எப்பேர்ப்பட்ட மனுசன் என்று நீங்கள் ஒரு கணிப்புக்கு வந்திருப்பீர்கள். எனவே நாங்கள்

அவருக்காக ஏன் பயப்படுகிறோம். என்று அவருடைய வழிமுறைகள் விமர்சனத்துக் குள்ளான செய்தியை அறிய எங்களுக்கு எப்படி இருந்திருக்கும் என்பதையும் நன்றாகப் புரிந்துகொள்ளலாம். 'மின்னல்' பத்திரிகையின் பிரதியை எங்கள் கண்ணால் பார்ப்பதற்காக அதைச்சுற்றி கூட்டம் கூடிவிட்டோம். உண்மையில் அந்தப் பக்கத்தின் கீழே இடதுமூலையில் ஒரு பத்தியில் தோழர் குளுஸ் ராத்திரியில் பலமாகக் குறட்டைவிடுவதாகக் குறிப்பிட்டிருந்தது. ஆமாம் அதுதான் அங்கே சொல்லியிருந்த செய்தி... காலம் மாறிப் போச்சு.

●

---

1. ஜார் நிகொலாய் (Tsar Nicolai 1868-1918) ரஷ்யாவின் கடைசி ஜார் மன்னர் நிக்கொலஸ். *1917* புரட்சிக்குப் பிறகு குடும்பத்துடன் நாடு கடத்தப்பட்டார். அடுத்த வருடம் அனைவருமே கொலை செய்யப்பட்டார்கள்.

2. கோமல்கா (Wladyslaw Gomulka 1905-1982) போலந்து கம்யூனிச இயக்கத் தலைவர். சாதாரண தொழிலாளியாக இருந்து, படிப்படியாக உயர்ந்து ஆட்சியதிகாரத்தைக் கைப்பற்றினார். ஸ்டாலினின் களையெடுப்பால் பதவியிழந்து சிறைக்குப் போனார். ஸ்டாலின் மறைந்த பிறகு மறுபடியும் ஆட்சிக்கு வந்தார்.

கடைசி வீரன்

ரகசியமும் முக்கியத்துவமும் கூடிய ஒரு உணர்வு பன்னியைச் சூழ்ந்தது. அவனை அறிந்தவர்கள் சிலருக்குக் கொஞ்சம் தெரியும். ஆனால் ரெம்பச் சொற்பமானவர்களுக்கே எல்லாம் தெரியும். பன்னியின் மனைவி அம்மா பாட்டி இவர்களுக்கு மட்டும்தான் சகலமும் தெரியும். மற்றவர்கள் அதாவது சொந்தக்காரர்கள் ஏன் அவன் குழந்தைகள்கூட மண்டையைக் குடைந்துகொள்ள வேண்டியதுதான்.

ஒவ்வொரு நாள் ராத்திரியும் குழந்தைகள் தூங்கப்போன பிறகு பன்னி செருப்புக் காலுடன் விளக்கருகே உட்கார்ந்திருப்பான். கையில் செய்திப் பத்திரிகை இருக்கும். அவனருகே மனைவி மண்டியிட்டிருப்பாள். கணவனது முட்டியில் தலையைப் பதித்தபடி அவனது கண்களை உற்றுப் பார்த்து குசுகுசுப்பாள்.

"நல்லதுக்குத்தான் சொல்றென், பன்னி எச்சரிக்கையாயிருக்கணும்."

கன்றுக்குட்டிக் கால் சூப் என்றால் பன்னி அந்த இடத்தில் நிற்கமாட்டான். அப்படித்தான் இந்த ஆட்சியையும் அவனால் சகித்துக்கொள்ளவே முடியவில்லை.

பன்னி ஒரு கதாநாயகன்தான்.

சிலசமயம் பிரகாசமான முகத்துடன் ஆனால் மௌனமாக வீட்டுக்கு வருவான். அவனுக்கு மிக நெருக்கமானவர்கள் மட்டுமே அறிவார்கள். அவன் நினைத்தால், அவனால் முடியுமானால் அவர்களுக்குச் சொல்ல அவனிடம் சங்கதிகள் ஏராளம் இருக்குமென்று. சாயங்காலம் அவன் மனைவி பயந்தபடி வெளிப்படையான ரசனையுடன் கேட்கிறாள்.

“மறுபடியுமா.”

பன்னி தலையைச் சொறிந்தபடி புஜங்களை வலுவுடன் நீட்டுகிறான். முழுத்தோற்றமும் ஆண்மைமிக்க வலிமையை வெளிப்படுத்தி நிற்கிறது.

தனது முரட்டுத் துணிச்சலைக்கண்டு தானே ஆச்சரியமடைந்தவளாக மனைவி கேட்கிறாள்:

“எங்க.”

பன்னி எழுந்து கதவுப்பக்கம் போகிறான். அதை பட்டென்று திறந்து யாரும் பின்னால் ஒளிந்திருந்து கவனிக்கிறார்களா என்று உறுதிப்படுத்திக் கொள்கிறான். திரைச்சீலைகளைச் சோதனையிடுகிறான். பிறகு தாழ்ந்த குரலில் பதில் சொல்கிறான்.

“வழக்கமான எடந்தான்.”

மனைவி சொல்கிறாள்:

“நீ.”

அந்தச் சின்ன வார்த்தையில் எல்லாம் விளங்கிவிடும்.

ஏற்கெனவே சொன்னபடி பன்னிக்கு நண்பர்கள் மத்தியில் ஒருமாதிரி தெளிவில்லாத ஆனால் பரபரப்பான புகழ் உண்டு.

“பன்னி எச்சரிக்கையாருக்கணும்...”

“பன்னிக்கு ஏதாச்சும் ஆபத்தா...”

“அவங்க எங்க ஒதுங்கிக்கிறணும்னு பன்னி அவங்களுக்குக் காட்டீருவான்.”

அம்மாவுக்கு அவனைப்பற்றி கவலை. கவலையிருந்தாலும் பெருமையாகவும் இருக்கும். அவள் எப்போதுமே அவனை ‘என்னோட மகன்’ என்று சொல்லுவாள். அவன் பாட்டி நிமிர்ந்த கிழவி, ஒண்டியாக வசிக்கிறவள். அவளுக்கு ஒரே பெருமை. அவள் எப்போதுமே பயத்தையோ கவலையையோகூட காட்டிக் கொள்வதில்லை. தன் மகளிடம் அதாவது, பன்னியின் அம்மாவிடம் சொல்லுவாள்.

“நம்ம வயசுல எல்லாம் வந்தது வரட்டும்னு துணிஞ்சுதான் செய்யணும். நம்ம லட்சியம் நிறைவேறுறதுக்கு பயமில்லாத ஆளுகதான் தேவை. இப்ப யுஸ்டேஸ் உயிரோட இருந்தா அவனும் பன்னி செய்றதத்தான் செஞ்சிருப்பான்.”

தன் கொள்ளுப்பேரன் பேத்திகளுடன் பேசிக்கொண்டிருக்கும்போது சொல்லுவாள்:

"இவங்கள மாதிரி ஒங்கப்பா இருக்காருன்னு நீங்கெல்லாம் பெருமப்படணும்."

இறகுகள் அணிந்த தொப்பிகளுடன் ஒரு சமவெளியைக் கடந்து குதிரைகளில் பாய்ந்துசெல்லும் வீரர்களின் படங்களை அவர்களுக்குக் காட்டுவாள்.

"இப்படித்தான் ஒங்கப்பாவும் பறந்து போவாரு. அவரு ஒடஞ்சு போயிறல."

அந்த நேரம் பன்னி ஒரு பொதுக் கழிப்பிடத்துக்குள் நுழைகிறான். எச்சரிக்கையாக பின்னால் கதவைச் சாத்திக்கொள்கிறான். அவனது பிரகாசமான கண்கள் அந்தச் சிற்றறையை ஆராய்கின்றன. தனியாகத்தான் இருக்கிறோமா மின்னல் வேகத்தில் பென்சிலை பையிலிருந்து எடுத்து சுவரில் எழுதுகிறான்.

"கம்யூனிசம் ஒழிக."

பட்டென்று கழிப்பிடத்தை விட்டு வெளியேறி வழியில்வரும் வாடகைக் காரிலோ குதிரை வண்டியிலோ தாவி ஏறிக் கொள்கிறான். வண்டி அவன் வீட்டை நோக்கிப் போகவில்லை. கீழே இறங்கி சுற்றுப்பாதையில் வீட்டுக்கு நடக்கிறான். சாயங்காலம் மனைவி வெட்கத்தில் கேட்கிறாள்.

"மறுபடியுமா."

பன்னி, ரெம்ப நாளாகவே இந்த மாதிரிதான் செய்து கொண்டிருக்கிறான். இந்த ஆபத்தான பிழைப்பு அவன் நரம்புகளைப் பாதித்து தூக்கத்தைக் கெடுக்கும் நோய் வந்துவிட்டது. ஆனாலும் அவன் விடப்போவதில்லை.

அவன் எச்சரிக்கையானவன். எப்போதும் தன் கையெழுத்தை மாற்றிக் கொள்வான். அவ்வப்போது தன் மேலதிகாரியின் பேனாவையும் இரவல் வாங்கிக் கொள்வான்.

"பேனா எங்கருந்து வந்ததுன்னு மட்டும் கண்டுபுடிச்சாங்கன்னா... ஹா... ஹா ஹா"

தன் தலைமையதிகாரியின் அசௌகரியத்தையும் தன்னையோ, அவரையோ சித்திரவதை செய்யக்கூடியவர்களை திசை திருப்பிவிடும் தன் சாமர்த்தியத்தையும் நினைத்து அவன் கெட்டசகுனம்போல் சிரிப்பான். கொடுங்கோலர்கள்.

சிலசமயங்களில் ஆபத்து, பன்னியின் ரத்த நாளங்களை உறையச் செய்யும். முடிவு வந்துவிட்டதுபோல் தெரியும். ஒரு தடவை, உதாரணத் துக்கு, 'கத்தோலிக்கர்கள் அடிபணிய மாட்டார்கள்'

என்று அவன் சுவரில் எழுதிக் கொண்டிருக்கும்போது பலமாக கதவைத் தட்டும் சத்தம் கேட்டது. அவன் இருதயமே நின்றுவிடும் போலிருந்தது. உறுதியாகத் தெரிந்துவிட்டது அந்த ஆட்கள்தான் அவனைத் தேடி வந்திருக்கிறார்கள். அவசரம் அவசரமாக அந்த வாசகத்தை அழித்தான். தட்டும் சத்தம் தொடர்ந்தது. பென்சிலை விழுங்கிவிட்டு கதவைத் திறந்தான். வெளியே ஒரு தடியான மனுசன் சிவந்த முகத்துடன் நின்றிருந்தான். அவன் கையில் ஒரு சூட்கேஸ் தொங்கியது. அரசாங்க வழக்குரைஞராக இருக்குமோ ஒரு வார்த்தைகூட பேசாமல் அவன் பன்னியை ஓரமாகத் தள்ளிக்கொண்டு கழிப்பறைக்குள் நுழைந்து கதவைப் பூட்டிக்கொண்டான். பன்னிக்கு அந்தச் சம்பவம் மறக்கவில்லை...

அவன் கழிப்பறை ஊழியர்கள் எல்லாரையும் ரெம்பச் சந்தேகத்துடன் பார்த்தான். அவர்களில் ஒருத்தன் போலீஸ் உளவாளியாக இருந்தாலும் இருக்கும். யார் கண்டார்கள்.

பனிக்காலத்தில் ஒரு நாள் அவன் வழக்கமான போர்க்களத்தை நோக்கி வீரநடை போட்டுக்கொண்டிருந்தான். அப்போது எதிர்பாராத ஒரு காட்சியைப் பார்த்து விறைத்து, விலுவிலுத்து நின்றுவிட்டான். கழிப்பறையின் கதவு மூடப்பட்டிருந்தது. அதற்குக் குறுக்கே சாக்பீஸினால் ஒரு கொடூரமான அறிவிப்பு எழுதப்பட்டிருந்தது. சந்தேகமே இல்லை எதிரியின் கைவரிசைதான்.

'பழுதுபார்ப்புக்காக மூடப்பட்டுள்ளது.'

போர்க் குழப்பத்தில் வாளை இழந்த குதிரைப்படை வீரனைப்போல் பன்னி உணர்ந்தான்.

ஆனாலும் தொடர்ந்து போரிட முடிவு செய்தான். ரயில் நிலையத்துக்குப் போனான். அங்கே அவனது இலக்கை நோக்கி அதே திசையில் போர்வீரர்களின் அணியொன்று போய்க்கொண்டிருப்பதைப் பார்த்தான். அவனுக்குச் சந்தேகம் கிளம்பியது. ஆக அவர்கள் 'பழுதுபார்ப்புக்காக மூடப்பட்டுள்ளது' என்று நம்பிக்கைத்துரோகமாக தப்பிக்கும் தந்திரத்தைக் கையாண்டதுமில்லாமல் அவசரநிலையைப் பிரகடனப்படுத்தவும் தீர்மானித்துவிட்டார்கள். எல்லா பொதுக் கழிப்பிடங்களையும் துருப்புகள் வசப்படுத்திவிட்டதாக அவன் மனசுக்குப்பட்டது. ஆனால் அவர்களைக் காட்டிலும் அவன் கெட்டிக்காரன். எசகுபிசகான திட்டங்களிலிருந்தே அது தெரிந்தது அவர்களால் அவனைப் பிடிக்க முடியாது.

ஹோட்டல் போலனியா சமூகச் சிற்றுண்டி சாலை 'முதல்தர ருசியறிஞன்' உட்பட நகரத்தில் அவனது இலக்குகளான அனைத்துக்

கேந்திரங்களும் கைப்பற்றப்பட்டுவிட்டது நிச்சயம். வேறு இடங்களில் தாக்க முடிவு செய்தான். கடைசி வார்த்தை அவனுடையதாயிருக்கும்.

ஒரு ரயிலில் ஏறினான். முதல் ஸ்டேஷனிலேயே இறங்கிவிட்டான். கீழே பள்ளத்தாக்கில் தென்பட்ட எளிய குக்கிராமத்தை நோக்கி நடந்தான். முதல் வீட்டை அடைந்ததும் கழிப்பிடம் எங்கே இருக்கிறதென்று கேட்டான்.

அவர்களுக்கென்றால் ஆச்சரியம்.

“என்ன நாங்க காட்டுக்குள்ளதான் கொல்லைக்குப் போறது வழக்கம்“ என்று சொன்னார்கள்.

அடர்ந்த புதர்களுக்கிடையே இருள் பரவிக்கொண்டிருந்தது. நல்லபடியாக நடக்குமா என்று நினைத்தான். புதருக்குள் நுழைந்தான். அங்கே பனிப்பரப்பில் ஒரு குச்சினால் எழுதினான்:

“ஜெனரல் பிராங்க்கோ ஒங்களுக்கு வசமாக் குடுப்பாரு.”

அவன் வீடு திரும்பினான். குதிரை வீரனின் சிறகுகள் தனக்குப் பொருத்தமாக இருக்குமா என வியந்தபடி ராத்திரி கண்ணாடிக்கு முன்னால் ரொம்ப நேரம் நின்றிருந்தான்.

ஜெனரல் பிராங்கோ (Genaral Francisco Franco 1892-1975)
இருபதாம் நூற்றாண்டின் முப்பதுகளில் வலதுசாரிகளுக்குத் தலைமையேற்று இடதுசாரிகளை எதிர்த்துப் போரிட்டு ஸ்பெயின் நாட்டு ஆட்சியைக் கைப்பற்றிய தளபதி. அதனால் அவருக்கு மேலைநாடுகளின் ஆதரவு இருந்தது. ஆட்சியில் நிறைய எதிர்ப்புகள். நிரந்தரமாக பதவியைத் தக்கவைத்துக்கொள்ள ஏற்பாடு செய்துகொண்டார். கிறிஸ்தவ மதத்துக்கு ஆதரவும் அங்கீகாரமும் அளித்து ரோமன் கத்தோலிக்கர்களின் பாதுகாவலராக விளங்கினார்.

குதிரைகள்

குடும்ப விஷயமாக நோவி டார்க் நகரத்துக்குப் போயிருந்தேன். அங்கிருந்து ஒரு கடிதம் வந்திருந்தது. ஏகட்டுக்கு எழுத்துப் பிழைகள். நிச்சயமாக பேனாவையே பிடித்திராத கைதான் எழுதியிருக்கணும். முன்னப்பின்ன தெரியாத ஒரு புண்ணியவாளன் அதில் தகவல் கொடுத்திருந்தார். அரசு குதிரைப் பண்ணை இயக்குநருக்கு ஒரு செயலாளர் இருந்தாள். அவள் அவருக்கு மனைவி என்பது எல்லாருக்கும் தெரியும். அவள் உடலை அடக்கம் செய்ய இடம் வேணும் என்பதற்காக 1863ம் வருடத்திய போராளியான என் தாத்தாவின் சடலத்தை கல்லறைத் தோட்டத்தில் அவருக்கான நினைவிடத்திலிருந்து தோண்டியெடுத்து விட்டாராம். கடிதத்தில் கையெழுத்து இல்லை. இந்த விஷயத்தை எனக்குத் தெரிவிப்பதுகூட ஆபத்தானது என்று கடிதக்காரர் குறிப்பிட்டிருந்தார்.

ரெண்டு நாள் லீவு எடுத்துக்கொண்டு நோவி டார்க்குக்குப் போனேன். இதுக்கு முந்தி அந்த குட்டி நகரத்தை எட்டிப் பார்த்ததில்லை. போனதும் உள்ளூர் வெட்டியானின் வீட்டை தேடிக் கண்டுபிடித்தேன். அவன் வீட்டில் இல்லை. குதிரைக்கு லாடம் கட்டுவதற்காக கொஞ்ச நேரத்துக்கு முந்தித்தான் பட்டறைக்குப் போயிருப்பதாக அவன் மனைவி சொன்னாள். கல்லறைத் தோட்டச் சுவரோரம் கிடந்த பெஞ்சில் உட்கார்ந்து அவனுக்காக காத்திருக்க முடிவு செய்தேன். ஒருவழியாக அவன் வந்து சேர்ந்தான். நல்ல உயரம் கண்டிப்பான தோற்றம் ஒரு குதிரையை ஒரு மட்டக்குதிரையை முன்னால் நடக்கவிட்டுக்கொண்டு

வந்தான். அதன்மேல் பளபளக்கும் சேணம். புது லாடம். அடிக்கடி கல்லில் உரசும் போதெல்லாம் ஒலியெழுப்பியது. நான் வந்த காரணத்தை அறிந்ததும் அவன் ரெம்பத்தான் சிடுசிடுப்பானான். என்மீது ஒரு மோசமான பார்வையை வீசினான். அதைப்பற்றி தனக்கு ஒன்றும் தெரியாதென்று தலையைக் குலுக்கிவிட்டான். சுருக்கமாகப் பேசிவிட்டு திரும்பி கல்லறைத்தோட்டக் கதவுக்குப் பின்னால் மறைந்துவிட்டான்.

நகரமன்றத்துக்குப் போகத் தீர்மானித்தேன். அந்தக் கட்டடத்துக்கு முன்னால் மட்டக்குதிரையொன்று தூணில் கட்டியிருந்தது. மேயர் என்னை வரவேற்று என் கதையைக் கேட்டார். ஆனால் அது சம்பந்தமாக எதுவும் செய்யமுடியாதளவுக்கு ரெம்ப வேலையாக இருப்பதாகச் சொல்லி விட்டார். நான் அதையே வற்புறுத்தியபோது அவர் பேச்சு வேறுதினுசாக இருந்தது.

அவர் சொன்னார்.

“ஒங்களுக்குத் தெரியுமோ என்னமோ ஒங்க தாத்தாவோட சடலத்த எடுத்துட்டு கொரியக் கட்சிக்காரரு ஒருத்தரோட ஒடலவைக்கிறதுக்கு நகரக்கவுன்சில் தீர்மானம் போட்ருக்கு. அந்த ஒடல இங்க கொண்டுவாறதுக்கு பிரத்யேகமா திட்டம் போட்டுக்கிட்ருக்கொம். தீர்மானத்தோட அரசியல் நேர்மைய கேள்விக்குள்ளாக்கமாட்டீங்கன்னு நெனைக்கிறென்.”

ஊடுருவித் தேடும் பாவனையில் என்னை உற்றுப் பார்த்தார்.

கலவரமடைந்த மனசுடன் நகரமன்றத்தை விட்டுக் கிளம்பி நேரே மாவட்டக் கவுன்சில் அலுவலகத்துக்குப் போனேன். தலைவர் ஒரு சுறுசுறுப்பான இளைஞர். தெளிவான கண்கள் மேயருடன் நடந்த சங்கதியைச் சொன்னபோது அவர் கோபமாகக் குரல் கொடுத்தார்.

அவர் சொன்னார்.

“ஆமா, கீழ்மட்ட அதிகாரிக அளவில் இன்னும் எவ்வளவோ நல்லா செய்யலாம். ஆமா அது ஒங்க தாத்தாவா இந்த வெவகாரத்தப் பத்தி கொஞ்சம் கேள்விப்பட்ருக்கென். அதுக்கு ஒரு வழி பண்ணுறதுக்கு முயற்சி செய்வொம். ஆனா..”

“ஆனா என்ன..”

“அதுக்குக் கொஞ்சம் காலமாகும்“

அந்தச் சமயத்தில் அலுவலக வாசலுக்குப் பின்புறமிருந்து ஒரு மட்டக்குதிரையின் பலமான உற்சாகக் கனைப்பை கேட்க முடிந்தது.

தலைவரின் கண்கள் ஒருமாதிரி கவலையில் பறவையாடியது. என் இருதயத்தை கெட்ட சகுனம் சில்லெனப் பற்றிக்கொண்டது. நான் திரும்பி ஓட்டம் பிடித்தேன்.

வெட்டியானும் அவனது மட்டக்குதிரையும் நகர மன்றத்துக்கு வெளியே ஒரு மட்டக்குதிரை. மாவட்டக் கவுன்சிலுக்குள் கனைப்பொலி. என் தாத்தாவின் சடல விவகாரத்தை விசாரிக்கப் போக நான் ஒவ்வொரு முறையும் சந்தித்த எதிர்ப்புகளுடன் மட்டக்குதிரைகளை இணைத்துப் பார்க்க ஆரம்பித்தேன். அந்த சின்னக் குதிரைகளின் இனத்துக்கும் சட்ட மீறல்களுக்கும் ஏதோ ஒருவகையான சொந்தம் இருக்கணும். இந்த மர்மத்தைப் பற்றிய சிந்தனையில் மூழ்கியவனாக தேசிய ஒருமைப்பாட்டு முன்னணி அலுவலகத்தை நோக்கி நடந்தேன். கட்டிடத்தை அடைந்ததும் வாசலுக்கு வெளியே ரெண்டு அழகான மட்டக்குதிரைகள் ஒரு வண்டியை இழுத்து வருவதைக் கவனித்தேன். மெதுவாகப் பின்வாங்கினேன்.

விரைவிலேயே கண்டுபிடித்துவிட்டேன். உள்ளூர் அரசு வழக்குரைஞரின் குழந்தைகள் மட்டக்குதிரைகளில்தான் பள்ளிக்கூடம் போகிறார்கள். விவசாய சுய சேவை நிறுவனத் தலைவரது தோட்டத்தைச் சுற்றியுள்ள சுவரைத் தாண்டி நோட்டமிட்டபோது சிறுசிறு குளம்புத்தடங்கள் தெளிவாகத் தெரிந்தன. போராளிகள் சங்கத் தலைவரும் சாப்பாட்டுக் கடை மேனேஜருங்கூட. மட்டக்குதிரைகள் வைத்திருந்தார்கள். இதுக்கெல்லாம் என்ன அர்த்தம். தோல்வியடைந்தவனாக ரயில் நிலையத்துக்குப் போனேன். வெளியே ஒரு போலீஸ்காரர் எனது கடித வகையறாக்களை காட்டச் சொன்னார். அவரும் மட்டக்குதிரையில் சவாரி வைத்துக் கொண்டு போனார்.

கொஞ்ச நாள் கழித்து ஒரு பத்திரிகைச் செய்தி என் கண்ணில்பட்டது.

"நோவி டார்க்கில் உள்ள அரசு குதிரைப் பண்ணை இயக்குநர்மீது ஒழுங்கு நடவடிக்கை எடுத்ததுமில்லாமல் அவரை டெப்ளினுக்கு மாற்றி விட்டார்கள். அவரது நடவடிக்கைகளை புலன் விசாரணை செய்வதற்காக நோவி டார்க்குக்கு வந்த ஆய்வாளர்களுக்கு அவர் மட்டக்குதிரைகளை லஞ்சமாகக் கொடுக்க முயன்றாராம்."

சில வாரங்களுக்குப் பிறகு டெப்ளினிலிருந்து சேதி வந்தது. முன்னாள் விபச்சாரியும் அரசு குதிரைப் பண்ணை இயக்குநரின்

பாட்டியுமான பெண்ணுக்கு இடம் கொடுப்பதற்காக பெண்களின் வாக்குரிமைக்காகப் போராடிய எனது வயதான பாட்டியை முதியோர் இல்லத்திலிருந்து தூக்கியெறிந்துவிட்டார்களாம்.

நான் டெப்ளினுக்குப் போனேன். முதியோர் இல்லத்தின் கதவைத் தட்டியபோது ஒரு குள்ளன் வந்து திறந்தான். அவன் கையில் பார வண்டியிழுக்கும் ஒரு பெரிய சாதிக் குதிரையின் கடிவாளம் இருந்தது.

கவிதை

பயிற்சி நோட்டுப் புஸ்தகங்களை எடுத்துக்கொள்ளுமாறு உத்தரவிட்டாள் வாத்தியாரம்மா. முதல் வரிசையில் உட்கார்ந்திருந்த குட்டி ஹெலன் உடனே கீழ்ப்படிந்தாள். அவள் எப்போதுமே முன்மாதிரியான மாணவி. தன் பெட்டியிலிருந்து செங்கல் நிறத்தில் அட்டைகொண்ட புத்தம்புது பயிற்சி நோட்டுப் புஸ்தகத்தை எடுத்து சாய்வு மேசைமேல் வைத்தாள். அவள் குண்டுமில்லை, ஒல்லியுமில்லை. ஒரு கீழ்ப்படிதலுள்ள குழந்தை எப்படி இருக்கணுமோ அப்படி இருந்தாள். சண்டித்தனம் பண்ணாமல் ராத்திரியில் சத்தான சாப்பாடு சாப்பிடும் சிறுமியைப்போல. அவள் தலைமுடி கச்சிதமாகப் பின்னியிருக்கும். கட்டுப்படாமல் ஒழுங்கற்று அலையும் மயிர்ப் பிசிறுகள் என்ற பேச்சுக்கே இடமில்லை. காலுறைகளை நன்றாக இழுத்து அணிந்திருப்பாள். ஷூக்கள் சுத்தமாக இருக்கும். வீடு திரும்பும்போது வேண்டுமென்றே சேறுசகதியில் ஒருபோதும் கால் வைக்கமாட்டாள் இந்தப் பெண் என்பது ஒருமுறை பார்த்த மாத்திரத்திலேயே தெரியும். சே சே அப்பேர்ப்பட்ட பெண்ணல்ல.

வாத்தியாரம்மா கரும்பலகையில் எழுதிய கடைசி வார்த்தைக்கு அடுத்து முற்றுப்புள்ளி வைத்துவிட்டு, குழந்தைகளுக்கு கவிதை என்பதன் பொருளை விளக்க ஆரம்பித்தாள். கடைசியில் முடியும் வார்த்தைகளைப் பார்க்கணும். முடிவில் வார்த்தைகள் ஒரே சந்தத்தில் ஒலித்தால் அவர்கள் வாசிப்பது கவிதை. வாத்தியாரம்மா உதாரணங்கள் சொன்னாள். நாள்... வாள்... மழை... தழை... மேசை... ஆசை... அடுத்த சில நிமிசங்களில் வாத்தியாரம்மா சொன்ன வார்த்தைகளின் சந்தத்துக்குப் பொருத்தமான கவிதை

வார்த்தைகளை குழந்தைகள் கண்டுபிடித்துச் சொன்னார்கள். எல்லாருக்கும் முன்மாதிரி மாணவி ஹெலன் தன்னையும் மிஞ் சிவிட்டாள். வாத்தியாரம்மா ‘கால்’ என்று சொன்னதுமே ‘வால்’ என்று சொன்னாள். பாடம் பாதிதான் நடந்திருக்கிறது. அதுக்குள் புதுசாகக் கொஞ்சம் கற்றுக் கொண்டுவிட்ட சந்தோசத்தில் அவளது நீலக்கண்கள் பளிச்சிட்டன. இருந்தாலும் பொடியன் பில்லியால் அங்கே சற்று குழப்பம் வந்து சேர்ந்தது. வாத்தியாரம்மா சொன்ன ‘பனி’க்குப் பொருத்தமாக ‘கனி’ மாதிரி ஏதாவது விதிகளின்படி சொல்லாமல், ‘புல்லாங்குழல்’ என்று உரக்கச் சொல்லிவிட்டார். எல்லாருக்கும் ஆச்சரியம். வாத்தியாரம்மா அவனைத் திட்டினாள். ஆனாலும் அவன் பிடிவாதமாக இருந்தான். சிரத்தையாக முகத்தை வைத்துக்கொண்டு மறுபடியும் மறுபடியும் ‘புல்லாங்குழல்’ என்றே ஒப்பித்தான். அதைச் சொல்லும்போது பார்க்க ரெம்ப வேடிக்கையாக இருந்தது. ஏனென்றால் அவன் தலைமுடிவேறு பிரஷ் மாதிரி வணங்காமல் நட்டுக்கு நின்றது.

கொஞ்சநேரம் கழித்து வாத்தியாரம்மா சொன்னாள்:

“கொழந்தைகளே இப்ப கவிதைன்னா என்னன்னு ஒங்களுக்குத் தெரிஞ்சிருக்கும். கரும்பலகையில் ஒரு பெரிய கவிஞரோட சின்னக் கவிதைய எழுதியிருக்கென். ஒங்க பயிற்சி நோட்டுப் புஸ்தகத்துல தெளிவா எடுத்தெழுதிக்கங்க. வீட்டுக்குப்போனதும் மனப்பாடம் செஞ்சிருங்க”

ஹெலன் தாமதிக்காமல் தன் வேலையைத் தொடங்கிவிட்டாள். தாளில் கிறுக்கும் புதுப் பேனா முள்ளினால் பயிற்சி நோட்டுப் புஸ்தகத்தில் தெளிவாக அழகாக எழுதினாள்.

“சில்லென்று வீசியது இளங்காற்று

சிறகடித்து ஓய்ந்தது மலங்காற்று

காற்றின் தடத்தில் நடந்து வந்தேன்

காடு மலையைக் கடந்து வந்தேன்.”

பாடம் முடிந்து குழந்தைகள் பள்ளிக்கூடத்தை விட்டுக் கிளம்பினார்கள். ஹெலன் மிக எச்சரிக்கையாக தெருவில் தேங்கிக்கிடந்த நீர்க் குட்டைகளைத் தவிர்த்துக்கொண்டு நேரே வீட்டுக்குப் போனாள். அப்பாவுக்கும் அம்மாவுக்கும் முத்தம் கொடுத்தாள். சூப் குடித்தாள். கறியும் சாப்பாடும் சாப்பிட்டாள். ஒரு மணி நேரம் ஓய்வெடுத்தாள். அப்புறம் வீட்டுப் பாடத்தை ஆரம்பித்தாள். பயிற்சி நோட்டுப் புஸ்தகத்தை விரித்து வைத்தாள்.

அதில் ரெண்டு கவிதைகள் இருந்தன. ஒன்று கரும்பலகையிலிருந்து எடுத்தெழுதியது. 'சில்லென்று வீசியது இளங்காற்று...' அடுத்தது, அரசாங்க எழுதுபொருள் நிறுவனத்தால் பெரிய எழுத்துகளில் அச்சடித்தது.

"வாரம் ஒருமுறை குளித்திடுவோம் - உடல்

வாடையை அறவே ஒழித்திடுவோம்."

இதில் மனப்பாடம் செய்யவேண்டியது எது. பாவம் ஹெலன் எவ்வளவு கஷ்டப்பட்டு முயன்றும் நினைவுபடுத்த முடியவில்லை. ரெண்டுமே நல்ல கவிதைகள்தான். அதில் சந்தேகமே இருக்க முடியாது. ஒன்றில் 'இளங்காற்று', 'மலங்காற்று.' மற்றதில் 'குளித்திடுவோம்', 'ஒழித்திடுவோம்'

கடைசியில் ஒழுங்கான குழந்தை என்றமுறையிலும் எதையும் இடதுபுறமிருந்து வலதுபுறம் முறையாகச் செய்யணுமென்று கற்றுத் தரப்பட்டவள் என்றமுறையிலும் 'வாரம் ஒருமுறை குளித்திடுவோம்...' என்ற கவிதையை மனப்பாடம் செய்துவிட்டு அம்மாவுடன் உலாவப் போய்விட்டாள்.

அடுத்த நாள், பள்ளிக்கூடத்தில் கவிதையை ஒப்பிக்கச் சொன்னபோது அவள் உணர்வுபூர்வமாக ஒப்பித்தாள். ஆனால் அவளுக்கு வாழ்க்கையிலேயே பெரிய அதிர்ச்சியும் கவலையும் காத்திருந்தது. முதல்முறையாக. அவளுக்கு மதிப்பெண் ஏதும் கிடைக்கவில்லை. மீதிப் பாடம் வேறெதுவும் விசேஷமின்றி நடந்து முடிந்தது. பொடியன் பில்லி ஒன்றுமே கற்றுக்கொள்ளவில்லை என்ற விஷயம் ஏற்படுத்திய சலசலப்பைத் தவிர.

ஹெலனின் வாழ்க்கையில் அதுதான் மிக முக்கியமான திருப்பம் நேர்ந்த நாள் என்பதை யாரும் கவனிக்கவில்லை. அன்றைக்கு அவளது வாழ்க்கைப்போக்கு முற்றிலும் ஒரு பெரிய மாற்றத்துக்குள்ளானது. வீட்டுக்குப் போகும்வழியில் ஒரு கடையின் ஜன்னலில் அறிவிப்பை கவனித்தாள்.

"எளிதில் சுவைக்க மாக்ரோனி

இனிதே தருவார் நம் டோனி."

'மாக்ரோனி / டோனி' என்று திரும்பத்திரும்ப சொல்லிக்கொண்டே சந்தோசமாக நீர்க்குட்டைகளில கால்கள் நனைய நனைய நடந்தாள்.

வீட்டில் அவள் எல்லா பயிற்சி நோட்டுப் புஸ்தகங்களையும் எடுத்து கவனமாகப் புரட்டினாள். ஒவ்வொன்றிலும் ஒரு முழக்கம்

அச்சிடப்பட்டிருந்தது. சிலவற்றைத் தவிர மற்றவற்றில் எதுகை வார்த்தைகள் ஒலித்தன. உதாரணமாக, ஒன்றில் இந்த எளிய உத்தரவைப் பார்த்தாள்.

"சுத்தம் பேணுக நன்று."

வாத்தியாரம்மாவிடம் கற்றுக்கொண்டதை நினைவுப்படுத்திப் பார்த்து குழந்தைத்தனமாக கையெழுத்தில் இப்படிச் சேர்த்து எழுதினாள்:

"நித்தம் நடுவோம் கன்று."

சாயங்காலம் அவளுக்குக் கடுமையான காய்ச்சல்

அந்தக் குழந்தைதான் எப்படி மாறிவிட்டாள். இப்போதெல்லாம் என்ன கொடுத்தாலும் கீழ்ப்படிந்து சாப்பிடுவதில்லை. மனம்போன போக்கில் எதையாவது கேட்கிறாள். ஒரு நாள் புளிக்குழம்பு, அடுத்த நாள் காய்கறி அவியல் இன்னொரு நாள் ஹங்கேரி வகை கறிக்கூட்டு, அவளுக்குச் சாப்பாட்டில் எப்போதுமே திருப்தியில்லை. அவளோடு வாழ்க்கை கடினமானதாகிவிட்டது. தினமும் கதவை அடித்துச் சாத்திவிட்டு வெளியே கிளம்பி ஒரு உணவு விடுதிக்குப் போகிறாள். சீக்கிரம் தூங்கப் போகாமல் ராத்திரிவரை ஆண்டர்சனின் கதைகளையோ ஜான் மாமாவின் 'போலந்துக் கதைகள்' நூலையோ படிக்கிறாள். வீட்டுக்கு ஆட்கள் வந்தால் கண்ணியமாக 'குட்மார்னிங்' சொல்லாமல் கவிதையால் இப்படி வரவேற்கிறாள்:

"கொஞ்சமும் கடனாய்க் கேட்காதீர் - அதைக்

கொன்று பாடையில் தூக்காதீர்

நெஞ்சமும் கலங்கித் துடிக்காதீர்   அதை

நினைந்து கண்ணீர் வடிக்காதீர்."

ஹெலன் ஒரு கவிஞராக முடிவு செய்துவிட்டாள். தனது கவிதைகளுக்காக தனிப் புஸ்தகமே வைத்திருந்தாள்.

"நல்ல வழியை நாடிடுவோம்
நாளும் உடல் நலம் தேடிடுவோம்
வீரனுக் கென்றும் தோல்வியில்லை
வீழ்ச்சி என்ற கேள்வியில்லை
ஓட்டை உடைசலைப் பெற்றிடுவோம்
உயர்ந்த விலைக்கு விற்றிடுவோம்."

இப்படி பலப்பல கவிதைகள்.

பள்ளிக்கூடத்தில் அவளது மாற்றம் எல்லாருக்கும் பழகிப்போனது. ஆனால் பொடியன் பில்லியுடன் இன்னும் தொல்லைதான். அவன் எப்போதுமே எதையும் கற்றுக்கொள்ளவில்லை.

ஒரு பிரஜையின் கதி

நமக்குள் ஒளிவுமறைவு எதுக்கு. நாட்டின் தலைநகரத்திலுள்ள காலநிலையே கடலோடியில் கிடக்கும் இந்த ஊரிலும் இருக்கிறது. நகரத்தைப் போலவே இந்த மூலையிலும் வெவ்வேறு பருவம் மாறுகிறது. மழை பெய்கிறது. காற்றடிக்கிறது. பொழுது காய்கிறது. அந்தமட்டில் ரெண்டுக்கும் வித்தியாசம் பார்க்கவே முடியாது. இதைவிட ஆச்சரியமானது ஏன் பயங்கரமானது அதிகாரிகள் முன்வந்து செய்த காரியம். சூழ்நிலைகளை நன்றாகக் கணித்த முழு அறிவுடன் இந்த மூலையில் ஒரு வானிலை ஆராய்ச்சி நிலையம் அமைக்க முடிவுசெய்தார்கள். அது அப்படியொன்றும் பெரிய காரியமில்லை. நீண்ட சதுரத்தில் கொஞ்ச நிலம் சுற்றிலும் வெள்ளை நிறத்தில் வேலி. நடுவில் உயரமாக குச்சுக்கால்களுடன் ஒரு கருவிப் பெட்டி. அவ்வளவுதான்.

நிலையத்துக்கு அடுத்தாற்போல் மேனேஜரின் வீடு. கருவிகளைக் கவனித்துக் கொள்வதுடன் அறிக்கைகள் எழுதுவது அவர் வேலை. அதிகாரிகளிடம் யாராவது கேள்வி கேட்டால் முழிக்காமல் டக்கென்று பதில் சொல்லணுமில்லையா. அதுக்குத் தோதாக அறிக்கைகளை துல்லியமாக எழுதினார்.

அவர் ரெம்பவும் நேர்மையான இளைஞர். அறிக்கைகளை நல்ல தெளிவான கையெழுத்தில் உள்ளது உள்ளபடி எழுதுவார். மழை பெய்தால் எப்போது எவ்வளவு கனம் எவ்வளவு நேரம் என்று ஒவ்வொரு கோணத்திலிருந்தும் வர்ணிக்கும்வரை ஓயமாட்டார். பொழுது காய்கிறதா அதைப்பற்றி நன்றாகச் சிரமம் எடுத்து மிகச்சரியாக விவரிப்பார். கொஞ்சங்கூட பாரபட்சமற்றவர். அவருடைய சம்பளப் பணத்துக்காக சர்க்கார் கஷ்டப்பட்டு

சுலவோமிர் மிரோசெக்
தமிழில் : பூமணி

உழைப்பது அவருக்குத் தெரியும். அந்த மாதிரி தன் தொழிலிலும் நடந்துகொள்ளணுமென்று உணர்ந்திருந்தார். அவருக்கு வேலைப் பஞ்சமே கிடையாது. ஏனென்றால் அந்த மாவட்டத்தில் ஏதாவதொரு காலநிலை எப்போதும் இருந்துகொண்டிருக்கும்.

கோடை முடியும் சமயம். அடிக்கடி புயல் கிளம்பி மழையைக் கொண்டு வந்தது. அதைப்பற்றி அவர் உள்ளது உள்ளபடி விவரமாக அறிக்கை எழுதி தலைமை அலுவலகத்துக்கு அனுப்பினார். புயல்கள் தொடர்ந்தன.

ஒருநாள் அவருடைய நண்பர் வந்திருந்தார். நண்பரென்றால் சக ஊழியர். வயதான மனுசன். அனுபவசாலி. நடக்கிற வேலைகளை கவனித்துவிட்டு போகிறபோக்கில் சொன்னார்:

"ஒங்க அறிக்கையெல்லாம் எறங்குதசையிலேயே இருக்கு சாமி. அதத் தாண்டி கொஞ்சம் வித்தியாசமா இருந்தாலே ஆச்சர்யந்தான்"

மேனேஜர் திகைத்துப் போனார்.

"என்ன சொல்றீங்க. மழ கொட்டுறத கண்ணால பாத்துட்டுத்தான இருக்கீங்க."

"ஆமாமா எல்லாருந்தான் பாக்கலாம். ஆனா ஒண்ணு மட்டும் ஒங்களுக்குத் தெரிஞ்சிருக்கும். எந்தப் பிரச்சனையையும் நம்ம பிரக்ஞையோடயும் விஞ்ஞானபூர்வமாகவும் அணுகணும். எனக்கெதுக்கு வம்பு. ஏதோ நண்பராச்சேன்னு சொன்னென். மனசில வச்சுக்கங்க"

அந்த வயதான வானிலை ஆராய்ச்சியாளர் தன் மழைக்கால காலணிகளை மாட்டிக்கொண்டு புறப்பட்டார். தலையை இன்னும் ஆட்டியபடியே.

இளம் மானேஜர் தனிமையில் அறிக்கைகளை எழுத ஆரம்பித்தார். கண்கள் விசாரத்துடன் வானத்தை மேய்ந்தாலும் எழுதுவதை நிறுத்தவில்லை.

அந்தச் சமயத்தில் புறப்பட்டு வரச் சொல்லி பெரிய அதிகாரியிடமிருந்து உத்தரவு வந்தது. அவர் இதை எதிர்பார்க்கவில்லை பெரிய அதிகாரி யென்றால் உச்சியில் இருப்பவரல்ல. ஒரு குட்டி அதிகாரி.

மேனேஜர் குடையை எடுத்துக்கொண்டு நகரத்துக்குக் கிளம்பினார். அதிகாரி அவரை நல்லமுறையில் வரவேற்றார். அருமையான வீடு. கூரையில் மழை தாளமிட்டுக் கொண்டிருந்தது. அதிகாரி பிரஸ்தாபித்தார்.

“ஒங்கள வரச் சொன்னது எதுக்குத் தெரியுமா. ஒங்க அறிக்கை அத்தனையும் ஒருதலைப்பட்சமா இருக்கிறதப் பாத்தா ஆச்சரியமாருக்கு. கொஞ்சநாளாவே நம்பிக்க வறட்சி தூக்கலா தொனிக்குது. இப்ப அறுவட வரப்போகுது. நீங்க என்னன்னா மழையப் பத்திப் பேசிக்கிட்டிருக்கீங்க. ஒங்க வேல எவ்வளவு பொறுப்பானதுன்னு புரியலயா”

மேனேஜர் சொன்னார்.

“ஆனா மழை பெய்துக்கிட்ருக்குதே.”

அதிகாரி கோபத்துடன் பார்த்தார். அவருடைய முஷ்டி மேசை மேலிருந்த தாள் கற்றையில் ஒரு குத்துவிட்டது.

“நழுவுற வெவகாரம் மட்டும் நம்மகிட்ட வேணாம். ஒங்களோட சமீபத்திய அறிக்கையெல்லாம் இந்தா இருக்கு. அதுகள மறுக்கமுடியாது. நீங்க நல்ல ஊழியர்தான். ஆனா முதுகெலும்பு கெடையாது. ஒண்ணு தெரிஞ்சுக்கங்க. தோல்வி மனப்பான்மையிருக்கே அத எங்களால சகிச்சுக்கிற முடியாது”

பேட்டி முடிந்தது. மேனேஜர் குடையை கக்கத்தில் இடுக்கியபடி நிலையத்துக்குத் திரும்பினார். நல்லெண்ணத்தைக் காட்டும்வகையில் இப்படிச் செய்தும் உடம்பெல்லாம் மழையில் நனைந்து தடுமம் பிடித்துக் கொண்டது. மனுசன் படுத்த படுக்கையாகிவிட்டார். இருந்தாலும் இதுக்கு மழைதான் காரணம் என்பதை அவர் ஒத்துக்கொள்ள மறுத்தார்.

மறுநாள் காலநிலை கொஞ்சம் சீராகியது. அவருக்கு சந்தோசம் தாங்கவில்லை. உடனே அறிக்கை எழுதினார்:

“மழை சுத்தமாக வெறித்துவிட்டது. கொஞ்சநேரங்கூட கனமாகப் பெய்யவில்லை. இதை ஒத்துக்கொண்டாகணும் விட்டுவிட்டு தூறல் முணுமுணுப்புடன் சரி. இப்போது பொழுது என்னமாய் பிரகாசிக்கிறது.”

உண்மைதான். மேகங்களை உடைத்துக்கொண்டு பொழுது முகம் காட்டியிருந்தது. அதன் வெக்கையில் பூமி தகித்தது.

உற்சாகமாக பாட்டு முனக்கத்தில் வேலைகளைக் கவனித்தார் மேனேஜர். மதியத்துக்குப் பிறகு குளிர்ந்த காற்றின் விரட்டலில் மேகங்கள் மறுபடியும் கூடத் தொடங்கியிருந்தன. புளூ காய்ச்சல் வந்துவிடும் பயத்தில் வீட்டுக்குள் போய்விட்டார்.

அடுத்த அறிக்கை அனுப்பவேண்டிய நேரம் வந்தது. எழுத உட்கார்ந்தார்.

“பொழுது வழக்கம்போலவே காய்கிறது. அஸ்தமனம் என்பது ஒரு தோற்றந்தான் என்று ஏற்கெனவே கோபர்நிக்கஸ் நிரூபித்திருக்கிறார். உண்மையில், பொழுது எந்நேரமும் பிரகாசித்துக்கொண்டுதான் இருக்கிறது. ஆனால்”

இந்த இடத்தில் மனசுக்குள் சஞ்சலம். எழுதுவதை நிறுத்தினார். மின்னல் பளிச்சென வெட்டியது. சந்தரப்பவாதத்தை உதறிவிட்டு “17.00 மணி இடியுடன் கூடிய புயல்” என்று மட்டும் எழுதினார்.

அடுத்த நாள் இன்னுமொரு புயல் வீசியது. அதைப்பற்றி தகவல் கொடுத்தார். அதுக்கடுத்த நாள் புயலில்லை. ஆலங்கட்டி மழை கொட்டியது. அதையும் தெரிவித்தார்.

அவருக்குள் புதுசாக ஒரு அமைதி ஒரு நிம்மதிகூட நிலவியது. அதுவும் தபால்காரர் அடுத்த உத்தரவைக் கொண்டுவரும் வரைதான். இந்தத் தடவை உத்தரவு மத்திய அதிகாரியிடமிருந்து.

அவர் தலைநகரத்துக்குப் போய்த் திரும்பும்போது மனசில் எந்தச் சந்தேகமும் இல்லை. அப்புறம் அனேக நாட்களாக பொழுதுசாயும் பிரகாசமான காலநிலை பற்றியே எழுதினார். அவ்வப்போது அறிக்கைகள் இயங்கியல் தொனியில் அமைந்தன. உதாரணத்துக்கு ‘ஏகதேசம் பெய்த மழையால் சில இடங்களில் கொஞ்சம் வெள்ளப்பெருக்கு என்றாலும் மராமத்துப் பொறியாளர் படையினர் நிவாரணப் பணி வீரர்களின் போர்க்குணத்தை எதனாலும் உடைக்க முடியாது.’

அருமையான காலநிலை பற்றியே அறிக்கைகள் போய்க் கொண்டிருந்தன. அவற்றில் சில கவிதை நடையில் எழுதப்பட்டிருந்தன. என்றாலும் ரெண்டு மாதம் கழித்து அவர் அனுப்பிய அறிக்கையொன்று அதிகாரிகளுக்குப் புதிராக இருந்திருக்க வேண்டும். அறிக்கை இப்படி இருந்தது:

“பாழாய்ப் போன கடும்புயல்”

அதுக்குக் கீழே அவசரமான பென்சில் கிறுக்கல்.

“ஆனால் இந்தக் கிராமத்திலுள்ள விதவை பெற்ற ஆண் குழந்தை சுகமாக இருக்கிறது. அது இவ்வளவு நாள் பிழைத்துக் கிடக்குமென்று யாராவது நினைத்துப் பார்த்திருப்பார்களா.”

அவர்மீது விசாரணை நடந்தது. வானிலை ஆராய்ச்சிக் கருவிகளை விற்ற பணத்தில் சாராயம் வாங்கிக் குடித்துவிட்டு போதையிலிருந்தபோது அவர் இந்த அறிக்கையை எழுதியதாக விசாரணையில் புலனாகியது.

அதற்குப் பிறகு அந்த மாவட்டத்தில் எந்தத் தொந்தரவுமில்லாமல் பொழுது காய்ந்துகொண்டிருந்தது. லூர்து நகர் மாதா திருத்தலத்திலிருந்து கொண்டுவந்த அற்புத மணியை அடித்து மேகங்களை விரட்டும் முயற்சியில் வயல்களைச் சுற்றித் திரியும்போது மின்னல் தாக்கி இறந்துவிட்டார் அவர். அடிப்படையில் யோக்கியனாக இருந்த மனுசன் போய்விட்டார்.

●

லூர்து நகர் (Lourdes) : பிரான்ஸ் நாட்டிலுள்ள மிகப் பிரபலமான புண்ணியத்தலம். ஏசுவின் தாயான மேரி மாதா 1858ம் வருடம் இங்கே ஒரு இளம்பெண்ணுக்குக் காட்சியளித்ததாக கத்தோலிக்கர்கள் நம்புகிறார்கள். மேரி மாதாவின் அருளால் எண்ணற்ற அற்புதங்கள் நடக்கும் தலமென்று லட்சக்கணக்கான யாத்ரீகர்கள் வருடம் முழுவதும் வந்து போகிறார்கள். இங்குள்ள சுனையிலிருந்து கொண்டு வரப்படும் தீர்த்தம் அற்புத சக்தி வாய்ந்ததாகப் போற்றப்படுகிறது.

என் மாமாவின் கதைகள்

கொண்டாட்டந்தான். ஒருநாள் என் மைத்துனனுடன் சீட்டு விளையாடிக் கொண்டிருந்தேன். அதிர்ஷ்டம் என்பக்கம் இருந்தது. ஒவ்வொரு ஆட்டமாக மறுபடியும் மறுபடியும் அவன் தோற்றுப்போனான். தன் கடைசிப் பணத்தையும் என்னிடம் தள்ளியபோது அவன் அனல்மூச்சு விட்டபடி சொன்னான்:

"இதென்ன நாய்ப்பொழப்பு."

அந்த நேரம் பார்த்து கதவு திறந்துகொண்டது. ஒரு பெரிய செயின்ட் பெர்னார்ட் நாய் உள்ளே நுழைந்தது. அது ஆழ்ந்த கனத்த குரலில் கேட்டது:

"என்ன சமாச்சாரம்."

★

டிங்... டாங்... ரெம்ப வருசத்துக்கு முந்திய அந்த ஈஸ்டர் ஞாயிறை உங்களுக்கு நினைவிருக்காது. என்ன குதூகலமான நாள். தன் குருமார்களுடனும் மக்கள் கூட்டத்துடனும் பிஷப் வந்திருந்தார்... ஆனால் கோயில் மணிகளை அடித்தபோது ஒரு சத்தங்கூட வரவில்லை. நிஜமாகத்தான் சொல்கிறேன். அதாவது பாருங்கள். நகரத்தில் சில நாத்திகர்கள் இருந்தார்கள். அவர்கள் ரகசியமாக மணிகளைக் கழற்றிவிட்டு அதுக்குப் பதிலாக கம்பளித் தொப்பிகளை மாட்டி விட்டிருக்கிறார்கள். எனக்கு இந்த மாதிரியெல்லாம் யோசனை தோன்றியிருக்காது என்பதைச் சொல்லியாகணும்.

★

கொள்கைரீதியாகச் சரி. ஆக இவரால் குயிலைப்போல

கூவமுடியும் என்று சொல்கிறீர்களாக்கும். நல்லது. அப்படிச் செய்யமுடிகிற சிலரும் செய்யமுடியாத சிலரும் இருக்கத்தான் செய்கிறார்கள். ஆனால் இவரால் முடியும் என்கிறீர்கள். நல்லது, நல்லது.

★

எனக்கு நினைவிருக்கிறது. பள்ளிக்கூடத்தில் சார்லி என்று எனக்கொரு நண்பன் இருந்தான். உல்லாசமான பையன். ரெம்பத் திறமைசாலி. ரெம்பவும் திறமைசாலி. அற்புதமாகக் கணக்குப் போடுவான். தன் காதுகளை மட்டும் அசைப்பதில் கில்லாடி. தண்ணீரைப் போல் அபாரமாக ஒலியெழுப்புவான். முன் வரிசையில்தான் உட்காருவான். ஆனால் அவனை பின்னுக்குத் தள்ளிவிட்டார்கள். ஏனென்றால் எல்லா வாத்தியார்களும் கீல்வாதத்தால் அவதிப்பட ஆரம்பித்தார்கள். ஒருநாள் பௌதிக வகுப்பு நடந்துகொண்டிருந்தபோது வயதான ஸீக்ஸ்கோ சொன்னார்.

“சார்லி பாரமானிக்குப் பக்கத்துல உக்காராத. அதத் தடுக்கி வுட்ருவ.”

ஆனால் அதொன்றுமில்லை. சிலசமயம் நாங்கள் அவனிடம் கேட்கும்போது கூரைக்கு மேலே ஏறி சாக்கடைக்குக் கீழே கொளக் கொளக் என்று மெல்லிசாக ஓசையெழுப்பிக்கொண்டு மிதந்து இறங்குவான். இந்த மாதிரிதான் அவன் இருந்தான்.

★

இப்போது ஜெனரல் புலாஸ்கி அவர் ஒரு தலைவர். உங்களுக்குத் தெரியும்; நட்பு என்பது இன்றைக்கும் அரிதானதல்ல. அன்றைக்கு நான் தெருவில் நின்றிருந்தேன். கடுமையான குளிர் நல்ல குளிர்காலம் அது. ரெண்டு இளைஞர்கள் அந்த வழியாக நடந்துபோவதைக் கவனித்தேன். திடீரென்று ஒருத்தர் திரும்பி மற்றவனைத் தாக்கினான்... அப்புறம் தொடர்ந்து நடந்தார்கள். முதலாவது இளைஞன் தாக்கிக் கொண்டேயிருந்தான். தன் பற்கள் கிடுகிடுக்கும் நிலையிலும் மற்றவன் ஒரு வார்த்தை பேசவில்லை. கடைசியாக அவன் தன் வீங்கிய கண்களைத் துடைத்துக்கொண்டு கேட்டான்:

“சரி இப்ப ஒடம்பு சூடேறியிருக்கா.”

★

மங்களம் கல்யாணமும் வரவேற்பு நிகழ்ச்சியும் ரெம்பச் சிறப்பாக இருந்தது. மணமக்களுக்கு ஏராளமான பரிசுப் பொருள்கள் குவிந்தன. அவற்றில் ஒன்று ஆறு வால்வுகொண்ட ஒரு ரேடியோ செட். அவளது பால்ய சினேகிதன் பிராங்க் கொடுத்தது. அதை எல்லாரும்

ரசித்தார்கள். உடனே பிளக்கை மாட்டி பாடவைத்தார்கள். ஒலிபெருக்கியில் கேட்ட முதல் பாடல் "நீலநிற டான்யூப் நதி."

புதுத் தம்பதிகள் அவர்களது பெற்றோர்கள் விருந்தாளிகள் எல்லாரும் நீளமான மேசைக்கு முன்னால் ஆவலுடன் உட்கார்ந்திருந்தார்கள். மணமக்களுக்கு வலதுபக்கம் மணமகன். இடதுபக்கம் ரேடியோவைப் பரிசளித்த இளைஞன் பிராங்க். கடைசியாக, சாலடு சாப்பிடும் கட்டத்தை எட்டியபோது மணமகளின் பெற்றோர்கள் உணர்ச்சிப் பெருக்கில் அவளது குழந்தைப் பருவ நாட்களை நினைவுகூரத் தொடங்கினார்கள்:

"இவ எப்பயுமே வசீகரமான கொழந்த... இல்லையா பிராங்க்"

பிராங்க் ஆமோதித்தான். வயதான தம்பதிகளுக்குச் சந்தோசம். காரணம் பிராங்க் தாராளமாகக் கொடுத்த அன்பளிப்புதான். அவனை கரிசனையுடன் கவனித்துக் கொண்டார்கள். அதனால்தான் அவனுடன் பேசிக்கொண்டேயிருந்தார்கள்.

அம்மா பெருமூச்சுவிட்டாள்.

"அடேயப்பா, இவ எவ்வளவு பாசமான பொண்ணு. ரெம்பக் கெட்டிக்காரி. அப்படித்தான பிராங்க்."

பிராங்க் ஆமோதித்தான்.

அம்மா சொன்னாள்.

"இவ அவ்வளவு நல்ல மாணவி. அதுமட்டுமில்ல கடினமா ஒழைக்கவும் செய்வா. ஆனா ஆரோக்கியத்துக்காக கொஞ்சம் தேகப் பயிற்சியும் செய்வா. மெட்ரிகுலேசன் முடிச்சதும் இவளுக்காக சைக்கிள் வாங்கிக் குடுத்தொம். இவளுக்குத் தாங்கமுடியாத சந்தோசம். எனக்கு நல்லா ஞாபகமிருக்கு. ஏற்கெனவே இவளுக்கு சைக்கிள் ஓட்டத் தெரியும். எங்க கொல்லப்புறத்துல பிராங்க்தான் கத்துக்குடுத்தான். இவ சீக்கிரமே கத்துக்கிட்டா இல்லையா பிராங்க்..."

பிராங்க் ஆமோதித்தான்.

அவள் அப்பா சுயநினைவுக்கு வந்தார்.

"சைக்கிள் வாங்கியது நல்ல விஷயந்தான். எனக்கு ஞாபகமிருக்கு."

பழைய நினைவுகளில் மூழ்கியிருந்த அவரது மனைவி குறுக்கிட்டாள்:

"இளமை உல்லாசம் வாழ்க்கை சந்தோசம் நல்லா தெரிஞ்சுக்கோ. நான் சின்ன வயசா இருக்கும்போதெல்லாம் ஒங்களுக்கு இருக்கிறதப்போல கொழந்தைகளுக்கு வாய்ப்பு வசதி

கெடையாது. உதாரணத்துக்கு வெளையாட்டு. அப்புறம் உல்லாசப் பிரயாணம். சைக்கிள்ல ஏறி அப்படியே காட்டுப் பக்கம் போயிறீங்க. ஒரு நாளு முழுக்க.”

இன்னும் கொஞ்சம் சாலடை எடுத்துப் போட்டுக்கொண்டே பிராங்க் சொன்னான்.

“அது விட்ஸன்” விழாக் காலத்துல நடந்தது.

மணமகன் சொன்னான்:

“விட்ஸன் காலத்துல எப்படியும் மழதான்.”

அதை அவன் மாமியார் மறுத்தாள்:

“இல்லவேயில்ல. அப்ப வழக்கமா நல்ல காலநிலை இருக்கும். இல்லையா பிராங்க்”

பிராங்க் ஆமோதித்தான்.

“நீலநிற டான்யூப் நதி” பாடல் முடிந்திருந்தது. அடுத்த வால்ட்ஸ் பாடல் “ஒரு ஓவியரின் வாழ்க்கை” எல்லாரும் போனபிறகு தன் மனைவியுடன் தனிமையில் ரேடியோ வைத்துக் கேட்டால் எவ்வளவு சொகமாக இருக்குமென்று நிம்மதியுடன் நினைத்துப் பார்த்தான் மணமகன்.

அதனால்தான் இந்தப் பழமொழி.

“ரேடியோ செட் வச்சுக்கிட்டு மாப்பிள மாதிரி கொண்டாடுறான்.”

★

பல வருசங்களுக்கு முன்னால் ஒருநாள் என் பண்ணையில் தங்குவதற்காக மாமா பையன் வந்திருந்தான். அவன் ஒரு மிஷனரி பாதிரியார் அங்கி அணிந்திருந்தான். இருவரும் தழுவிக்கொண்டோம். அவள் என்னுடன் கொஞ்ச நாள் கழிப்பதற்காக வந்திருந்தான். சுத்தமான காற்று வாங்கலாமே.

அவனிடம் ஆப்ரிக்காவைப் பற்றி நிறையக் கேள்விகள் கேட்டேன். ஆனால் அவன் அங்கே போவதற்கு தயார்ப்படுத்திக் கொண்டிருந்தான். அதனால் என்னிடம் நிறையச் சொல்ல முடியவில்லை. ஆர்வம் அதிகமாகவே, ஒரு பழைய புஸ்தகக் கடைக்குப் போய் மிஷனரி வழிகாட்டி என்றொரு புஸ்தகம் வாங்கினேன். அது பல வழிமுறைகளை விளக்கியது. நானும் அவனும் அடிக்கடி தாழ்வாரத்தில் உட்கார்ந்து இருட்டும் வரை இந்தப் புஸ்தகத்தைப் படிப்போம். இதில் ரெம்பவும் சுவாரசியமான விஷயம் என்னவென்றால் நீக்ரோக்களுக்கு பாதிரியார்களைப்

பிடித்திருப்பது எப்படி என்பதுதான். ஆமாம். ஒரு உலகமென்றால் அதில் எல்லாவகை மனுசர்களும் இருக்கத்தான் செய்வார்கள். சிலர் கறித்துண்டைச் சாப்பிட்டு திருப்திப்பட்டுக் கொள்வார்கள். ஆனால் மற்றவர்களுக்கு பாதிரியார் இல்லாத நல்ல சாப்பாடு இருக்க முடியாது.

மாலையில் ஓயாத கொசுக்கடியிலும் எலும்பை உறையவைக்கும் குளிரிலுங்கூட வெளிச்சம் போகும்வரை புஸ்தகத்தை விடாமல் படித்தோம். சிலசமயம் எங்கள் ஆர்வம் ரெம்ப அதிகமாகி படிப்பதை நிறுத்திவிடுவோம். நான் அவனைக் கேட்டேன்.

“இந்தா பாரு பெர்னார்ட், நீ அவங்கள மதம் மாறச் செஞ் சிருவ. இல்லையா”

அவன் பதில் சொல்லுவான்:

“செய்வென்.”

நான் அவனை தழுவிக் கொள்வேன். இருவரும் உணர்ச்சி வசப்பட்டிருப்போம்.

இந்த மாதிரியாக மெல்ல மெல்ல நான் ஆப்ரிக்காவைப் பற்றி எல்லாவற்றையும் தெரிந்துகொண்டேன். எனக்கு சிங்கங்களைப் பற்றி நிறையத் தெரியும். நடுராத்திரியில் என்னை நீங்கள் எழுப்பிக் கேட்டாலுங்கூட எல்லாவற்றையும் ஒப்பிப்பேன். என் சொந்த வயல்களைப் போல் அவ்வளவு பரிச்சயமாகிவிட்டன அந்தக் காடுகள்.

ஒரு கருப்பு மனுசனை விரைவிலும் எளிதாகவும் மதம் மாறச் செய்வதற்கான சிறந்த வழிமுறைகளைப் பற்றி நாங்கள் அடிக்கடி விவாதிப்போம். அவ்வப்போது ஒத்திகைகூட பார்த்துக் கொண்டோம். தாழ்வாரத்தின் மத்தியில் நான் நின்றுகொண்டு நீக்ரோ மாதிரி நடிப்பேன். பெர்னார்ட் என்னை மதம் மாற்றுவதற்கு முயற்சிப்பான். அவன் அதில் தேர்ந்தவன் என்பதை ஒத்துக்கொள்ளணும். சிலசமயம், நான் என்னதான் மழுப்பினாலும் அவன் என்னை மதம் மாற்றிவிடுவான். நானும் ஆனமட்டும் தாக்குப்பிடித்துப் பார்ப்பேன். ஒவ்வொருசமயம் அவன் வெற்றி பெறுவதற்கு முன்னர் வேர்த்துக் கொட்டிவிடும்.

ஆனால் கோடைகாலத்தின் மத்தியில் நாங்கள் தேர்ந்தவர்களாகி பாத்திரங்களை மாற்றிக்கொண்டோம். அதன்படி, பெர்னார்ட் நீக்ரோவாக நடித்தான். முதலில் வேண்டா வெறுப்பாகத்தான் செய்தான். ஆனால் பிறகு மனம் லேசாகி ஈடுபடவே இந்தப் பயிற்சி நீக்ரோ மனசை ஊடுருவி அறிய உதவியது என ஒத்துக்கொண்டான்.

ஒரு நாளில் ஐம்பது கருப்பர்களை காலநிலை நன்றாக இருந்ததால் அதுக்கு மேலுங்கூட மதம் மாற்றுமளவுக்கு நான் தேறிவிட்டேன்.

ஆகஸ்ட் மாதத்தில் ஒருவாறு பயிற்சியை முடிவுக்குக் கொண்டுவந்தோம். நாட்கள் முழுவதையும் இப்படிக் கழிப்பது பெர்னார்டுக்கு உகந்ததாக இருந்தது. ஆனால் என் மனசில் வேறு விஷயங்கள் இருந்தன. அறுவடை ஆரம்பித்துவிட்டது. கதிரடிப்பு... அந்த நேரத்தில் அவனைப் புறக்கணித்தேன். நான் வயலுக்குப் போவேன். அவன் நீல பெரி பழங்களைப் பொறுக்குவான். இல்லை தோட்டத்திலுள்ள ஊஞ்சலில் உட்கார்ந்திருப்பான். ஒருநாள் ராத்திரி சாப்பாட்டு நேரத்தில் நீக்ரோக்களை மதம் மாற்றுவதற்கு இலையுதிர்காலந்தான் தோதான பருவம் என்றும் அவர்களது சமையல் பழக்க வழக்கங்களைக் கவனித்தால் அவர்கள் அவ்வப்போது சைவச் சாப்பாட்டுடன் திருப்தியடைந்துவிடுவார்கள் என்றும் நான் சொன்னேன். அப்படியானால் காடியில் போட்ட நீல பெரி பழங்கள் கொஞ்சமும் காயவைத்த மாக்ரோனி கொஞ்சமும் எடுத்துக் கொண்டு போய் ருசி பார்க்கக் கொடுத்ததால் அவற்றை எப்படித் தயாரிப்பதென்று சொல்லித்தந்தால் ஒருவேளை மிஷனரி மேல் கவனத்தை விட்டுவிட்டு ஆரோக்கியத்தில் அக்கறை கூடும். ஏனென்றால் யோசித்துப் பாருங்கள்: ஒரு மிஷனரிக்குள் என்னதான் வைட்டமின்கள் இருக்க முடியும். என்னால் முடியாதென்றாலும் பெர்னார்டின் பிரயாணத் துக்குத் தேவையான எல்லாவற்றையும் ஏற்பாடு செய்துதரமுன்வந்தேன். ஆனால் எப்படியோ காலம் கடந்தது. பெர்னார்ட் மேலும் தங்கியிருந்தான்.

சாயங்கால நேரங்கள் நீண்டதால் நாங்கள் சதுரங்கம் விளையாடினோம். எப்போதாவது அவன் என் வீரர்களில் ஒருத்தனையோ பிஷப்களில் ஒருத்தரையோ வெட்டும்போது புனித மார்ட்டின் திருநாளுக்கு முந்தி ஒரு நீக்ரோவை மதம் மாறச் செய்யவில்லையென்றால் பிறகு ரொம்பக் கஷ்டமாகிவிடும். ஏனென்றால் வருச ஆரம்பத்தில் நீக்ரோக்கள் எந்த வேலையையும் ஆரம்பிக்க விரும்பமாட்டார்கள் என்று சொல்லுவேன்.

நாங்கள் 'அறுபத்தாறு' விளையாட ஆரம்பித்தோம். சீட்டு விளையாட்டிலுங் கூட பெர்னார்டுக்கு நம்பமுடியாத அளவு அதிர்ஷ்டம் இருந்தது. என் கையிலிருந்த பரிதாபமான சீட்டுக்களைப் பார்த்து ஒரு ஜாக்கைக் கவனித்துவிட்டு அது எவ்வளவுக்கு நீக்ரோவைப் போலிருக்கிறது என்று சொல்லுவேன்.

நான் சொன்னேன்.

"இவனப் போலருக்கிற நீக்ரோவ மதம் மாத்தணும்னா முடிஞ்ச அளவுக்கு கூடிய சீக்கிரத்துலயே வேலைய ஆரம்பிச்சிறணும். அதத்

தள்ளிப் போட்டா அப்புறம் நேரங் கெடைக்காது. எப்பயுமே ஏதாச்சும் எதிர்பாராதது குறுக்க வந்துரும். பெறகு பாதியளவு மதம்மாறுன நீக்ரோவப் போல மோசமானது எதும் இருக்கமுடியாது."

தயவுசெய்து கவனியுங்கள். நான் எப்போதுமே இந்த விஷயத்தில் ரெம்பச் சாதுரியமாகவும் தந்திரமாகவும் நடந்துகொண்டேன். ஆனாலும் அக்டோபரில் தடுமாறி வேகத்தில் ஒரு வார்த்தையை விட்டுவிட்டேன். அந்த ஒரு வார்த்தைக்காக என்னை நான் மன்னிக்கவே முடியவில்லை.

அன்றைக்கு ராத்திரி சீக்கிரமாகவே சாப்பிட உட்கார்ந்தோம். பருவநிலை காரணமாக வீட்டுக்குள்ளேதான் சாப்பாடு. உப்பை நகர்த்துமாறு பெர்னார்ட் சொன்னான். நான் சொன்னேன்.

"உப்பு வெள்ளை, நீக்ரோக்கள் கருப்பு"

"நீ மனசுல என்னதான் வச்சிட்டுப் பேசுற."

சூப் குடிப்பதை நிறுத்திவிட்டு பெர்னார்ட் கேட்டான். நான் கோபமாக முள் கரண்டியால் ஒரு கறித்துண்டை தாக்கிவிட்டு பேசாமல் இருந்தேன்.

"நான் இருக்கிறது ஒனக்குச் சங்கடமா இருந்தா போயிறென்."

எழுந்து தோட்டத்துக்குள் போனான். அவன் ஏரியை நோக்கி நடப்பதைப் பார்க்க முடிந்தது. ஏரிக்கரையில் உட்கார்ந்தான். முதுகு வீட்டை நோக்கியிருந்தது. மனசு பாதித்திருக்கிறது. நான் எதுவும் செய்யவில்லை. சாப்பாட்டை முடித்தேன். புகைப்பிடித்தேன். ஒன்றுமே நடக்காததுபோல் இருந்து கொண்டேன். என் மன உறுதியை அதிகரிப்பதற்காக கொஞ்சம் சீட்டிகூட அடித்தேன்

ஏற்கெனவே இருட்டிவிட்டது. இன்னும் பெர்னார்ட் வீடு திரும்பவில்லை. எனக்குக் கவலை. கூடவே வருத்தமாகவும் இருந்தது. என்ன இருந்தாலும் பெர்னார்ட்தானே. எனவே வெளியே போய், முதலில் மெதுவாக "பெர்னார்ட்" என்று கூப்பிடத் தொடங்கினேன்.

நிசப்தம்.

"அங்க என்ன செஞ்சுக்கிட்ருக்க பெர்னார்ட். ஒனக்குத்தான் இன்னியும் எவ்வளவோ காலம் இருக்கே. கருப்பர்கள் அனேகமா தாங்களாவே மதம் மாறிக்கிருவாங்கன்னு தோணுது."

அதுக்கும் பதிலில்லை. கவலை அதிகமாகவே ஏரிக்கு ஓடினேன். அய்யோ கடவுளே அங்கே யாருமே இல்லை. அளக்கமுடியாத ஆழத்துக்கு மேலே நாணல்கள் மட்டும் நடுங்கிக் கொண்டிருந்தன.

பெர்னார்ட் தவறி விழுந்து சேற்றில் புதைந்துவிட்டானா, இல்லை ஆப்ரிக்காவுக்குப் போய்விட்டானா என்று இன்றைக்கு வரை எனக்குத் தெரியாது.

சந்தேகம் என்னைக் கொன்றுகொண்டிருக்கிறது.

●

செயின்ட் பெர்னார்ட் (Saint Bernard) அறுபது கிலோ எடையுள்ள பெரிய உயர்ந்த சாதி நாய். அந்தக் காலத்து ஐரோப்பாவில் தொலைதூரப் பயணத்தின்போது துணையாகக் கூட்டிப் போவார்கள்.

மங்களம் (Te Deum) கிறிஸ்தவர்களின் வழிபாட்டில் இடம்பெறும் முக்கியமான லத்தீன் மொழிப் பாடல்களில் ஒன்று. வருடக் கடைசியில் அந்த வருடத்தின் காலத்தையும் அப்போது வாழ்வில் பெற்ற நன்மைகளையும் நினைவுகூர்ந்து இறைவா உன்னையே போற்றுகிறோம் என்று கடவுளைப் போற்றிப் பாடும் பாடல்.

விட்ஸன் (Wihtsun) ஏசுநாதர் உயிர்த்தெழுந்த நாளுக்கடுத்த ஞாயிற்றுக்கிழமையிலிருந்து ஒரு வாரம் கொண்டாடப்படும் விழா. யூதர்கள் அறுவடை விழாவாகக் கொண்டாடுகிறார்கள்.

புனித மார்ட்டின் திருவிழா (St. Martyn's Day) ஏசுவின் பெயரால் திருத்தொண்டு செய்த புனிதர்களின் பெயரில் கிறிஸ்தவர்கள் விழா கொண்டாடுகிறார்கள். அவற்றில் ஒன்றுதான் புனித மார்ட்டின் திருவிழா. நவம்பர் மாதம் இலையுதிர் காலத்தில் நடக்கும்.

பாதிரியார்

பீட்டர்ஸ் பாதிரியாருக்கு இளம் வயது. விளிம்பில்லாத மூக்குக்கண்ணாடி கொட்டிவரும் கோரைமயிர் இடதுபக்கம் வகிடெடுத்து வாரியிருக்கும்.

அவர் ஒரு மிஷனரியாகும் வரை சான்பிரான்ஸிஸ்கோவை விட்டு வெளியே போனதில்லை. அவர் அப்பாவும் பாதிரியாராக இருந்ததுடன் தனது மத நிறுவனத்துக்கு சட்ட ஆலோசகராகவும் பணியாற்றினார். அலுவலகங்களில் உடுப்பு கசங்காமல் உட்கார்ந்து வேலைசெய்யும் ஊழியர்களின் பிரார்த்தனைக் கூட்டங்களில் பிரசங்கம் செய்து வந்தார். கப்பல் போக்குவரத்துத் தொழில் நிறுவனத்திலும் கொஞ்சம் பங்குகள் வாங்கியிருந்தார். மிஷனரி கல்லூரியில் படித்து முடித்து மகன் வெளியே வரும் சமயத்தில் இறந்துவிட்டார்.

இளைஞர் பீட்டர்ஸை வெளிநாட்டுக்கு அனுப்ப முடிவுசெய்த அதிபர்கள் சாதுரியமாக நடந்துகொண்டார்கள். பீட்டர்ஸ் சராசரி அறிவுடையவர்தான். திருச்சபையில் ஒரு முன்னணிப் பதவி வகிப்பதற்குப் போதாது. கலப்பினக் குழந்தைகளுக்கு வேத உபதேசம் செய்யப் போதுமானது. அவரை டோக்கியோவுக்கு அனுப்பினார்கள்.

அவர் தனது பயணத்தை ஜெபத்திலும் இனி மேற்கொள்ளப் போகும் ஊழியத்தைப் பற்றிய தியானத்திலும் கழித்தார். அவருடைய அப்பா அவரை நல்ல கட்டுப்பாட்டுடன் வளர்த்தார். அதனால் அவருக்கு ஏராளமான ஜெபங்கள் தெரியும்.

டோக்கியோவில் அவருடைய அதிபர்கள் சொன்னார்கள்.

“ஒங்களுக்குக் கடுமையான வேல குடுத்துருக்கொம். ஆனா அது நமது ஆண்டவருக்குப் பிரியமானது. நீங்க ஹிரோஷிமாவுக்குப் போறீங்க”

பதினாறு வயதில் பத்திரிகைகளின் தலைப்புச் செய்திகளில் பெரிய அளவில் பார்த்த அந்தப் பெயரை நினைவுபடுத்திக் கொண்டார்.

ஹிரோஷிமாவை அடைந்தபோது அவருக்கு வருத்தமாக இருந்தது. அந்த நகரம் சான்பிரான்ஸிஸ்கோவைவிட முற்றிலும் வேறுபட்டதாக இருந்தது.

கார் ஓடும் சாலையோரத்திலுள்ள சின்னச்சின்ன வீடுகளின் கூட்டத்துக்குள் இருந்தது மிஷனரி இல்லம்.

தனது முதல் பிரசங்கத்தைத் தயாரிப்பதில் அதிகநேரம் ஒதுக்கி பெருமுயற்சி எடுத்துக்கொண்டார். அவருக்கு எதுவும் தெரியாதென்றாலும் எழுதித் தயாரித்த ஒரு கட்டுரை இல்லாமல் பிரசங்கம் பண்ண முடியாது. ஹிரோஷிமாவில் முதல்முதலில் பொதுமேடை ஏறுவதற்காக அவர் ரெட்டை ஆய்வுக் கட்டுரை ஒன்று தயாரித்தார். ஒரு பொருள் வறுமையில் வாடும் விசுவாசிகளைப் பயமுறுத்தும் பாவங்களிலிருந்து பாதுகாப்பது. மற்றொன்று அவர்களது பாவங்களுக்குத் தண்டனையாக போரின் விளைவால் ஏற்பட்ட துயரம் பற்றிய இணைவிவாதம். ரெம்பப் பொருத்தமான பாடமாக மத்தேயுவின் 24ஆம் அதிகாரத்தைத் தேர்ந்தெடுத்துக் கொண்டார்.

மிஷன் வட்டாரத்திலும் சுற்றுப்புறத்திலுமிருந்து ஐம்பது, அறுபது விசுவாசிகள் சேர்க்கப்பட்டிருந்தார்கள். தேவாலயத்தில் வாரம் ஒருமுறை ஜெபக்கூட்டம் நடக்கும் பிரசங்கத்தின்போது மட்டுமே கூடும். அவர்கள் பெஞ்சுகளில் அமைதியாக உட்கார்ந்திருப்பார்கள். போதகர் முடித்துக் கொண்டதும் முற்றத்துக்குப் போவார்கள். அவ்களுக்கு அங்கே மாமிச சூப் கொடுக்கப்படும். அப்புறம் அடுத்த ஞாயிறு வரை தலைகாட்ட மாட்டார்கள்.

இளம் பீட்டர்ஸ் பாதிரியார் பிரசங்க மேடைக்கு ஏறும்போது சற்று நடுங்கினார் என்பதைச் சொல்லியாகணும். இருந்தாலும் 24ஆம் அதிகாரத்தின், நன்றாகப் பரிச்சயப்பட்ட வார்த்தைகள் அவரது தன்னம்பிக்கையை மீட்டு வந்து சேர்த்தன. குரலுயர்த்தி வாசித்தார்.

“இயேசு அவர்களை நோக்கி இவைகளையெல்லாம் பார்க்கிறீர்களே, இவ்விடத்திற்கு ஒரு கல்லின்மேல் ஒரு கல் விழாதபடிக்கு எல்லாம் இடிக்கப்பட்டுப் போகும்.”

அவர் கூட்டத்தை நோக்கினார். அவர்கள் சோர்ந்து சுருண்டு உட்கார்ந்திருந்தார்கள்.

"...யுத்தங்களையும் யுத்தங்களின் செய்திகளையும் கேள்விப்படுவீர்கள். கலங்காதபடிக்கு எச்சரிக்கையாயிருங்கள். இவைகளெல்லாம் சம்பவிக்க வேண்டியதே ஆனாலும் முடிவு உடனே வராது"

"இவைகளெல்லாம் வேதனைகளுக்கு ஆரம்பம்."

"அப்பொழுது உங்களை உபத்திரவங்களுக்கு ஒப்புக் கொடுத்து கொலை செய்வார்கள்..."

ஏதோ காலடிச்சத்தம் கேட்கவே அவர் நிமிர்ந்தார். பார்வையிழந்த ஒரு சிறுமி வாசலுக்கு வழியைத் துழாவிக்கொண்டு போனாள். அவருக்கு அதிர்ச்சியும் கோபமுமாக இருந்தது. ஆனாலும் அவரது கண்கள் பிரசங்க மேடைமீதிருந்த வேதகாமத்துக்குத் திரும்பின.

"...வீட்டின் மேல் இருக்கிறவன் தன் வீட்டிலே எதையாகிலும் எடுப்பதற்கு இறக்காதிருக்கக் கடவன்."

"வயலில் இருக்கிறவன் தன் வஸ்திரங்களை எடுப்பதற்குத் திரும்பாதிருக்கக் கடவன்..."

பார்வையிழந்த சிறுமியின் தடத்தில் மற்றவர்களும் நடக்கத் தொடங்கினார்கள். வெளியேறி தெருவுக்குப் போய்விட்டார்கள். வரிசைக் கிரமத்தில் அணிவகுத்து வெளியேறினார்கள். வாசலருகே இருந்தவர்கள் பிரகாரம் காலியாகும் வரை காத்திருந்து அப்புறம் திரும்பி கவனமாக வெளியேறினார்கள். இளம் பீட்டர்ஸ் பாதிரியார் பிரசங்க மேடையிலிருந்து வாயைப் பிளந்தபடி அவர்களைக் கவனித்தார். ஆனால் இத்தனை வருசங்களாக சாப்பாட்டுக்குமுன் தவறாமல் செய்த ஜெபம் வீணாகப் போவதில்லை. தெய்வீக வார்த்தை ஒன்றினால் மட்டும் தேவாலயத்திலிருந்து கூட்டம் வெளியேறுவதைத் தடுத்து நிறுத்தமுடியும் என்று இப்போது அவருக்குத் தோன்றியது.

"...அந்நாட்களில் கர்ப்பவதிகளுக்கும் பால் கொடுக்கிறவர்களுக்கும் ஐயோ."

"நீங்கள் ஓடிப்போவது மாரிக் காலத்திலாவது ஓய்வு நாளிலாவது சம்பவியாதபடிக்கு வேண்டிக் கொள்ளுங்கள்."

"ஏனெனில் உலகமுண்டானது முதல் இதுவரைக்கும் சம்பவித்ததும் இனிமேலும் சம்பவியாததுமான மிகுந்த உபத்திரவம் அப்பொழுது உண்டாகியிருக்கும்."

"அந்நாட்கள் குறைக்கப்படாதிருந்தால் ஒருவனாகிலும் தப்பிப் போவதில்லை..."

அவர் மறுபடியும் தலைநிமிர்ந்தார். சத்தியாவாக்கு கொடுத்திருந்தும் சினிமாவுக்குக் கூட்டிப்போகாத பெற்றோரது குழந்தைபோல் பரிதாபமாக சுற்றிலும் பார்த்தார். தேவாலயம் காலியாகியிருந்தது. பீடத்துக்கு முன்னால் மண்டியிட்டபடி ஒரே ஒருத்தர் மட்டும் மிஞ்சியிருந்தார். அவர் ஒரு வயசான மனுசன். தரையை நோக்கி தலைகுனிந்திருந்தது. வெறிச்சோடிய தேவாலயம் அந்தப் பக்கமாக லாரிகள் கடந்து போகும்போது லேசாக அதிர்ந்தது. முற்றத்திலிருந்து மாமிச சூப் வாசனை மிதந்து வந்தது.

அவர் கடைசி வசனத்தை வாசித்து முடித்தார்.

"முடிவு பரியந்தம் நிலைநிற்பவனே இரட்சிக்கப்படுவான்."

அவர் வேதகாமத்தை மூடியிட்டு கடைசி மனுசன் பக்கம் திரும்பினார்.

அந்த வயசாளி கீழே விழுகிறமாதிரி தள்ளாடியவர் ஒருவாறு சமாளித்து சரியான நேரத்தில் நிலைக்கு வந்தார். மனுசன் உறங்கிக் கொண்டிருந்திருக்கிறார். போரின் விளைவாக காது கேட்கும் சக்தியை இழந்தவர். செவிடு.

ஒரு சம்பவம்

வெறிச்சோடிக் கிடந்த ஒரு பழைய சிற்றுண்டிச் சாலையில் நான் தேனீர் குடித்துக்கொண்டிருந்தபோது என் மேசைக்குக் குறுக்கே ஒரு சின்ன உசுப்பிராணி நடந்துபோவதைக் கவனித்தேன். அவனை வயதான கூளி என்றுதான் சொல்லணும். ரெம்பச் சின்னதாக இருந்தான். சாம்பல் நிறத்தில் சட்டை இத்தினிக்காணும் சூட்கேஸ் வைத்திருந்தான். எனக்கு ஒரே ஆச்சரியம். அவனிடம் எப்படி நடந்துகொள்வதென்று தெரியவில்லை. ஆனால் அவன் எனது சிகரெட் பெட்டியைக் கடந்து தூரத்தில் மேசை விளிம்பை நோக்கிப் போய்விட்டான். என்னைக் கொஞ்சங்கூட கண்டுகொள்ளவில்லை. “ஹலோ” என்று கூப்பிட்டேன்.

அவன் நின்று ஆச்சரியம் ஏதுமில்லாமல் என்னைப் பார்த்தான். என்னைப் போல உருவ அளவில் ஆட்கள் இருப்பது அவனுக்குச் சாதாரண விஷயந்தான் போலவும், ரெம்ப காலத்துக்கு முந்தியே தெரிந்ததுபோலவும் தோன்றியது.

நான் மறுபடியும் வாய்குழறிக் கூப்பிட்டேன்:

“ஹலோ. சரி... ஆக நீங்க வந்து...”

அவன் தோளைக் குலுக்கினான். எனக்குச் சாதுரியம் பற்றாது எனத் தெரிந்துகொண்டேன். உடனே சொன்னேன்:

“ஆமா இதுல என்னருக்கு... இதெல்லாம் சகஜந்தான். இது சர்வ சாதாரணம்.”

அப்புறம் பேச்சை மாற்றினேன்.

“என்ன செய்தி.”

“அதுவா பழசுதான்.”

நான் தந்திரமாக ஆமோதித்தேன்:

“ஆமாமா. அப்படித்தான், அப்படித்தான் இருக்கும்”

ஆனால் அவனை முதலில் பார்த்தபோது என்னை பற்றிக்கொண்ட அதிர்ச்சியையும் வினோத உணர்வையும் அடிமனசிலிருந்து அகற்ற முடியவில்லை. அன்றைக்கு சாதாரண நாள்தான். ஒரு சராசரி மனுசன் பெரிசாகவோ ரெம்பச் சின்னதாகவோ இல்லாத ஒரு நாட்டின் பிரஜை. பிழைப்புக்குத்தக்க சம்பாரித்தேன். ஆனால் பெருஞ்செல்வம் சேர்க்க வாயப்பில்லை. இப்போது விஷயங்களின் ஆழமான அர்த்தங்களைக் கண்டுபிடிப்பதற்குக் கிடைத்திருக்கும் சந்தர்ப்பத்தை விடுவதாக இல்லை. என் விவேகத்தையெல்லாம் கூட்டிச் சேர்த்து நயமாக அவனிடம் பேச்சுக் கொடுத்தேன்.

“எல்லாம் பழசுதான்னு சொல்றீங்க. ஆனா ஒங்களுக்குத் தெரியாததில்ல. சில சமயங்கள்ல எனக்குத் தோணுது. சாதாரணமான மாறாம இருக்கிற வாழ்க்கையோட அலுப்பு ஒரு தோற்றந்தான். ஒரு புகைத்திரை மண்டலம். விரிவான ஆழமான அர்த்தம் அதுக்குள்ள ஒளிஞ்சிருக்குது. இல்ல ஏதோ ஒரு அர்த்தம் இருக்குது. ஒருவேள விஷயங்களோட செறிவான தொகுப்பு முழுசவும் புரிஞ்சுக்கிற முடியாத அளவு சின்ன வெவரங்களுக்கு ரெம்ப அணுக்கமா இருக்கிறொம் போலருக்கு. நம்மளால அத ஒணரமுடியிது.”

அவன் என்னை அசிரத்தையாகப் பார்த்தான்.

“அய்யா நான் சின்னஞ்சிறு கூளி. இந்த மாதிரி சமாச்சாரங்க எல்லாம் எனக்குத் தெரிஞ்சிருக்கணும்னு நீங்க எதிர்பார்க்கலாமா”

நான் ஆமோதித்தேன்.

“ரெம்பச் சரி. ஆனா ஒவ்வொரு சமாச்சாரமும் எப்படித் தோணுதோ அதவிட முழுக்க வித்தியாசமாருக்கு. இதப்பத்தி நீங்க கவலைப்படுற தில்லையா. நம்மளால கண்டுகொள்ள முடியாத சம்பவங்க எவ்வளவோ நம்மளைச் சுத்தியிருக்கு. அதெல்லாம் விடுங்க. நம்மளோட சின்னச்சின்ன அனுபவங்களைக்கூட ‘அது’தான்னு சொல்லமுடியலயே. நம்மளோட உண்மையான பார்வக் களத்த மறச்சிருக்கிற பனிப்படலத்த வெலக்கிக்கிட்டுப் போயி அதுக்குப் பின்னால என்னதான் இருக்குதுன்னு தெரிஞ் சுக்கிறதுக்கு நீங்க ஆசப்பட்டதே இல்லையா. நான் ஒங்கள அனாவசியமா நிர்ப்பந்தப்படுத்துறதா தோணுனா மன்னிக்கணும். ஆனா ஒண்ணு ஒங்களப் போல ஒருத்தருட்ட பேசுற சந்தர்ப்பம் எப்பயாச்சும்தான் கெடைக்குது”

அவன் மரபுரீதியான நாகரீகத்துடன் பதில் சொன்னான்:

“இல்லவே இல்ல. ஆனா நீங்க சொல்லீட்ருந்ததப் பொறுத்தமட்டுல இந்த மாதிரி சமாச்சாரங்களப் பத்தி மண்டைய ஓடச்சுக்கிற அளவுக்கு யாருக்கு நேரமிருக்கு. உண்மையில மனுசன் ரெம்ப ஓடியாடி அலைய வேண்டியிருக்கு. பெழப்பப் பாக்கணுமில்ல. ஒங்களுக்குத் தெரியாததில்ல.”

என்னால் அதை நம்ப முடியவில்லை. பேசக் கிடைத்த இந்த வாய்ப்பை பூமியில் வேறு எதுக்காகவும் நான் கைவிடப் போவதில்லை. கண்ணில் பட்டதைக் கொண்டு மட்டும் சொல்வதானால் ஒருவேள கட்சிகளின் முரண்பாடு தீர்வைக் கண்டுபிடிப்பதற்கான ஒரு வாய்ப்பை எனக்கு அளித்திருக்கலாம்.

நான் அவனது சட்டைப்பித்தானை விரல் நகத்தால் பிடித்தபடி தொடர்ந்தேன்.

“நான் அடிக்கடி நெனைக்கிறதுண்டு. மர்மங்களுக்குத் தீர்வு காண முயற்சிக்கணும்னு அடிக்கடி நெனச்சுப் பாப்பென். உதாரணத்துக்கு, கலைய எடுத்துக்கிருவொம். கலைங்கிறது ஒரு எல்லைக்கோடுன்னு என்னால ஒணர முடியிது. ஆனா அது எதப் பிரிச்சுக்கிட்ருக்குதுன்னு சொல்ல முடியாது. அந்தக் கோட்டுக்கு அந்தப்பக்கம் என்னருக்குது இந்தப் பக்கம் என்னருக்குதுன்னு எனக்குத் தெரியாது. ஒங்களுக்கும் எனக்கும் நடுவுல இருக்கிற எல்லைக்கோடுதான் கலைன்னு இப்ப கற்பன செஞ்சு பாருங்க. அப்படின்னா கலைக்கு என்ன அர்த்தம்.”

அவன் தனது பித்தானை விடுவிக்க முயன்றும் பலனில்லை. நான் அவனைவிட ஐம்பது மடங்கு பெரியவனாக்கும். அவன் சொன்னான்:

“நான் ஒண்ணும் படிப்பாளியில்ல. எனக்குத் தெரிஞ்சவரைக்கும் நீங்க சொல்றது சரியாருக்கலாம். ஆனா எத்தனையோ தெசைக இருக்குது. ஆனா ஒண்ணே ஒண்ணுதான் நம்ம செய்றதுக்கு இருக்குது. வாழ்க்கைய அதோட போக்குல எடுத்துக்கிறணும்.”

நான் ஆச்சரியத்தில் உரக்கக் கூவினேன்:

“அதோட போக்குல.”

“இங்கே எனக்கு முன்ன இருக்கும் இவருடைய சீவியம் பற்றி எனக்கு ஏதும் தெரியாது. இதுதான் என்று கண்டுபிடித்துவிட்டால் போதும் முன்னேற்றப்பாதையில் மிகப்பெரிய அடியெடுத்து வைத்ததாகும். அபூர்வமான இந்தச் சந்திப்பை நான் எப்படியாவது பயன்படுத்திக் கொள்ளணும்.”

“இந்தா பாருங்க நம்ம வெவரணைகள்ல மாட்டி வழிதவறிப் போயிறக் கூடாது. ஒரு கேள்விக்கு விடை கண்டுபிடிக்க முயற்சிப்பொம். உயிர் வாழுறதுன்னா என்ன.”

அவன் பொறுமையாகப் பதில் சொன்னான்.

“அய்யா பெரியவரே, நான் ஒரு எளிய கூளின்னு ஏற்கனவே சொல்லீட்டென். இந்தமாதிரி சமாச்சாரங்களப் பத்தி எனக்குத் தெரிஞ்சிருக்கும்னு நீங்க எப்படி எதிர்பாக்க முடியும். வாழ்க்கைங்கிறது அதுபாட்டுக்குப் போயிக்கிட்ருக்குது. நாளும் ஒண்ணுக்குப் பின்னால ஒண்ணு கடந்து போகுது. ஒவ்வொரு நாளும் எப்படியோ வாழ்ந்தாக வேண்டியிருக்கு. நீங்கன்னா அனுபவசாலி”.

“சரியாச் சொன்னீங்க. வாழ்க்கை அதுபாட்டுக்குத்தான் போகுது. அது ஏனோதானோன்னு மட்டும் போகுது. உள்ளர்த்தங்க ஏதுமில்ல. போலி அடித்தளங்க இல்ல, மறஞ்சிருக்கிற தங்கம் ஒண்ணுமில்ல அப்படின்னு நம்பவே மாட்டென். இத ஒத்துக்கிறீங்களா.”

எதிர்பார்த்ததைவிடக் குறைவான பொறுமையுடன் அந்தக் கூளி சொன்னான்:

“என்னக் கொஞ்சம் பாருங்க. எனக்கு விடையெல்லாம் தெரிஞ்சிருக்கும்னா தோணுது. நானென்ன பாதிரியாரா, இல்ல தத்துவவாதியா. அய்யா, வாழ்க்கையோட வினோதத்தப்பத்தி புஸ்தகத்துல வேணும்னா படிக்க நல்லாருக்கும். ஆனா நமக்கு கவைக்கு ஒதவாது. சொர்க்கத்துல இருந்து மன்னாவ நம்ம எதிர்பார்க்க முடியாது.”

“ஆக நீங்க சொல்லமாட்டீங்களாக்கும். எங்கிட்ட சொல்லப் புடிக்கல”

எனக்கு கோபம் வெறியாகியது. எதையோ இழந்துகொண்டிருக்கிறேன் என்று நான் உணர்ந்த சூழ்நிலைகளில், இது சரியாகப் புரிந்துகொள்ளக் கூடியதே. நம்பிக்கையிழந்து, மனம் நொந்து அவனது பித்தானை விடுவித்தேன்.

கூளி கவலையடைந்தவனாகச் சொன்னான்.

“நான் குறும்பு பண்ணுறதா நெனைக்கிறீங்க. ஆனா சத்தியமாச் சொல்றென். நம்மளோட எண்ணங்க சிலசமயம் ஒங்க வழிக்கு வந்தாலுங்கூட எந்தச் சரியான முடிவுகளுக்கும் வாறது ரெம்பக் கஸ்டம். காரணம் கொடுமையான நல்லா வரையறுக்கப்பட்ட எதார்த்தம் நம்மளச் சூழ்ந்திருக்குது. அதத்தான் கணக்குல எடுத்துக்கிற வேண்டியிருக்கு. வழக்கத்துக்கு மாறான நூதனமான சமாச்சாரங்கள ஒங்க மண்டைக்குள்ள கொட்டிக் கொழப்பிக்கிறாதங்க.”

ஏதோ கொஞ்சம் ஆசுவாசமடைந்தவனாக நான் கேட்டேன்:

“மனசாரச் சொல்றீங்களா”

“சத்தியமா சொல்றென். சரி தயவுசெய்து என்ன இப்ப மன்னிக்கணும். நான் போகணும். அதுதான் வாழ்க்கைங்கிறது. மறுபடியும் சந்திப்பொம்.”

“மறுபடியும் சந்திப்பொம்.”

மேசைக்குக் குறுக்கே அவனது பயணம் தொடர்ந்தது. ஒரு பெஞ்சுக்குப் பின்னால் மறைந்துவிட்டான்.

பிரயாணத்தின்போது

போர்ஸெஸினைத் தாண்டியதுமே அந்த சாலை ஈரமான சமதளப் புல்வெளிக்கு ஊடே எங்களைக் கூட்டிக்கொண்டு போனது. பரவலாகப் பசுமைவிரித்த நிலப்பரப்பு ஏகதேசம் அங்கங்கே அதைத் தறித்துக்கொண்டு தாளடி வயல். சேறும் சகதியும் குண்டும் குழியுமாக இருந்தாலும் குதிரை வண்டி சுதாரிப்பாகப் போய்க்கொண்டிருந்தது. எதிரே தொலைவில் குதிரைகளின் காதுமட்டத்துக்கு தொடுவானத்தை மறித்து நீலம் பூசிய காடுகளின் கும்மல் விரிந்து கிடந்தது. எதிர்பார்த்தபடி கண்ணுக்கெட்டிய மட்டும் ஆள் நடமாட்டமில்லை. அப்பேர்ப்பட்ட காலம் அது.

கொஞ்சநேர பிரயாணத்துக்குப் பிறகே ஒரு மனுச உருவம் தட்டுப்பட்டது. நாங்கள் கிட்ட நெருங்கியதும் அவனது அங்க அடையாளங்கள் துல்லியப்பட்டன. ஒரு சாதாரண முகவாகுடைய மனுசன். தபால் அலுவலகச் சீருடை அணிந்திருந்தான். சாலையோரம் மரமாக நின்று கொண்டிருந்தான். நாங்கள் அவனைக் கடந்தபோது ஓரக்கண்ணால் வெறித்துப் பார்த்தான். அவனைத் தாண்டிப்போனதும் இன்னொருத்தனைக் கவனித்தேன். அதே சீருடையில் ஓரத்தில் ஆடாமல் அசையாமல் நின்றபடி. அவனை கவனமாகப் பார்த்தேன். ஆனால் உடனடியாக என் கவனம் சாலையோரம் ஆடாமல் அசையாமல் நிற்கும் மூன்றாவது உருவத்துக்கும் அப்புறம் நான்காவது உருவத்துக்கும் திரும்பியது. அவர்களது சலனமற்ற கண்கள் ஒரே திசையை நோக்கிக் குவிந்திருந்தன. அவர்கள் அணிந்திருந்த சீருடைகள் சாயம் வெளுத்திருந்தன.

இந்தக் காட்சி எனது ஆர்வத்தை உசுப்பவே இருக்கையைவிட்டு எழுந்துகொண்டேன். அப்போதுதான் வண்டிக்காரனின் தோளுக்கு மேலாகப் பார்க்க முடியும். உண்மைதான். எங்களுக்கெதிரே இன்னொரு உருவம் விறைப்பாக நின்றுகொண்டிருந்தது. மேலும் இருவரைக் கடந்ததும் எனது ஆவலைக் கட்டுப்படுத்த முடியவில்லை. அவர்கள் ஒருத்தருக்கொருத்தர் கணிசமான தூரத்தில் ஆனால் அடுத்தவனைப் பார்க்கமுடிகிற அளவுக்குக் கிட்டத்தில் நின்றிருந்தார்கள். அதே தவநிலை. சாலை வழிகாட்டி விளக்குகள் பாதசாரிகள்மீது கொண்டிருக்கும் கவனத்தின் அளவு அவர்களது கவனம் எங்கள்மீது கவிந்திருந்தது. அடுத்து ஒருத்தனைக் கடந்ததும் இன்னொருத்தன் கண்ணுக்குள் வந்தான். அவர்கள் நிற்பதற்கான அர்த்தம் பற்றி நான் வண்டிக்காரனிடம் கேட்க வாய்திறக்கப் போகும் தருணத்தில் தலையைத் திருப்பி அவனே சொல்ல முன்வந்தான்.

"வேலையா இருக்காங்க."

தொலைவில் வெறித்தபடி விறைத்து நின்ற உருவத்தைக் கடந்தோம்.

நான் கேட்டேன்.

"அதெப்படி."

"சும்மா சாதாரணமாத்தான் வேலையா நிக்கிறாங்க."

அவன் குதிரைகளைச் சுண்டினான்.

அவன் மேற்கொண்டு விளக்கமாகச் சொல்வதில் ஆர்வம் காட்டவில்லை. ஒருவேளை அது தேவையற்றது என நினைத்திருக்கலாம். அவ்வப்போது சாட்டையைச் சொடுக்கி குதிரைகளை அரட்டி வண்டியை ஓட்டிக் கொண்டிருந்தான். சாலையோரம் முள்புதர்களும் கோயில்களும் தனித்திருக்கும் வில்லோ மரங்களுமாக எங்களுக்கெதிரே வந்து வந்து தூரத்தில் மறைந்தன. அவற்றுக்கிடையே சரியான இடைவெளிகளில் இப்போது பரிச்சயமாகிவிட்ட அந்த நிழலுருவங்களைப் பார்க்க முடிந்தது.

நான் விசாரித்தேன்:

"அவங்க என்ன வேல செய்றாங்க."

"சர்க்கார் வேலதான். தந்திப் போக்குவரத்து."

"அதெப்படி தந்திப் போக்குவரத்துன்னா தந்திக் கம்பங்களும் கம்பிகளும் வேணுமே."

வண்டிக்காரன் என்னை ஒருமாதிரியாகப் பார்த்து தோளைக் குலுக்கிக் கொண்டான்.

“நீங்க தொலவட்லருந்து வந்திருக்கீங்கன்னு தெரியிது. ஆமா தந்திக்கின்னா கம்பங்களும் கம்பிகளும் வேணுந்தான். ஆனா இது கம்பியில்லாத் தந்தி. கம்பிகளும் கம்பங்களும் இருக்கத்தான் செஞ்சது. கம்பங்க எல்லாம் களவு போயிருச்சு. அதனால கம்பியுமில்ல.”

“என்ன சொல்ற கம்பியில்லையா”

“அங்க எதுமே இல்லையே.”

அவன் சொல்லிவிட்டு குதிரைகளை அரட்டினான்.

ஒரு கணம் ஆச்சரியத்தில் வாயடைத்துப் போனேன். ஆனாலும் என் விசாரணையைக் கைவிடுவதாக இல்லை.

“கம்பியில்லாம எப்படி வேல நடக்குது.”

“அது லேசுதான். என்ன தேவையோ அந்தச் சேதிய மொத ஆளு ரெண்டாவது ஆளுக்குச் சத்தம்போட்டுச் சொல்லுவான். ரெண்டாவது மனுசன் மூணாவது மனுசனுக்கு அதவே திருப்பிக் கத்துவான். மூணாவது ஆளு நாலாவது ஆளுக்கு தந்தி யாருக்குப் போயிச் சேரணுமோ அது வரைக்கும் அப்படியே போயிக்கிட்ருக்கும். இப்போதைக்கு அவங்க தந்தி குடுக்கல. இல்லன்னா நீங்களே அதக் கேக்கலாம்“

“இந்த மாதிரி தந்தி சரியா வேல செய்யிதா.”

“ஏன் வேல செய்யாம என்ன, நல்லாவே நடக்குது. ஆனா ஒண்ணு, அடிக்கடி சேதி மாறிக்கிரும். அவங்கள்ல ஒருத்தன் அதியமா குடிச்சிட்டான்னா கத ரெம்ப மோசமாயிரும். அவனோட கற்பன வேல செய்ய ஆரம்பிச்சு பல வார்த்தைகள் சேந்துக்கிரும். மற்றபடி, கம்பங்களும் கம்பிகளுமா இருக்கிற தந்தியக்காட்டி இது எவ்வளவோ மேல். ஒங்களுக்கே தெரியும், உயிருள்ள மனுசங்கள் ரெம்பப் புத்திசாலிக. பழுதுபாக்கிற அளவுக்கு புயல் சேதமில்ல. மரமும் மிச்சம். மரத் தட்டுப்பாடு வேற. என்ன குளிர்காலத்துல மட்டும் அப்பப்ப தடையிருக்கும். ஓநாய்க. ஆனா அதுக்கு ஒண்ணும் செய்ய முடியாது”

நான் கேட்டேன்:

“இதுல அந்த மனுசங்களுக்குத் திருப்திதானா.”

“இல்லாம என்ன, வேல ரெம்பக் கஸ்டமுமில்ல. அந்நிய மொழி வார்த்தைகளைத் தெரிஞ்சுக்கிறணும். அவ்வளவுதான். அப்பறம் இது இன்னியும் சீராகப் போகுது. தபால் ஆபீஸ் அதிகாரி அவங்களுக்கு ஒலிபெருக்கிக் கொழாயி வாங்குறதுக்காக வார்ஸாவுக்குப் போயிருக்காரு. அவங்க ரெம்பக் கத்த வேண்டியதில்ல பாருங்க.”

“அவங்கள்ல யாருக்காச்சும் காது மந்தமாருந்தா என்னாகும்“

“சே அப்படிப்பட்டவங்கள எடுக்கிறதில்ல. சின்னப்புள்ள மாதிரி கொழறிப் பேசுறவங்களவும் சேக்கமாட்டாங்க. ஒருதடவகொன்னவாயிப் பையன் ஒருத்தன எடுத்துட்டாங்க. அவன் எப்படியோ ஆளப் புடிச்சு வேல வாங்கீட்டான். ஆனா அவன் ரெம்ப நாளைக்கு நெலைக்கல. ஏன்னா தந்தி போறதுக்குத் தடையாருந்தான். இருவது கிலோமீட்டர் தூரத்துல ஒருத்தன் இருக்கிறதா கேள்விப்பட்டென். அவன் நாடகப் பள்ளிக்கூடத்துல படிச்சவனாம். ரெம்பத் தெளிவா கத்துறான்.”

அவனது வாதங்கள் கொஞ்சநேரம் என்னைக் குழப்பின. அதுக்குப் பிறகு நான் சாலையோர மனுசர்களைக் கவனிக்கவில்லை. குதிரைவண்டி குண்டு குழிகளைத் தாண்டி காடுகளை நோக்கிப் போய்க் கொண்டிருந்தது. அடிவானத்தின் பெரும்பகுதி இப்போது காடுகளின் ஆக்கிரமிப்பில் இருந்தது.

நான் எச்சரிக்கையுடன் சொன்னேன்:

“எல்லாம் சரி ஆனா கம்பங்களும் கம்பிகளுமா உள்ள புதுத் தந்திப்பாத ஒனக்கு நல்லதுன்னு தோணலயா”

வண்டிக்காரன் அதிர்ந்து போனான்.

“அட கடவுளே வேணவே வேணாம் சாமி. நம்ம மாவட்டத்துல மொதமொதலா தபால் இலாகாவில சுலபமா வேல கெடைக்கும். அதனாலதான். அப்பறம் சம்பளத்த மட்டும் நம்பியிருக்க வேண்டியதில்ல. யாராவது தந்திய எதிர்பாத்து அதும் ஒழுங்கா வந்து சேரணுமேன்னு கவலையாருந்தா அவரு குருத வண்டியில தந்திப் பாதவழியே போயி ஒவ்வொரு தந்திப்பையன் பைக்குள்ளயும் கொஞ்சங்கொஞ்சம் திணிச்சிருவாரு. சும்மா சொல்லப்புடாது. கம்பியில்லாத் தந்தி, கம்பியுள்ள தந்தியக் காட்டி கொஞ்சம் வித்தியாசமானதுதான். ரெம்ப நவீனமானது.”

வண்டிச் சக்கரங்களின் கடகடப்பை அமுக்கிக்கொண்டு தொலைவிலிருந்து ஒரு ஒலியைக் கேட்க முடிந்தது. அது அழுகையுமில்ல, கூப்பாடுமில்ல. ஒருவகையான இடையறாத ஓலம்.

“ஆ..ஆ.ஆ..ஏ..ஏ..ஏ..”

வண்டிக்காரன் தனது இருக்கையிலிருந்து திரும்பி காதில் கை வைத்தபடி சொன்னான்.

“அவங்க தந்தி அனுப்புறாங்க. நம்ம நின்னு தெளிவா கேப்பொம்”

வண்டிச் சக்கரங்களின் அச்சலத்தியான ஓசை அடங்கியதும்

வயல்களை முழு அமைதி சூழ்ந்தது. அந்த ஆழ்ந்த அமைதியில் பறவைகளின் கூச்சலைப் போலிருந்த ஓலம் எங்களை நெருங்கி வந்தது. எங்களுக்கருகே இருந்த தந்திக்காரன் காதில் கையைப் பொத்திக்கொண்டு குரலை வாங்கத் தயாரானான்.

வண்டிக்காரன் குசுகுசுத்தான்.

“ஒரு வீச்சுல அது இங்க வந்து சேந்துரும்”

உண்மைதான். கடைசியாகக் கேட்ட தூரத்து “ஆஏஏ” தேய்ந்து ஒரு மரக்கும்மலின் பின்புறமிருந்து நீண்ட கூப்பாடு வந்தது.

“அப்..பா.. இறந்..துவிட்..டார்ஈ..மச்..சடங்..கு.. புதன்.. கிழ..மை.”

“அவரோட ஆத்மா சாந்தியடையட்டும்“

வண்டிக்காரன் பெருமூச்சுவிட்டபடி சாட்டையைச் சொடுக்கினான். நாங்கள் காடுகளுக்குள் பிரவேசித்துக் கொண்டிருந்தோம்.

கலை

“கலை கற்பிக்குது. அதனாலதான் எழுத்தாளர்கள் வாழ்க்கையத் தெரிஞ்சுக்கிறஹும். புரூஸ்ட் ரெம்ப நல்ல உதாரணம். அவருக்கு வாழ்க்கையப் பத்தி ஒண்ணுமே தெரியாது. வாழ்க்கையோட தொடர்ப சுத்தமா அறுத்துக்கிட்டு மூச்சுப் பேச்சு அண்டாத அறையில அடச்சுக்கிட்டு ஒதுங்கிக் கெடப்பாரு. ரெம்ப அபூர்வமான ஆளு. அந்தமாதிரி அறைகளுக்குள்ள இருந்துக்கிட்டு ஒருத்தரால எழுதவே முடியாது. காதுல எதுவும் கேக்காது. அப்புறம் நீங்க இப்ப எழுதிக்கிட்ருக்கீங்க.”

“ஒரு போட்டிக்கான கத. கதக் கருவ உருவாக்கீட்டென். ரெம்ப மெதுவா சிரமப்பட்டு மாறிக்கிட்ருக்கிற ஒரு கெராமத்தப்பத்துனது. ஜானிங்கிற பொடியன் ஒரு பணக்கார வெவசாயி வீட்ல மாடுகண்ணு மேச்சுக்கிட்ருக்கான். வயக்காட்ல திரியும்போது திடீர்னு ஏதோ எந்திரங்களோட சத்தம் அவன் காதுல கேக்குது. ஒரு உலோகப் பறவை, அதாவது ஒரு விமானம். ஜானி அண்ணாந்து பாத்துக்கிட்டு விமானியாகணும்னு கனவு காங்கிறான். அதுக்கப்புறம் அடடா, என்ன ஆச்சரியம். விமானம் கீழகீழ வந்து ஒரு புல்வெளியில தறையெறங்குது. ஆகாயத்துல பறக்கும்போது அணியிற ஒடையில மூக்குக் கண்ணாடி போட்டுக்கிட்டு விமானியோட இருக்கையிலருந்து வெளிய குதிக்குது ஒரு உருவம். ஜானி வேகமா அவர நோக்கி ஓடுறான். அந்தப் புது மனுசன் மூச்சு வாங்கீட்டு வந்து நிக்கிற பையனப் பாத்து கிட்டத்துல ஏதாவது பட்டறையிருக்கான்னு வெசாரிக்காரு. எந்திரத்தோட சிறு பகுதி ஒண்ணப் பழுதுபாக்கணும். ஜானி ஒதவிக்கு ஆளக் கூட்டீட்டு வாறான். பழுதுபாத்து முடிஞ் சதும் விமானி ஜானிக்கு நன்றி சொல்றாரு. அவன் கண்ணுல உற்சாகமும் ஆர்வமும் மின்னுறதப் பாத்து ஒனக்கும் பறந்து பாக்க

ஆசையில்லையான்னு கேக்கிறாரு. பரவசத்துல ஊமையாகிப்போன ஜானியால தலயாட்ட மட்டுமே முடியிது. எந்திரம் பெறப்புடுது. கொஞ்ச நேரத்துல விமானம் புல்வெளிக்கு மேல பறந்து போகுது. தன்னோட இருக்கையிலருந்து எட்டிப் பாத்தபடி போயிட்டு வாறன்னு ஜானியப் பாத்து கையசைக்காரு விமானி.

காலம் நகருது. ஜானி தொடந்து மாடு மேச்சுக்கிட்ருக்கான். ஆனாலும் அந்த விமானியோட நடந்த சம்பவத்த அவனால மறக்க முடியல. கடைசியில ஒருநா, வெதவத் தாயோட அவன் குடியிருக்கிற குடிசைக்கு தபால்காரன் வாறான். தூரத்துல வரும்போதே கையில வெள்ளக் கவர் ஒண்ண ஆட்டிக் காட்டுறான். மொகத்துல குறுஞ் சிரிப்பு. விமானிகளுக்கான பள்ளிக்கூடத்துல சேரச்சொல்லி அழைப்பு வந்துருக்கு. அந்த விமானி குடுத்த வார்த்தையை மறக்கல. ஜானிக்கின்னா சந்தோசம் தாங்கல...

அவன் நகரத்துக்குப் போயி பயிற்சிப் பள்ளிக்கூடத்துல சேருறான். பயிற்சி முடிஞ்சதும் அவனுக்கு ஒரு விமானம் குடுக்கிறாங்க. சில நொடியில அந்த உலோகப் பறவை காத்துல பறக்குது. அவனோட அம்மா குடிசையவுட்டு வெளிய வந்து கைக்கண்ணாடி போட்டு ஆகாயத்த அண்ணாந்து பாக்கிறா. ஜானி அந்தக் கெராமத்த வளையமடிச்சுக்கிட்டே அம்மாவப் பாத்துக் கையசைக்கிறான். அவனோட கனவு பலிச்சுருச்சு."

"ஆமா நெசந்தான். எழுத்தாளன் வாழ்க்கையைப்பத்தி தெரிஞ்சிருந்தா அவனோட சொந்த சிந்தனைப்போக்கு பின்தங்கியிருந்தாலும்கூட அவன் எழுதுறது எப்பயுமே முற்போக்காத்தான் இருக்கும். ஒரு பொருத்தமான உதாரணம், பால்ஸாக் பிரபுக்கள் ஆட்சியவும் எதேச்திகாரத்தவும் புகழ்ந்து பேசுற மனப்பாங்கு அவருக்கு இருந்தாலும் அவரோட எதார்த்தமான படைப்புகள் அதுக்கு எதிர்த்திசையவே சுட்டிக்காட்டுது. ஒங்க கதைய அந்தப் பத்திரிகையோட போன இதழ்ல படிச்சதா ஞாபகம்"

"ஆமா. பேரு 'பிராங்கின் வீரச்செயல்' கேட்டு வாங்கினாங்க. இளமை வாழ்க்கை சம்பந்தமான மனோதத்துவப் பிரச்சனையை சித்தரிக்கிற விஷயம். பையங்க கூட்டமா உல்லாசப் பிரயாணம் போறாங்க. பாடிக்கிட்டே ரெம்பத்தூரம் நடக்கிறாங்க. எல்லாரும் ஒண்ணு சேந்துருக்கயில பிராங்க் மட்டும் கள்ளத்தனமா கூட்டத்தவுட்டு வெலகிப் போயிறான். கூட்டாளிகள ஒதுக்கீட்டு, தான் மட்டும் அந்தக் காட்டக் கடந்து போகணும்னு ஆசப்படுறான். கொஞ்ச நேரத்திலேயே வழிதப்பி ஒரு குழிக்குள்ள வுழுந்துறான். ஏறி வெளிய வாறதுக்கு முயற்சி செய்றான் முடியல. கடைசியில ஒதவி கேட்டு சத்தம் குடுக்கிறான். அவனோட கூட்டாளிக காப்பாத்த வாறாங்க. கேலியும் கிண்டலுமா அவன குழியிலருந்து வெளிய

எடுக்கிறாங்க. இந்த அனுபவத்துக்குப் பெறகு பிராங்க் எப்பயுமே கூட்டாளிகள வுட்டுப் பிரியிறதில்ல”

“ஆமா கலைக்கு ஒரு மகத்தான பணியிருக்கு. அதாவது மனுசனுக்குக் கல்வி புகட்டணும். அதனாலதான் நம்ம சமுதாயத்துல எழுத்தாளனோட பங்கு ரெம்பவும் பொறுப்பு வாய்ந்தது. எழுத்தாளர்கள் மனுச ஆத்மாக்களப் படைக்கிற சிற்பிகள். விமர்சகர்கள் எழுத்தாளர்களோட ஆத்மாக்களப் படைக்கிற சிற்பிகள். எப்படியாவது எனக்கு ஒரு ஐநூறு ஸ்லோட்டி கடன் குடுக்க முடியுமா. “

“மன்னிக்கணும் என்னால முன்னூறுதான் பெரட்ட முடியும்“

“பரவாயில்ல முன்னூறே போதும்.”

புரூஸ்ட் (Marcel Proust 1871-1922) : இருபதாம் நூற்றாண்டின் நவீன மேலை இலக்கிய முன்னோடிகளில் ஒருத்தர். புகழ்பெற்ற பிரெஞ்ச் நாவலாசிரியர். சமூக எதார்த்தப் பதிவு மரபை மீறி நினைவும் நிகழ்வும் கனவும் கலந்து உளவியல் நிகழ்ச்சிகளை நனவோடை உத்தியில் படைத்த முதல் நாவலாசிரியர். பாத்திரங்களையும் நிகழ்ச்சிகளையும் மாறிமாறி வேறு காட்சிகளாக வெவ்வேறு கோணங்களில் புதியபுதிய பொருள்படக் காட்டுவதே இந்த உத்தி.

பால்ஸாக் (Honoure de Balzac 1799-1850) : டால்ஸ்டாய் தாஸ்தாயெவ்ஸ்கி போன்றவர்களுக்கு இணையான முன்னோடியான பிரெஞ்ச் நாவலாசிரியர். சமகால சமூக எதார்த்ததை முழுமையாக கூர்ந்து கவனித்து நுணுக்கமாகப் பதிவு செய்தவர். மரபுவழி நிற்கும் சுவையான கதைசொல்லி இவர். இருபது ஆண்டுகளாகத் தொடர்ந்து எழுதிய நாவல்களும் சிறுகதைகளும் ஒரு பெரும் படைப்புத்தொடராக ‘மானிட இன்பியல் நாடகம்’ என்னும் பொருள்பட வாசிக்கப்படுகிறது.

ஸ்லோட்டி (Zloty) : போலந்தின் உள்நாட்டுப் புழக்கத்திலுள்ள நாணயம் சர்வதேச வாணிகத்தில் பயன்படுத்தப்படுவதில்லை.

வன அதிகாரியின் காதல்

ரொம்ப காலத்துக்கு முந்தி ஒரு வன அதிகாரி இருந்தார். அவர் அளவுக்குமீறி பெரிய மீசை வைத்திருந்தார். தன் வாழ்க்கையில் அதையே பெருமையாக நினைத்தார். அடேயப்பா அந்த மீசையில் ஆள் தோரணையாக இருப்பார்.

அவர் பக்கத்து மாளிகையில் குடியிருந்த ஒரு இளம் சீமாட்டியைக் காதலித்தார். அங்கே போவதற்கு ஒரு சாக்கு வேணுமே, முயல்களைச் சுட்டு எடுத்துக்கொண்டு போவார். அப்போதுங்கூட ஒவ்வொரு தடவையும் அவளைப் பார்த்ததில்லை. ஏனென்றால் அவள் நூலகத்தில் படித்துக் கொண்டிருப்பாள் அல்லது உணவுப் பண்ட அலமாரியைச் சோதனையிட்டுக் கொண்டிருப்பாள்.

அந்தக் குடும்பத்திலும் சரி, அங்கே வரும் விருந்தாளிகளும் சரி. அடிக்கடி முயல்களை விரும்பவில்லை. இளம் சீமாட்டியின் அம்மா குத்திட்டுப் பார்த்தபடி சொல்லுவாள்.

"மறுபடியும் மொயலு வந்துருக்கு."

இந்த மாதிரி சந்தர்ப்பங்களில் அந்த இளம் சீமாட்டியின் முகம் சிவந்து தலைகுனியும்.

வன அதிகாரிக்கென்றால் வெட்கம். பாழாய்ப்போன சமூக அந்தஸ்து அவளை நெருங்கவிடாமல் அவரைத் தடுத்தது.

ஆனாலும் அவரது பிரார்த்தனைகளுக்குப் பலன் கிடைக்கிறமாதிரி இருந்தது.

கொஞ்சம் முந்தி ஒரு முயலைச் சுட்டவர் அதை எடுத்துக்கொண்டு மாளிகைக்குப் போனார். பின்புறமாகப் போவதற்குப் பதிலாக

சுலவோமிர் மிரோசெக்
தமிழில் : பூமணி

பக்கவாட்டில் தோட்டங்களின் வழியாகப் போனார். இளம் சீமாட்டி கோடை வீட்டில் உட்கார்ந்திருப்பதைப் பார்த்தார். அவள் கைகளை திறந்த புஸ்தகத்தில் வைத்திருந்தாள். நெற்றியில் சிறு முடிக்கற்றை புரள இலேசாக வாய் திறந்த வாக்கில் ஏதோ பகல் கனவில் லயித்திருந்தாள். வேகமான மூச்சில் மார்பகங்கள் எழும்பி எழும்பித் தாழ்ந்தன.

இந்தக் காட்சியைக் கண்டு கிறங்கிப்போனார் வன அதிகாரி. முயலைக் கீழே போட்டுவிட்டு இடையில் தடையாக இருந்த வேலியைத் தாண்டிப் போய் முழங்காலிட்டு அவளிடம் தன் காதலை வெளியிடத் தயாரானார்.

அந்த சமயம் பார்த்து வீட்டுக்காரச் சீமாட்டி எப்படியோ சமையல் கட்டிலிருந்து வெளியே வந்துவிட்டாள். அவளுக்குப் பின்னால் ஒரு கூடை நிறைய துவைத்த துணிகளுடன் வேலைக்காரி. வீட்டுக்காரச் சீமாட்டிக்கு ஒவ்வொன்றையும் தானே கவனித்துக்கொள்ளணும். இப்படியெல்லாம் செய்து அவள் களைத்துப் போய்விடக்கூடாதே என்று யாராவது சொல்லிவிட்டால் போதும். அவள் எப்போதும் சொல்லும் பதில்:

"சுத்தங்கெட்ட குட்டையில தவள நெறஞ்சு ஊறிப்போகும். நான் அத்தகுத்தம் பாக்கலன்னா வீடு ரெம்ப நாறிப் போகும்."

அவள் சுற்றிலும் நோட்டம்விட்டாள். துணி காயப்போடும் கயிற்றுக் கொடிகளைக் காணவில்லை. கொட்டகையில் விட்டு வந்தாயிற்று.

அவள் வன அதிகாரியிடம் சொன்னாள்.

"இங்க வந்து கெஞ்ச நேரம் நில்லு தம்பி."

அவரது கிடாய் மீசையின் ஒரு நுனியை ஒரு மரத்திலும் மறுநுனியை அடுத்த மரத்திலும் இழுத்துக் கட்டினாள்.

பிறகு விளக்கமாகச் சொன்னாள்.

"இந்த ஈரத்துணிகளைக் காயவச்சாகணும். மழ மேகமா இருக்கு. சீக்கிரமே மழ வந்தாலும் வரும். என் வீட்டுக்காரரு இந்த வேலைக்காகக் கூலி குடுத்துடுவாரு"

வன அதிகாரியின் மீசைக் கயிற்றில் துணிகளைக் காயப் போடுமாறு அவள் வேலைக்காரிக்கு உத்தரவிட்டாள். வேலைக்காரியும் அப்படியே செய்துவிட்டு வெற்றுக் கூடையை எடுத்துக்கொண்டு போய்விட்டாள்.

மரங்களில் மீசை கட்டப்பட்ட கோலத்தில் வன அதிகாரி ஒண்டியாக நின்றிருந்தார். ஒரு கையில் இன்னும் முயலைப் பிடித்திருந்தார்.

இந்த நிலையில் அவரால் எப்படி தன் காதலியை நெருங்க முடியும்.

அவளோ வானத்துக்கும் பூமிக்குமிடையே இன்னதுதான் என்று சொல்லமுடியாத ஒன்றைக் கண்டுகொண்டதைப்போல் மற்றவர்களுக்குத் தெரியாத ஆனால் ஒரு குமரிப் பெண்ணின் இதயத்தால் மட்டுமே உணர முடிகிற ஏதோ ஒன்றை தொலைவில் வெறித்துப் பார்த்தபடி கோடை வீட்டில் உட்கார்ந்திருந்தாள்.

வன அதிகாரி இன்னும் சிலை போல் நின்றிருந்தார். சந்தோசமாக ஒரு இழுப்பு இழுத்தால்போதும், மீசை அவிழ்ந்துவிடும். ஆனால் அவருக்கு மூச்சவிடக்கூட பயம். காதலி பார்த்துவிடக்கூடாதே. ஒரு ஆம்பளை செய்யக்கூடாத காரியத்தைச் செய்ய நேர்ந்ததில்கூட அவருக்கு அப்படியொன்றும் பெரிய வருத்தமில்லை. அவளது கடைக்கண் பார்வை பட்டாலே போதும். அதுக்குக் கைமாறாக எதையும் சந்தோசத்துடன் தாங்கிக் கொள்வார். ஆனால் துவைத்துக் காயும் இந்தத் துணி... இது அவளுடையதாயிற்றே. அவருக்கு ரெம்பக் கூச்சமாக இருந்தது. அவள் பார்த்துவிடுவாளோ என்று பயம். ஓசையெழுப்பிவிடக் கூடாது என்ற கவலையில் பெருவிரல் நுனியில் தவமிருந்தார். அவர் முகத்தில் படர்ந்திருந்த அவமானச் சிரிப்பு மென்மேலும் அதிகரித்து சூடேறி கண்ணீர் பெருகி எரியும் கன்னங்களில் வழிந்து பொழியத் தொடங்கியது.

இளம் சீமாட்டி புஸ்தகத்தை மெதுவாக மூடினாள். எழுந்தாள். புல்வெளியில் மிதந்து குட்டையை நோக்கிப் போய் அன்னங்களுக்கு இரைபோட ஆரம்பித்தாள். அவள் கண்கள் இன்னும் அப்படியே தொலைநோக்கில் கனவுகளுடன்... அதிர்ஷ்டமில்லாத வன அதிகாரியின் நிலைமையைக் கவனித்தாளா யாமறியோம். பெண்ணின் மனசை யாரால் அறிய முடியும்.

அப்புறம் வன அதிகாரி என்ன ஆனார். கொஞ்ச நாட்களுக்குப் பிறகு அவர் சந்தையில் முயல்கள் விற்றுக்கொண்டிருப்பதைப் பார்க்க முடிந்தது. அவரது மீசை குறுகத் தறிக்கப்பட்டிருந்தது. அது பொருத்தமாக இல்லை. இளம் பெண்கள் அவரைப் பார்த்துச் சிரித்துக்கொண்டிருந்தார்கள்.

போலந்தில் வசந்தம்

அந்த வருசம் ஏப்ரல் மாதம் என்னமோ அபூர்வமாக வெயில் காய்ந்தது. மாத ஆரம்பத்தில் ஒருநாள் மதியத்துக்குக் கொஞ்சம் முந்திய நேரம். வார்ஸா நகரவீதிகளில் கூட்டங்கூட்டமாக நசுங்கிக்கொண்டு போன சனங்களுக்கு புதுசாக ஒரு காட்சி தெரிந்தது. வீட்டுக் கூரைகளுக்கு உயரே ஒரு மனுசன் அப்படியே பறவையைப்போல் பறந்து கொண்டிருந்தார். சாம்பல் நிறத்தில் மழைக்கோட்டைப் போட்டு தொப்பி வைத்திருந்தார். கையில் சூட்கேஸ் எந்திரங்களின் உதவி ஏதுமில்லாமல் கைகளையும் தோள்களையும் லேசாக அசைப்பதே அவர் பறந்து போகப் போதுமானதாகத் தெரிந்தது.

சர்வதேச பத்திரிகை கழகக் கட்டடத்துக்கு மேலே வட்டமிட்டவர் பிறகு சாலையில் எதையோ கண்டுகொண்டவர்போல் கீழே சறுக்கடித்தார். அந்தவழியாகப் போனவர்களுக்கென்றால் ஒரே ஆச்சரியம். விறைத்து விலுவிலுத்து நின்றுவிட்டார்கள். அவரது விரலில் மோதிரம் மினுங்கியது. கால் ஷூவின் அடிப்பக்கம் நன்றாகத் தெரிந்தது. அவ்வளவுக்குத் தாழ்வாகப் பறந்து கொண்டிருந்தார்.

நெஞ்சை அறுக்கிற மாதிரி ஒரு அலறல். மனுசன் மறுபடியும் உயரே எழும்பினார். நகரத்துக்கு நடுவில் தோரணையாக வளையமடித்தார். பிறகு தெற்காமல் பறந்து போய்விட்டார்.

இந்தச் சங்கதி அல்லோலகல்லோலப்பட்டது. செய்தித்தாளிலும் ரேடியோவிலும் செய்தி வராமல் தடுத்துவிட்டார்கள். பறவை மனுசனின் அரசியல் நோக்கம் என்னவென்று தெரிய வேணாமா. ஆனாலும் இந்த நூதன விவகாரம் சீக்கிரத்திலேயே நாடு முழுக்கத் தெரிந்து போயிற்று. இதென்ன லேசுக்குள் மறக்கக்கூடிய சமாச்சாரமா கொஞ்சநாள் கழித்து இதைவிட நூதனமான சம்பவம் நடந்தது.

வேறு ரெண்டு மனுசர்கள் சூட்கேஸ்களுடன் வார்ஸாவுக்கு நடுவில் மேகங்களூடே பறந்து போவதைக் கண்டார்கள். அவர்களும் தெற்காமல்தான் போய் மறைந்தார்கள்.

வசந்த காலம் முன்னதாக வந்ததுடன் இன்னும் அதிக வெயிலையும் கொண்டு வந்தது. வார்ஸாவுக்கு மேலேயும் பிறகு, மாநில நகரங்களுக்கு மேலேயும் ஏன், மாவட்டங்களின் குட்டி நகரங்களுக்கு மேலேயும்கூட ரெண்டு, மூன்றுபேராகவும் பெரும்பாலும் தனியாகவும் ஆட்கள் சூட்கேஸ்களுடன் பறந்து திரிவது அன்றாடக் கதையாகிவிட்டது. எல்லாரும் ஆகாயத்தில் அழகாக மிதந்து கரணங்கள் போட்டுவிட்டு கடைசியில் தென்திசையிலேயே பறந்து மறைந்தார்கள்.

உண்மை தெரிந்தாகணுமென்று நாடு முழுக்க கோரிக்கை கிளம்பியது. விவகாரத்தை அப்படியே அமுக்கிவிடலாமென்றால் அதுவும் நன்றாக இருக்காது. ஆகவே அதிகாரபூர்வமாக ஒரு அறிக்கை வெளியிடப்பட்டது. வசந்த காலத்தின் ஆரம்பநிலையில் ஏறிக்கொண்டிருக்கும் வெயில் சூட்டினாலும் அரசு அலுவலகங்களில் சன்னல்களைத் திறந்து வைத்ததாலும் சிவில் ஊழியர்கள் தங்களது கழுகுக் குணத்துக்கு ஆளாகி அலுவலக இருக்கைகளை விட்டு சன்னல்வழியாகப் பறந்துவிட்டதாக அந்த அறிக்கை அறிவித்தது. சிவில் ஊழியர்களும் அரசு ஊழியர்களும் ஐந்தாண்டுத் திட்டத்தின் உயர்ந்த நோக்கங்களை நினைவில் கொண்டு தங்கள் குணத்தை வென்று அலுவலகப் பணிகளைக் கவனிக்கணுமென்ற வேண்டுகோளுடன் முடிந்தது. அதுக்குப் பிறகு சிவில் ஊழியர்கள் பொதுக்கூட்டங்கள் நடத்தி, தங்கள் குணத்தை எதிர்த்துப் போராடுவ தென்றும் பறந்துபோவதில்லையென்றும் உறுதிமொழி எடுத்துக் கொண்டார்கள். அதன் விளைவு ஏறுக்குமாறாகிவிட்டதுதான் பெரிய சோகம். அலுவலகத்திலேயே இருக்க உறுதிகொண்டுங்கூட தலைநகரத்துக்கும் மற்ற நகரங்களுக்கும் மேலே பறந்து திரிபவர்களின் எண்ணிக்கை குறைந்தபாடில்லை. அவர்கள் வெள்ளை மேகங்களுக்கு உள்ளே பாய்வதும் வெளியே வருவதும் நீலவானத்தில் குட்டிக்கரணங்கள் போடுவதும் அந்தி ஒளியில் சொகமாகப் புரள்வதும் பறக்கும் சக்தியைக் குடித்த கிறக்கத்தில் சூறைக்காற்றை முந்திக்கொண்டு ஓடுவதுமாக திரிவதைப் பார்க்க முடிந்தது. சிலசமயம் தரைமட்டத்துக்கே வந்துவிடுவார்கள். மறுபடியும் எழும்பி கண்ணுக்கெட்டாத உயரத்துக்குப் போகத்தான். கண்மூக்கு தெரியாமல் பறந்ததால் அவர்கள் தவறவிட்ட மூக்குக் கண்ணாடிகளும் துண்டு துக்காணிகளும் ஆகாயத்திலிருந்து தெருக்களில் மழைபோல் விழுந்ததை சனங்கள் பார்த்தார்கள். காலியாகும் அலுவலகங்களில் வேலை முடங்கி ஸ்தம்பித்துவிட்டது.

தெற்கே டாட்ரா மலைகளிலிருந்து வந்த அறிக்கைகள் பயமுறுத்தின. சிவில் ஊழியர்கள் மலை உச்சிகளில் கூடிக்கூடி

அடைவதையும் பறந்து அலைவதையும் தேசியப் பூங்காவின் விலங்குகளுக்கு சேதமுண்டாக்கு வதையும் மலைக் காவல்காரர்கள் கவனித்திருக்கிறார்கள். பொது மக்களிடமிருந்து ஏராளமான புகார்கள் வந்து குவிந்தன. நோவி டார்க் மாவட்டத்தில் இருபத்தெட்டு ஆட்டுக்குட்டிகள் போன இடம் தெரியவில்லை. முஸினாவில் கழுகு ஒன்று தைரியமாக ரெய்டு செய்து ஒரு பன்றியுடன் பறந்தோடிவிட்டது. அந்தக் கழுகு அரசுத்துறையின் துணை இயக்குநர் என்பது பிறகு தெரியவந்தது. அவர்கள் ஆகாயத்திலிருந்து மின்னலைப் போல் கீழே பாய்ந்தார்கள்.

மே மாதம் வந்ததோ இல்லையோ, எல்லா அலுவலகங்களிலும் சன்னல்கள் முழுக்கத் திறந்திருந்தன. நிலைமை இன்னும் மோசமாகியது. மத்திய அரசில் பெரிய பொறுப்பு வகித்த அதிகாரிகளிலும் பலர் கழுகுகளாக மாறிவிட்டார்கள். அதிலும் மிகப்பெரிய அதிகாரிகள்தான் மிக அதிகம். இதெல்லாம் நாட்டின் பெருமையைப் பாதித்தது. போட்டோக்களிலும் பொது நிகழ்ச்சிகளிலும் மட்டுமே சனங்களின் கண்ணுக்குத் தட்டுப்பட்டிருந்த பெரிய அதிகாரிகள் எல்லாம் தலைக்கு மேலே காலசைத்துக் கொண்டு பலூன்களைப் போல் மிதப்பதை மறுபடியும் மறுபடியும் பார்த்தால் நாட்டின் பெருமை என்னாவது.

அரசு அலுவலகங்களிலும் நிறுவனங்களிலும் சன்னல்களை மூடிவைக்கணும் என்று உத்தரவு போட்டார்கள். அது வீண் வேலையாகப் போயிற்று. சன்னல்கள் மூடியிருந்தால் என்ன ஒரு நிஜக் கழுகு கம்பி நீட்ட இத்துனூண்டு இடைவெளி போதாதா.

இன்னும் என்னென்னமோ நடவடிக்கை எடுத்தாயிற்று. சிவில் ஊழியர்களின் கால் ஷுவில் ஈயத்துண்டுகளைப் பொருத்திவைத்தும் பிரயோசனமில்லை. காலுறையுடன் கழண்டுவிட்டார்கள். பறந்து விடுவாரோ என்ற சந்தேகத்துக்கிடமானவர்களை கயிற்றால் இருக்கை களோடு கட்டிப் போட்டால் முடிச்சை அவிழ்ப்பதொன்றும் அவர்களுக்குப் பெரிய காரியமாக இல்லை. இப்படியாக அவ்வப்போது ஒரு சிவில் ஊழியர் பெருமூச்சுவிடுவார். கொஞ்சநேரம் மனசில் கடமைப் போராட்டம். கடைசியில் நிஜக்குணம் ஜெயித்துவிடும். சன்னல் சட்டத்தில் தொற்றுவார். ஒரு சங்கடமான இருமல் பறந்துவிடுவார். சிற்றுண்டியும் தேனீரும் முந்தியே முடிந்திருக்கும். இது வாடிக்கையாகிவிட்டது.

இந்த நிலையில், எந்த அலுவலக வேலையானாலும் நடப்பது ரெம்பச் சிக்கலாகிவிட்டது. தப்பித்துப் போகும் சிவில் ஊழியர்கள் கைவசம் ஆவணங்களையும் வழக்கம்போல் எடுத்துப் போய்விடுவார்கள். ஆனாலும் எனக்கு ஒரு காரியம் சாதிக்க முடிந்தது. சம்பந்தப்பட்ட அதிகாரி டாட்ராவிலுள்ள பிரபலமான ஏரியொன்றில் அருகே ஒரு மலையாட்டோடு சண்டையிட்டுக்

கொண்டிருப்பதாக எனக்கு வேண்டிய வன அதிகாரி தகவல் சொன்னார். பிடித்துக்கொண்டேன். தங்கள் மனுக்களைக் கவனிக்கும் அதிகாரிகள் அடையும் கூடுகளையோ, வேட்டையாடும் இடங்களையோ தேடிக் கண்டுபிடிக்கும் ஆர்வத்தில் சில சனங்கள் மலைப்பிரதேசங்களுக்கு ஆய்வுப் பிரயாணங்களை ஏற்பாடு செய்தார்கள். இப்படியாக மலையேறும் கலை விருத்தியடைந்தது. ஆனால் நாட்டு நிருவாகமோ சீர்குலைந்தது.

ஓடிப்போன அதிகாரிகளைப் பிடிக்க வன அதிகாரிகளுக்கும் மலைக் காவல்காரர்களுக்கும் புது உத்தரவு போனது. உத்தரவு போட்டு என்ன செய்ய அம்பாகப் பறக்கும் பறவையை யார் போய்ப் பிடிப்பது, ஒரே ஒரு வழியில் மட்டும் பலன் கிடைத்தது பெரிய ஆச்சரியந்தான். அதாவது, சம்பள நாளன்றைக்கு காசாளர் அலுவலகங்களைச் சுற்றி வலை விரித்துவிடுவது பறக்கிற ஆர்வத்தையும் மீறி சிவில் ஊழியர் கூட்டம் அத்தனையும் நெரித்துக்கொண்டும் கூச்சலிட்டுக்கொண்டும் சம்பள அலுவலகங்களில் கூட்டமிடும் அன்றைக்கோடு சரி. மறுநாள் அவர்களைக் காண முடியாது. வலையில் அகப்பட்டுக்கொண்டவர்கள் வாடி இளைத்தார்கள் அல்லது மறுபடியும் தப்பிவிட்டார்கள்.

ஒருவழியாக வசந்தகாலம் கழிந்து தகிக்கும் கோடை சுதந்திரமாகச் சிறகடித்துக்கொண்டு எழுந்தது. அப்புறம் கண்ணுக்குப் புலப்படாத நோயைப் போல் இலையுதிர்காலம் தோன்றி ஈரம் தெளித்து, சூரிய வெப்பத்தைத் தணித்தது. மலைப்பக்கம் உணவு கிடைப்பது கஷ்டமாகி விட்டது. ஒருநாள் பள்ளிக் குழந்தைகள் மலை உச்சிக்கு உல்லாசப் பிரயாணம் போனபோது பனிப்பாறைச் சரிவில் ஒரு சீனியர் சிவில் ஊழியர் அவர்களைப் பார்த்ததும் பறந்துபோகாமல் வெறித்தபடி விரக்தியுடன் நிற்பதைக் கண்டார்கள். வசந்த காலத்தில் வெளியேறியபோது அணிந்திருந்த கந்தல் கோட்டின் காலருக்கடியில் அவரது தாடி ஒளிந்திருந்தது. குழந்தைகள் ரெம்பக் கிட்டத்தில் போனதும்தான் படபடப்பில் நான்கைந்து எட்டு ஓடி கம்மிய குரலில் கத்திக்கொண்டு பனி மூட்டத்துக்குள் பறக்கமாட்டாமல் பறந்து போனார்.

வெண்பனி பெய்யத் தொடங்கியது. நாடெங்கும் மேடு பள்ளங்களில் உள்ள விவசாயி வீட்டுக்கூரைகளில் பனியின் ஈரத் துணுக்குகள் அமைதியாகத் தூவின. கூரைகளுக்கடியில் முழுக்க ஆச்சரியமான நாட்டுப் பாடலைக் கேட்க முடிந்தது. பல அதிகாரிகளைப் பற்றிய நமது தலைவர்களைப் பற்றிய அதாவது நிஜக் கழுகுகளைப் பற்றிய பாடல்.

கோழித்தூக்கம்

தெருவிலிருந்து பெரிய கட்டிடத்தைத்தான் பார்க்க முடியும். கூடத்தைக் கடந்துபோனால் வீட்டின் பின்பகுதியில் சின்ன முற்றம். அமைதியான காலி முற்றம். தாழ்வான கல்சுவர் அதை தோட்டத்திலிருந்து பிரித்திருக்கிறது. தோட்டம் என்று சொல்வதா, பழத்தோட்டம் என்பதா. ஏனென்றால் மரமுகடுகளின் பச்சையில் கனிந்த செரி பழங்களின் சிவப்புப் புள்ளி கோலமிட்டிருக்கிறது. சுவரைப் பின்தொடர்ந்தால் நாளாவட்டத்தில் சாம்பல் பூத்துவிட்ட பலகைகளாலான மரக்கதவு வருகிறது. கதவில் ஒரு இரும்புக் கைப்பிடி. ஆனால் மறுபக்கம் உறுதியான தாழ்ப்பாள். கதவுக்கு மேலே தோட்டத்தைப் பார்க்க முடிகிறது. சுவருக்கு நேர்கோணங்களில் ஒரு சிறுவீடு. அதில் சிவப்பு ஓட்டுக்கூரை. முன்புறம் நான்கு மேல்வளைவுகளுடன் ஒரு தாழ்வாரப் பாதை. வளைவுகளைத் தாங்கிக் கொண்டு மூன்று தூண்கள். வளைவுகளுக்குக் கீழே பார்த்தால் அரசாங்கக் குடியிருப்புகள். தாழ்வாரப் பாதையின் நிழலில் வெள்ளைத் துணி விரித்த மேசையருகே ரெண்டு பேர் உட்கார்ந்திருக்கிறார்கள். மணல் பாறையும் இதமான மூலிகைச் செடிகளும் பரப்பும் கதம்பமணம் காற்றில் நிறைந்திருக்கிறது.

ஒருத்தருக்கு ஐம்பது வயதிருக்கும். வழுக்கைத் தலை. மிருதுவான வாய். கருநீல உடை கச்சிதமாகப் பொருந்தியிருக்கிறது. பனிவெள்ளைச் சட்டையின் முன்புறத்தை அலங்கரித்துக்கொண்டு தடித்த தாடைக்குக் கீழே சுத்தமான வெள்ளி நிற டை அமர்ந்திருக்கிறது. மற்றவர் ஒரு பாதிரியார். கருப்பு அங்கி அணிந்திருக்கிறார். அங்கியின் மேலிருந்து கீழாக சிறுசிறு பித்தான் வரிசை. அவர்களுக்கு நடுவே கரும்பச்சை நிறத்தில் மூன்று

பாட்டில்கள். பாதியளவு பீர் நிறைந்த இரு மதுக்கிண்ணங்கள். இந்த கோடைகாலச் சனிக்கிழமை மதியத்துக்குமேல் ஒரு வார உழைப்பின் அலுப்பில் ஓய்வெடுத்துக் கொண்டிருக்கிறார்கள். ஞாயிற்றுக்கிழமையின் வரவை எதிர்நோக்கும் சந்தோசம். அவர்கள் முகத்தில் தவழ்கிறது. தற்போது நிராதரவாக நிற்கும் நான்கு மாடி அரசாங்கக் கட்டிடத்தை அவர்கள் தோட்டத்தினூடாக வெறிக்கிறார்கள்.

மௌனத்தை உடைத்த பாதிரியார் மதுக்கிண்ணத்தை எடுக்க மெல்லக் கை நீட்டினார்.

“நமக்குள்ள ரெம்ப நாளா பழக்கமிருந்தும் இதுவரைக்கும் ஒங்கள எப்படிக் கூப்பிடணுமிங்கிற யோசனையே இல்ல”

அந்தச் சாமானிய மனுசன் பதில் சொன்னார்:

“அய்யா நீங்க கொழம்பிப் போயிருக்கிறீங்கன்னு எனக்கு நல்லாத் தெரியுது. எனக்குரிய உத்தியோக மொறையில பேர்வச்சுக் கூப்பிடுறது இந்த எடத்துக்குப் பொருத்தமாருக்காது. இல்ல எப்படிச் சொல்றது. என் மனசில நிருவாகக் காரணம்னு சொல்றதுக்கு ஒண்ணுமில்ல. உண்மையில இது நடைமுறைப் பாணி சம்பந்தப்பட்ட விஷயம்னு சொல்லலாம். அந்தஸ்து நிலை சம்பந்தமான ஒங்க அறிவப் பயன்படுத்துனா நமக்குள்ள மனசளவில ஏற்படக்கூடிய விரிசலத் தவிர்க்க வேண்டி நீங்க கவனமா இருக்கிறது புரியிது. நானும் பாராட்டுறென், மதிக்கிறென்.”

பாதிரியார் “அதேசமயம் அங்கீகரிக்கப்பட்ட மொறையில கூப்பிடுறதும் சிரமம்... அதாவது, நான் என்ன சொல்ல வாறன்னா...”

பாதிரியாருக்கு முகம் சிவந்துவிட்டது. தன் குழப்பத்தை மறைப்பதற்காக இருமிக் கொண்டார்.

அந்த மனுசன் சொன்னார்:

“என்னோட மொதலாளிகளச் சொல்றீங்களா. நிச்சயமா ஒரு மம்பட்டிய மம்பட்டின்னே கூப்பிடுவமே. உண்மையில, நான் சம்பளம் வாங்குற ஒரு தொழிலாளி. ஆனாலும் அந்த நிறுவனத்தோட கடுமையான சட்ட திட்டங்களுக்குக் கட்டுப்பட்டவன் இல்ல. இன்னியும் சொல்லணும்னா எனக்குக் குடுக்கப்பட்ட தொழிலோட மதிப்பு நம்ம ரெண்டு பேருக்கும் எடையில பரஸ்பரம் இருக்கவேண்டிய... அதப் பாதுகாக்கிற, பிணைக்கிற கொள்கைகளயும் பொறுத்தது. அத எப்படிச் சொல்றது...”

இப்போது அந்த மனுசனுக்கு பேச்சுத் தடுமாறும் தர்மசங்கட நிலை.

பாதிரியார் விரைவாகக் குறுக்கிட்டார்:

"அவங்கள கருத்து உருவாக்குறவங்குன்னு சொல்லுவொம். இன்னியும் பரந்த பார்வையில சொல்லணும்னா சக மனுசங்க. ஆமா கருத்து உருவாக்குறவங்க அல்லது சக மனுசங்க. சகமனுசங்கன்னா யாரு..."

"எனக்குப் புரியிது புரியிது. இன்னியும் சரியான விளக்க வரையறைய நம்ம தேடித் திரியவேணாம். ஆனா இப்ப சமாச்சாரத்த ஆரம்பிச்சிட் டொம். நானும் சில சந்தேகங்களால அவதிப்படுறத ஒத்துக்கிறத்தான் வேணும். உதாரணத்துக்கு, ஒங்கள பாதிரியாருன்னு கூப்பிடுறது சரியாருக்குமான்னு இண்ணைக்கு வரைக்கும் எனக்குத் தெரியல. அப்படிச் சொல்லலாமா"

"பாதிரியாரா"

"ஆமா. எனக்குத் தெரிஞ்சவரைக்கும் ஒரு சாமானிய நிறுவனம் ராணுவம் ஜெயில் இப்படி ஏதாச்சும் ஒண்ணோட சட்டதிட்டங்களுக்குக் கட்டுப்பட்டோ அது சம்பந்தமாவோ தன்னோட கடமையைச் செய்ற மதகுருவ அப்படித்தான் சொல்றாங்க."

"நான் ஒண்ணு சொல்லலாமா குறிப்பா, இந்த விஷயத்தப் பொறுத்தமட்டுல நம்ம சாமானியமானதவிட கொஞ்சம் மேலான நிறுவனத்தப் பத்தி பேசிக்கிட்ருக்கொம். "

"சரியாச் சொன்னீங்க. என்னோட நச்சரிப்புக்கு தயவுசெய்து மன்னிக்கணும். சாமானியத்துக்கும் மேலதான். இங்க நீங்க இருக்கிற விஷயத்தயும் பாக்கிற வேலையையும் பொதுவா தெரிய வந்தா மக்களுக்கு இயல்பாவே ஆச்சரியமாயிருக்குமிங்கிறது ஒங்களுக்குத் தெரியும் இல்லையாய்யா"

"ஒங்க விஷயத்துலயும் அப்படித்தான் நடக்கும்"

"ஆமா. ஆனா அந்தளவுக்கு இருக்காது. என்னோட பணி ஆன்மா சம்பந்தப்பட்ட பிரதேசங்களையோ, தத்துவத்தையோ தொடுறதில்ல. ஒரு மதகுருவோட நுட்பமான வேல மேலயும் விசுவாசம் கலை சிந்தனை இப்படி விஷயங்கள் மேலயும் எனக்குள்ள மரியாதையையும் அழுத்தமா குறிப்பிடணுமிங்கிறதால இதச் சொல்றென். என்னப் பொறுத்தமட்டுல, கட்டுப்பாட்டுக் குழுவில பெரிய பதவியிலயிருக்கிற ஒரு உறுப்பினரோ, இல்ல ஒரு ஓவியரோ ஒரு அரசரோ விஜயம் செஞ்சா அவரவாழ்த்தி வரவேற்பென். ஏன்னா என்ன சாப்பாடு பரிமாறணும் என்ன திராட்ச ரசத்த என்ன கிண்ணத்துல குடுக்கணும்னு கொழந்தப் பருவத்துலருந்தே தெரியும்.

ஒருசில மொழிகளும் பேசத் தெரிஞ்சவன். கலை வரலாறு தெரியும். கம்யூனிஸ்ட்டும் இல்ல, வேல ரெம்பச் சிரமமானதுதான்னாலும் சலிப்பூட்டுற மாதிரி இல்ல. ஏன்னா வரவேற்புகளுக்குப் போறதோட மத்த நேரத்துல இளைஞர்களுக்கு நடனம் கத்துக் குடுக்கிறேன். குழுச் செயலாளர்களோட பையன்களுக்கும் பொண்ணுகளுக்கும் சொல்லிக் குடுக்கிறென். என்னோட வேலைகளுக்குத் தெளிவான வரையறை உண்டு. எல்லாம் உடலுழைக்கிற வேலைகள் அப்பப்ப கொஞ்சம் பேச்சு"

"நல்லது நல்லது. அவ்வளவுதானா."

"இல்ல, நீங்க சொல்றது ரெம்பச் சரி. மிக முக்கியமான ஆண்டு விழாக்களோட தேதிகள் ஞாபகப்படுத்தி கொண்டாட்டங்களுக்கு ஏற்பாடும் செய்வென். அதெல்லாம் நம்ம மேலதிகாரிகளோட கண்டிப்பான கருத்துகளுக்கு ஒத்துவராதுதான். இருந்தாலும் சில பிரிவு மக்கள் மத்தில அதுகளுக்கு நிச்சயமா செல்வாக்கு இருக்குது. அதனாலதான் அதுகள விசுவாசமா கொண்டாடுறாங்க. ஆனா இதெல்லாம் எனக்கு ஒதுக்கப்பட்ட வேலன்னாலும் என்னோட அதிகாரபூர்வமான அலுவலகப் பணிகளோட வரம்புக்குள்ள வராது. இப்ப என் பதவியப் பொறுத்தமட்டுல நடன வாத்தியாருன்னு என்னக் கூப்பிட்டா எளிமையாருக்கும்."

பாதிரியார் பெருமூச்சுவிட்டபடி தோட்டத்தை உற்றுப் பார்த்தார். வானமெங்கும் படரும் கருநீலம் அஸ்தமனத்தின் வரவைக் கட்டியங் கூறியது. எல்லாம் அசைவற்று அமைதியாக நகரத்தின் சந்தடியிலிருந்து தொலைவில் இருந்தது.

கொஞ்சநேரத்துக்குப் பிறகு அவர் சொன்னார்.

"நீங்க அதிர்ஷ்டக்காரர்தான்."

நடன வாத்தியாருக்கு ஆச்சரியம். மதுக் கிண்ணத்தைப் பிடித்திருந்த அவரது வலது கை மேசைக்கும் உதடுகளுக்குமிடையே பாதியில் நின்று விட்டது.

"மன்னிக்கணும் என்ன சொன்னீங்க"

"என்ன மன்னிச்சிருங்க"

நடன வாத்தியார்: "இல்ல இல்ல புது எதார்த்தம்."

பாதிரியார்: "பழச எதுத்துப் போராடுற புதுசு."

நடன வாத்தியார்: "பாதிரியாரய்யா நீங்க ஆச்சரியமான ஆளா இருக்கிறீங்க. இது ரெண்டாவது தடவ. மொதத் தடவ அலுவல்ரீதியா நம்ம சந்திப்ப ஒங்கள ஒரு மதகுருவா இங்க பாத்தென்."

பாதிரியார்: "இதுல ஆச்சரியப்படுறதுக்குக் காரணம் ஏதுமில்ல." என்னக் கேட்டுக்கிட்டாங்க அவ்வளவுதான். செயலாளர் விஷயத்த வெளிப்படை யாவே சொன்னாரு. 'எங்களோட கண்ணியமான சில தோழர்கள், எல்லாருமில்ல, சிலர் மட்டுந்தாங்கிறத நீங்க கவனத்துல கொள்ளணும். அவங்ககிட்ட ஒரு கொறையிருக்கு. அய்யா மன்னிக்கணும். அவங்க கோயிலுக்குப் போறாங்க பொதுமக்கள் அவங்களை கோயில்ல பாக்கிறாங்க. கொள்கைரீதியாப் பாத்தா இது சரியில்லதான். ஆனாலும் அவங்கள வெளியேத்துனா எங்க அணித் தோழர்கள் மத்தியில ஒத்தும கொலஞ்சிரும். வெளியேத்துறது தீர்வாகாது. ஆனா கல்விதான் தீர்வு. அதே சமயத்துல பொதுமக்கள் பார்வையில அவமானமும் நல்லதில்ல. மேலதிகாரிக கவனத்துக்குப் போயிரும். அதனாலதான் ஒங்கள பாதிரியாரா ஆக்கணும்னு எங்களுக்குள்ள ஒரு திட்டம். இங்க எங்களோட குழுக் கட்டிடத்துலயே ஒரு தனிக்கோயில் அமச்சுத் தாறொம். பெரிசா இல்ல. இருவத்தஞ்சடிக்கு இருவது. ஒரு சின்ன பீடத்தோட எங்க தோழர்கள்ல வழிபாடு செய்யாம இருக்க முடியாதுன்னு நெனைக்கிறவங்க அங்க அமைதியா தங்களுக்குள்ளயே வழிபடலாம். அதுக்குப் பதிலா நீங்க அவங்களோட பாதிரியாரா இருந்து அவங்களுக்குப் பிரசங்கம் பண்ணலாம். ஒங்க மனசில இருக்கிறத தாராளமா எடுத்துச் சொல்லலாம். அது அரசாங்கத்தப் பத்தி இருந்தாலும் சரி மார்க்ஸப் பத்தி இருந்தாலும் சரி. அதனால ஒண்ணுமில்ல. கொள்கையில இறுகிப்போன எங்க தோழர்களோட பேசப் போறீங்க. வேற எதவும் சொல்லி அவங்கள நம்பவைக்க முடியாது. இப்படியாக எங்க அணிகள கட்டுக் கொலையாம வச்சுக்கிருவொம். மக்களும் அவங்களப்பத்தி ஒருமாதிரி பேசுறத நிறுத்தீருவாங்க' அப்படின்னு அவரு எங்கிட்டச் சொன்னாரு, நான் வேலைய ஏத்துக்கிட்டென்"

நடன வாத்தியார்: "ஆனா..."

பாதிரியார்: "ஒங்க விவாதங்களும் மாற்றுக் கருத்துகளும் நான் எதிர்பாத்ததுதான். என் பிரசங்கத்து மேல எனக்கிருக்கிற நம்பிக்கையாலதான் ஏத்துக்கிட்டென். என் முடிவில மதபோதக அம்சமும் உண்டு. அய்யோ கர்வத்தவும் அளவுக்கதிகமான நம்பிக்கையவும் ஆண்டவர் தண்டிக்கிறாரு."

நடன வாத்தியார்: "ஆனா புதுசு பழசப்பத்தி ஒங்க கருத்து.."

பாதிரியார்: "ரெம்பத் தெளிவானது"

நடன வாத்தியார்: "சிங்கத்தோட கொகையில நொழைய நீங்க துணிஞ்சு எடுத்த முடிவில எதிர்பாத்த அளவுக்குப் பலன் கெடைக்கலயா."

பாதிரியார்: "அய்யா கொஞ்சநேரத்துக்கு முந்தி ஆன்மா தத்துவம் இதுகளோட ஒலகத்தப் பத்திச் சொன்னீங்க. அது என் தகுதிக்குள்ள இருக்கிற ஒலகமின்னீங்க. நீங்க சொன்னது சரின்னு நம்புறென். அந்த ஒலகத்துக்குள்ள கொஞ்சநேரம் போகலாம். புதுசு பழசு எதுத்துப் போராடுதுங்கிற கருத்து எந்த வெதத்துலயும் என் லட்சியத்தோடவோ ஊழியத்தோடவோ முரண்படல. மாறா அதுவும் என் நோக்கங்களவே தெரிவிக்குது. என் நோக்கங்கள் என்னன்னா ஒங்களுக்கு அதிர்ச்சியாயிருக்கும். நம்ம பேச்சு ரெண்டு சக ஊழியர்களுக்கு மத்தியில நடக்கக் கூடியதாவே இன்னியும் தொடருது இல்லையா."

நடன வாத்தியார்: "நீங்க சொல்றது புரியல."

பாதிரியார்: "நான் ஒரு மார்க்ஸியவாதி."

நடன வாத்தியார் புருவங்களை உயர்த்தினார். வாய் திறந்து உதடுகளை வட்டமாகக் குவித்தார். பாதிரியார் கைகளை மார்பில் மடித்தபடி வானத்தைப் பார்த்தார். நடன வாத்தியார் திறந்த வாயை மூடி மறுபடியும் திறந்து ஒருவழியாக வார்த்தைகளைச் சேர்த்து வாக்கியத்தை உருவாக்கினார்.

"பாதிரியாரய்யா ஒங்க மேல ரெம்ப மதிப்பு வச்சிருக்கென். ஆன்மீக விஷயங்கள்ல இருக்கிற நல்ல அம்சங்களுக்கு எனக்கும் தொழில்ரீதியா கொஞ்சமும் சம்பந்தமில்லங்கிற உண்மையிலருந்து வெலகாமயே கேக்கிறென். அறியாமையும் தாழ்வு மனப்பான்மையும் என்ன அனுமதிக்கிறது மட்டுமில்லாம ஒங்ககிட்ட கேட்டுத் தெரிஞ்சுக்கிற உரிமையவும் குடுத்திருக்கிறதா நெனைக்கிறென். எப்படி அய்யா ஒங்களுக்கு இது சாத்தியமாகுது."

பாதிரியார்: "மொதலாவதா இந்த அங்கியின் பேரால எனக்குக் கெடச்சிருக்கிற அந்தஸ்து அதோட நம்பகத் தன்மைய எழந்துட்டதா ஒங்களுக்கு ஒரு அபிப்பிராயம் இருந்தா அத ரெம்பத் திட்டவட்டமா ஒதுக்கித் தள்ளீறலாம். அதுக்கு மாறாவே இருக்கு. என்னோட மார்க்ஸியக் கருத்துக்கள். எந்த வழியிலயும் நான் செய்ற பாதிரியார் ஊழியத்த பலவீனப்படுத்துனதில்ல. அத வலுப்படுத்தியிருக்கு. என் ஊழியத்துல அது ஒரு சிறப்புப் பணிங்கிற அழகச் சேத்துருக்கு. கட்சிப்பணின்னு கூடச் சொல்லுவென்."

நடனவாத்தியார் தலையைக் குனிந்து கொண்டு சோர்வான குரலில் சொன்னார்.

"இதோட வுட்றென். ஒங்க விவாதத்துல என்ன ஒரு எதிரியா தயவுசெய்து நெனைக்க வேணாம். இன்னி எனக்கு வேண்டியது

ஒண்ணு தான். எளிமையான விளக்கம். கிறிஸ்தவ மறைச்சுவடி திருச்சபையோட திருத்தந்தையர்களுக்கு எளிமையாவும் சுலபமாவும் புரிஞ்சுக்கிற மாதிரி இருக்கலாம். ஆனா ஒரு கொழந்தைக்கு புரிஞ்சுக்கிற சிக்கலாருக்கும். அதப் போலதான். "

பாதிரியார்: "ஒரு மதம் இல்ல சித்தாந்த நம்பிக்கையில மர்மங்கள எதிர்கொள்ளும் போது எளிமையான விசுவாசியோட அடக்கம் பொருத்தமானது போற்றத்தக்கது. மொதல்ல ஓங்கள ஆச்சரியப்படுத்துனது. சீக்கிலத்துலயே எளிமையானதாவும், புரிஞ்சுக்கிறக் கூடியதாவும் தோணும். குழுவோட ஊழியருங்கிற மொறையில ஓங்களுக்குத்தான் நல்லாத் தெரியுமே., தத்துவப் பயிற்சி வகுப்புகளுக்கு நான் போக வேண்டியிருக்கு. அங்க ஓங்களவும் பாத்துருக்கேன்."

நடன வாத்தியார்: "அலுவலக ரீதியான கட்டாயம், அதுக்கு மேல ஒண்ணுமில்ல"

பாதிரியார்; "மொதல்ல அந்தச் சொற்பொழிவுகள.. சோகமான எதார்த்தம்னுதான் நெனச்சென். ஆனா பாடம் நடத்துறவங்க முன்வைக்கிற ஆய்வுகள்லயும் தர்க்கங்கள்லயும் எனக்கு சீக்கிரத்துலயே பிடிப்பு வந்துருச்சு. அப்புறம் அவங்களோட தர்க்கத்துல நம்பிக்கை ஏற்பட்டது. இப்படித்தான் மனுசகுலத்துல கால்வாசியோட நம்பிக்கையப் பெற்றிருக்குது இந்தத் தத்துவம். ஆமா சரின்னு தான் நெனைக்கிறென். ஜனநாயக முற்போக்கு சக்திகளோட பலம் அதுதான்"

நடன வாத்தியார்: "ஆக, பாதிரியாரய்யா நீங்களும் ஓங்க மத நம்பிக்கையக் கைவுட்டுட்டன்னு ஒத்துக்கிறீங்க"

மேசையில் ஒரு குத்து விட்டபடி பாதிரியார் சொன்னார்:

"அந்த மாதிரியெல்லாம் கெடையாது. தயவுசெய்து குறுக்க பேசாதீங்க. குற்றச்சாட்டு வேணாம்"

நடன வாத்தியார்: "மன்னிக்கணும் அய்யா, என்ன மறந்து ஒன்றீட்டென்"

பாதிரியார்: "மன்னிக்கிறென். ஓங்கள மன்னிக்கிறது எனக்குச் சுலபம். ஏன்னா என்னோட தத்துவார்த்த வளர்ச்சிப் பாதையில ஒரு கட்டத்துல நானும் இப்ப நீங்க செஞ்சீங்களே அதே தப்பத்தான் செஞ்சென். கொஞ்ச காலம் நானுங்கூட என்ன ஒரு மத எதிர்ப்புவாதின்னு நெனைச்சுக்கிட்ருந்தென். அப்புறமென்ன ஒரு நீண்ட உள்போராட்டத்துக்குப் பிறகு என் பழைய கருத்தக் கைவிடுறதுன்னு முடிவு செஞ்சென். செயலாளருட்டப் போயி

வெளிப்படையாவே வெவரமா சொல்லிப் புட்டென். மார்க்ஸியத்த நோக்கிய என் பரிணாம வளர்ச்சி காரணமா நான் இன்னியும் குழுவுக்கு மதகுருவா இருந்து காரியங்களச் செய்ய முடியாதுன்னென். செயலாளருக்குச் சந்தோசம். என் வளர்ச்சியப் பாராட்டுனாரு. ஆனா அவருக்குக் கவலவந்துருச்சு. ரெம்ப நேரம் நெத்தியத் தடவிக்கிட்டுருந்தாரு. கடைசியா வெசாரமாச் சொன்னாரு 'இங்க பாருங்க தோழர் இதெல்லாம் லேசான சமாச்சாரங்க இல்ல. நீங்க ஒங்க கடமையச் செய்யலன்னா எங்க தோழர்கள் மறுபடியும் பொதுக் கோயிலுக்குப் போகவேண்டிய நெலம வரும். இதனால கணக்கில்லாம தத்துவச் சிக்கல் உண்டாகும். எதிராளிக பொதுமக்கள் கிட்டப் போயி மறுபடியும் ஏதாச்சும் விஷமப் பிரச்சாரம் பண்ணுறதுக்குத் தோதாப்போகும். ஒவ்வொரு விஷயத்துலயும் நாங்களும் பொதுமக்கள தேடிப்போக வேண்டியிருக்கும். ஒங்களோட உணர்வுமட்டம் வளர்ந்திருக்கிறதப் பத்தி சந்தோசந்தான். ஆனா இந்த வளர்ச்சியால ஒங்களுக்குப் புது கடமைகளும் வருமிங்கிறத மறந்துறாங்க. சுருக்கமாச் சொல்லணும்னா, நீங்க இங்க ஒங்க வேலைய தொடந்து செய்யணும். நீங்க எங்களோட ஒருத்தராயிட்டீங்க. நெலம ஒங்களுக்குத் தெரியாததில்ல.'

நான் மறுப்புத் தெரிவிச்சென். என் பொருள்முதல்வாதக் கொள்கை. எவ்வளவுக்கு வளந்துருக்குதுன்னு செயலாளர் தெளிவா பாராட்டலயேன்னு சொன்சென். நான் என் கடமைகளச் செய்ய முடியாத அளவுக்கு அது ஒரு கட்டத்துக்கு வளந்துருச்சு. செயலாளரோ பிடிவாதமா இருந்தாரு. அவரு சொன்னாரு 'நீங்க உண்மையிலேயே பக்குவப்பட்ட மனுசனா இருக்கிறதுதான் தெளிவான காரணம். செயல்முறைத் தந்திரங்களப் பத்தியும் நீங்க புரிஞ்சுக்கிட்டுருப்பீங்க. அதத்தான் நம்பியிருக்கென். இயங்கியல் வாதத்த மறந்துறாதங்க. ஒரு பாதிரியாராவே இருக்கிறதுல உள்ள சிரமம் எனக்குத் தெரியும். ஆனா ஒங்க உயர்ந்த தத்துவார்த்த வளர்ச்சி மேல உள்ள நம்பிக்கையில நீங்க இந்த தியாகத்தச் செய்யமுடியும்னு எதிர்பார்க்கிறென். அதுக்கு மேல என்ன சொல்றது, ஒங்க பதவியில நீங்க நீடிக்கணுமிங்கிறது மட்டுமில்லாம இன்னியும் ரெம்ப ஈடுபாட்டோட பெரிய விளைவை எதிர்பாத்து திட்டமிட்டுக்கிறணுமிங்கிறத நெனச்சுப் பாக்கணும். ஒங்களோட தொழில் தகுதிகள் உயர்வானது. அதுகள எழந்துறக்கூடாது. அப்படி இல்லன்னா எங்க தோழர்கள் ஒங்க தகுதியில ஒரு வீழ்ச்சியாப் பாத்துட்டு அதிருப்தியடஞ்சிருவாங்க. அப்புறம் எங்க நேரடிக் கட்டுப்பாட்டுல இல்லாத பொதுக் கோயிலுக்குப் போக ஆரம்பிச்சிருவாங்க. இந்தப் பொறுப்பப் பத்தி கொஞ்சம் நெனச்சுப் பாருங்க. நான் ஒங்களோட அர்ப்பணிப்புச் சிந்தனைய, போராட்ட

உணர்வ எவ்வளவு உயர்வா மதிக்கங்கிறது அப்பத் தெரியும். ஒங்க மனச்சாட்சியே சொல்லும்.'

கொஞ்சம் யோசிச்சுப் பாத்தென். அப்புறம், அத நான் ஒத்துக்கிட்டுத்தான் ஆகணும். எந்தவிதத் தயக்கமும் இல்லாம முடிவுக்கு வந்தென். செயலாளரோட வாதத்துல இருக்கிற மேலான உண்மைய என்னால மறுக்க முடியாது, மேல் நிலையிலயும் இலக்குகள் இருக்குது. மேல் நிலை இலக்குகளைப் புரிஞ்சுக்கிறதுக்கு பிரத்யேகமான அணுமுறையும் கண்ணோட்டமும் வேணும். மேலான இலக்குங்கிறதுதான் முக்கியம். இப்ப ஒங்களுக்குப் புரியிதா. என் வேலயும நோக்கமும் ஒண்ணுக்கொண்ணு முரண்படல. ஆனா ஒண்ண ஒண்ணு வலுப்படுத்துது. இயங்கியல்ரீதியான முழுமைய உருவாக்குதுன்னு."

நடன வாத்தியார் மிருதுவான லினென் கைக்குட்டையால் முகத்தைத் துடைத்துக்கொண்டு சொன்னார்:

"தயவுசெய்து மேல சொல்லுங்கய்யா."

"ஆமாமா நானுங்கூட வளர்ச்சிப் பாதையோட அந்த ரெண்டு கட்டத்த தாண்ட வேண்டியிருந்துச்சு. மொதலாவது கபடமில்லாற, நேர்மையான தத்துவார்த்த விமர்சனக் கண்ணோட்டத்துடன் கூடிய, வரையறுக்கப்பட்ட எல்லைகளைக் கொண்ட கட்டம், அடுத்த கட்டம் பரந்த சிந்தனைத்தளமும் சாதுரியமான அணுகுமுறையும் கொண்டது. பல தியாகங்கள் நிறைந்தது. ஆனா அது அரசியல் சிந்தனைக்கும் அத நடைமுறைப்படுத்துற சிக்கலான சாதனங்களுக்கும் கடுமையான பொறுப்புக் குடுக்கிற பலம் சேர்க்கிற, பயன்படுகிற ஆழமான உணர்வத் தருது."

நடன வாத்தியார்: "சூரியன் அஸ்தமிக்குது."

பாதிரியார்: "உண்மைதான் இயற்கை அதோட விதிகளால இயக்கப்படுது."

நெடுநேரம் சூரிய ஒளியில் குளிர்காய்ந்த தோட்டத்திலிருந்து அமைதியும் இதமான கதகதப்பும் பரவியது. நடன வாத்தியார் மூன்றாவது பாட்டிலைத் திறந்து மதுக்கிண்ணங்களை நிரப்பினார். அவற்றில் வெள்ளை நுரைகள் பொங்கி விளிம்பைத் தொட்டன.

மதுக்கிண்ணத்தை எடுத்தபடி அவர் சொன்னார்.

"என்னமோய்யா எனக்கு சந்தோசம். என்னோட ரெம்ப ரெம்ப எளிமையான வேலையில தத்துவார்த்தரீதியிலான கொள்கைகள் ஏதும் கெடையாது. அடவுகள் முத்திரைகள் நடனம்தான் ஒலகம் வேறெதுவும் எங்கிட்டக் கேக்கமாட்டாங்க."

அந்தச் சமயத்தில் யாரோ கதவைத் தட்டும் சத்தம் கேட்டது.

பாதிரியாரும் நடன வாத்தியாரும் ஒருத்தரை ஒருத்தர் பார்த்துக் கொண்டார்கள்.

பாதிரியார் சொன்னார்.

"அது என்னமாருக்குமோ தெரியல."

●

கோழித்தூக்கம்: (Siesta): ஸ்பானிய மொழிச்சொல். மதியத்துக்குமேல் தேவைப்படும் கொஞ்ச நேர ஓய்வு அல்லது தூக்கத்தைக் குறிக்கிறது. கிறிஸ்தவ மத குருமார்களுக்கு இந்த ஓய்வு வலியுறுத்தப்பட்டிருந்தது

நவீன வாழ்க்கை

நான் ஒரு விசுவாசமான பிரஜை என்றமுறையில் ஒருநாள் முழுவதையும் அப்படியே அரசின் அதிகாரபூர்வ அறிவுரைகளின்படி சட்டமோ சட்டத்தின் நோக்கமோ பிசகாதபடி கழிக்க முடிவு செய்தேன்.

முதல் நாள்

என் தலையில் சரியான அடி கொடுத்துக் கொண்டேன். இப்படியாக என் தூக்கத்துக்கான நேர ஒதுக்கீட்டை நிறைவேற்றமுடியாமல் போகிற குறைபாட்டை எதிர்த்துப் போராடினேன். மண்டையில் மேலும் சில அடிகள் கொடுத்து என்னைத் தரையில் வீழ்த்தினேன். வலுமிக்க உடும்புப்பிடி போட்டு எதிர்த்துப் போராடவும் முடியாதபடி என்னைத் தரையோடு தரையாக வைத்துக்கொண்டேன்.

ஒருசில குட்டி மோதல்களைத் தவிர மற்றபடி, உடை உடுத்தும் காரியம் சுமுகமாகவே நடைபெற்றது. இப்படியாக முழித்தெழும் போரில் வெற்றி கண்டாயிற்று.

அடுத்து குளியலறைக்கு என்னை வழிநடத்திப் போனேன். எந்திரத் துப்பாக்கி வேட்டுகளின் அதிர்வோடு தொடங்கியது குளியல். ஒரு ஸ்டென் ரகத் துப்பாக்கி ஏந்தி என் பற்களின் சுத்தத்துக்காகப் போரிட்டேன். இந்தப் போரிலும் நான் வெற்றிவாகை சூடியிருக்கணும். ஏனென்றால் சீக்கிரத்திலேயே குளியலறையிலிருந்து முகத்தில் புன்னகை தவழ மீண்டு வந்தேன். மிஞ்சியிருந்த சமாச்சாரங்கள் மேலும் ஒருசில துப்பாக்கி வேட்டுக்களுடன் முடிந்துவிட்டன. சவமாகக் கிடந்த காவல்காரனின் உடலைத் தாண்டிக்கொண்டு வெளியே தெருவுக்குப் போனேன்.

காலைச் சாப்பாடு. பால் வாங்குமிடத்தில் ஒரு வெடிகுண்டைப் பிரயோகிக்க வேண்டியிருந்தது. இந்த நவீன ஆயுதம் ஏவியதில் சத்தமில்லாமல் துல்லியமான குறியில் சுட்டு கிண்டியவித்த முட்டைகளை அடையும்போரிலும் எனக்கு வெற்றியே கிட்டியது. கல்லாவில் இருந்த பெண்ணை எளிதில் தோற்கடித்துவிட்டேன் அதிகப் புள்ளிகள் எடுத்து.

அந்த நாளின் மீதிப்பகுதியுங்கூட பல்வேறு காரியங்களுக்கான போர்மயமாகக் கழிந்தது. எனது தலையில் தொப்பியை வைப்பதிலும், பக்கத்துணை ஆயுதங்களால் போரிட்டு வெற்றிகண்டேன். பொதுக் கழிப்பறையில் வேலையை முடிப்பதற்கு இரு எறிகுண்டுகள் தேவைப்பட்டன. அரைமணி நேரம் போரிட்டு புகையிலைக் கடையை நேரடியாகத் தாக்கி அழித்தபின்னரே பீரங்கி வண்டியின் மேல்தளத்தில் இருந்தவாறே சிகரெட் வாங்கும் காரியத்தைச் சாதித்தேன்.

கடைசியாக ஒவ்வொன்றுக்காகவும் போரிட்டு, எல்லாப் போரிலும் வெற்றிபெற்று, வரவிருக்கும் போர்களிலும் வெற்றிபெறும் நம்பிக்கையில் வீடு திரும்பினேன். படுக்கப்போவதற்கான சிறு சண்டையின்போது பட்டாக்கத்தியால் என்னை நானே காயப்படுத்திவிட்டேன். ஆனாலும் கடைசியில் சந்தோசமான ஆனால் வினோதமான அயர்வு நிலையில் உறங்கப் போனேன்.

இரண்டாவது நாள்

இன்றைக்குக் காலையில் சன்னல்வழியாகப் பார்த்தபோது வீட்டு வாசலுக்கு வெளியே ஒரு பிரச்சனை நின்றுகொண்டிருந்தது. நான் வெளியே போனபோது அது இன்னும் பழைய தோரணையிலேயே நின்று கொண்டிருந்தது. மதியத்துக்குமேல் அதைத் தாண்டி வரும்போதும் பார்த்தேன். அதே கோலந்தான். சாயங்காலத்தில்தான் அது உடல் பாரத்தை தாங்கிக் கால் மாற்றியது.

பாவம் அந்தப் பிரச்சனை. அதைப் பற்றிய கவலையில் சரியாகத் தூக்கம் பிடிக்கவில்லை. அடுத்த நாள் காலையிலும் அது அங்கேயே இருந்தது. அதன் தோரணை மாறவில்லை. கொஞ்சநேரம் அது உட்கார்ந்து கொள்ளட்டுமென்று ஒரு மடக்கு நாற்காலி கொண்டுவந்தேன். அது உட்காருவதாயில்லை. ஆனால் அவ்வப்போது முழங்காலை மடக்கி மடக்கி பயிற்சி செய்துகொண்டிருந்தது. இதென்ன பிரச்சனை என்று நினைத்தேன்.

வீட்டில் குடியிருந்தவர்கள் அடிக்கொரு தடவை தங்கள் வேலையை நிறுத்திவிட்டு அந்தப் பிரச்சனை இன்னும் அங்கேதான் இருக்கிறதா என்று சன்னல்வழியாகப் பார்த்துக் கொண்டார்கள்.

அதுவே அவர்களுக்கு ஒரு வழக்கமாகிக் கொண்டிருந்தது. தாய்மார்கள் தங்கள் குழந்தைகளுக்கு அதை ஒரு உதாரணமாகச் சொல்லுவார்கள். ஆண்கள் அதைக் கண்டு பொறாமைப்பட்டார்கள்.

ஒருநாள் காலை, அந்தப் பிரச்சனை நடைபாதையில் விழுந்து கிடந்ததை நாங்கள் பார்த்தபோது என்ன மாதிரி பதட்டம் நிலவியிருக்கும் என்று உங்களால் கற்பனை செய்யமுடியும். அது ரெம்ப நேரம் வேதனையில் உழலவில்லை. அதை மரியாதையாக அடக்கம் செய்வதற்கான செலவுகளை குடியிருப்போர் சங்கம் ஏற்றுக் கொண்டது.

எங்கள் வாசலுக்கு வெளியே அந்தப் பிரச்சனையை எழுப்பி நிறுத்திய தலைவர் அதன் கல்லறையருகே நின்று நிகழ்த்திய உரையைக் கேட்டோம். அந்தப் பேருரையில் பல புதிய பிரச்சனைகளை எழுப்பினார்.

ஆனால் மேலும் இறுதிச் சடங்குகளுக்காக குடியிருப்போர் சங்கத்திடம் பணமில்லை.

மகானுபவர்

எனக்கடுத்து அதே தளத்தில் படு சுறுசுறுப்பான கிழவர் ஒருத்தர் இருந்தார். அவரது வாசலைக் கடந்து போகும்போதெல்லாம் அடிக்கடி அவர் பாடுவதைக் கேட்க முடியும்:

"கோட்டைச் சுவர் நோக்கிப் போர் முழக்கம் எங்களை அழைக்கும்போது" "வெடிகுண்டு வீச்சாளன் விதியே" அல்லது "வாருங்கள் மங்கையரே, நாங்கள் வருகிறோம் வருகிறோம்"

நான் அவரை சின்ன பால்கடையில் சந்திப்பது வழக்கம். அங்கேதான் ரொட்டி வெண்ணெய் பால் வெள்ளரிக்காய் ஊறுகாய் வாங்குவோம். அவருக்கு வயது எழுபதுக்கு மேலிருக்கும். ஆனால் மனுசனுக்கு தோளும் தலையும் நிமிர்ந்தே இருக்கும்.

இலையுதிர் காலத்தின் பிற்பகுதியில் அவரைப் பற்றி நன்றாகத் தெரிந்து கொண்டேன். ஒருநாள் ராத்திரி என் வாடகை வீட்டைவிட்டுக் கிளம்பி கதவைப் பூட்டிக் கொண்டிருக்கும்போது அவர் வெளியே வந்து, கொஞ்சநேரம் பேசிக்கொண்டிருக்கலாமே என்று என்னை உள்ளே அழைத்தார். உள்ளே போனேன். குளிர்ச்சியான கிட்டத்தட்ட காலியான அறை ஒரு மேசை நாற்காலி இரும்புக் கட்டில் அப்புறம் கருப்பாக வேலைப்பாடுடைய சிந்தூர மரத்தில் பெரிய அலமாரி வெளியே கருத்த சன்னல் கதவுகளின் விசாரமான கடகடப்பு.

கொஞ்சநேரம் ஒருத்தரையொருத்தர் பார்த்தபடி அமைதியாக நின்றிருந்தோம். பிறகு அவர் என் கண்களை நேராகச் சந்தித்தபடி மெதுவாக அழுத்தமாகச் சொன்னார்:

சுலவோமிர் மிரோசெக்
தமிழில் : பூமணி

“அஞ்சாவது ரெஜிமெண்டுல நான் கொடியேத்துற வீரனா இருந்தென்”

நான் சொன்னேன்:

“சரி.”

அவர் திரும்பவும் சொன்னார்.

“ஆமா அஞ்சாவது ரெஜிமெண்டுலதான்.”

தன் வார்த்தைகள் என் கவனத்தை ஈர்க்கவில்லை என்பதை உணர்ந்ததும் அவர் பார்வையை தாழ்த்திக்கொள்ளும் வரை நாங்கள் ஒருத்தர் முகத்தை ஒருத்தர் பார்த்துக்கொண்டிருந்தோம். எனக்கு ஐந்தாவது ரெஜிமெண் டைப் பற்றி எதுவும் தெரியாது.

“இண்ணைக்கு ரெஜிமெண்டு ஆண்டு விழா நாட்டுலயே ரெம்பப் பிரசித்தி பெற்ற ரெஜிமெண்டு அதுதான். இதெல்லாம் நீங்க ஞாபகத்துல வச்சிக்கிற முடியாது. ஒங்களுக்கு ரெம்பச் சின்ன வயசு.”

எனது இயலாமையை உணர்த்தும்வகையில் கையை விரித்தேன்.

அவரை திருப்திப்படுத்துவதற்காகக் கேட்டு வைத்தேன்.

“அது நல்லா சண்ட போட்டதா.”

“அது அணிவகுத்து முன்னேறுச்சு. அடடா, நாங்க எப்படி அணிவகுத்துப் போனொம். அத நீங்க பார்த்துருக்கணுமே. கண்கொள்ளாக் காட்சி. ஆனா இண்ணைக்குஞ் நான் அலசிப் பாத்துட்டென். என்னத் தவிர யாருமே மிஞ்சல. அஞ்சாவது ரெஜிமெண்டோட கடைசி வீரன் நான்தான்.”

“அப்படியா.”

“இண்ணைக்கு ரெஜிமெண்டு ஆண்டு விழா. இந்த நாளுல எப்பயுமே பெரிய அணிவகுப்பு நடக்கும். அதப்பத்தி பத்திரிகைகள்ல நெறைய எழுதுவாங்க. தலைமை ராணுவத் தளபதிக்கு மெய்க்காவல் எங்க ரெஜிமெண்டுதான். நான் தொழில்ல தேர்ந்தவன். என்னப்போல யாரும் ‘ஹிப் ஹிப் ஹுரா’ மும்முறை முழக்கம்’னு ஓங்கி முழங்க முடியாது.”

கைகளை தொளதொளப்பான கால் சட்டையின் தையல் மடிப்பில் வைத்தபடி அவர் காலை விறைத்து நின்றார். சன்னலைப் பார்த்தார். அருங்காட்சியகத்தில் பாடம் செய்யப்பட்டு தூசி படிந்திருக்கும் பருந்து மாதிரியான பார்வை.

நான் சொன்னேன்.

“மன்னிக்கணும் அந்த ‘மும்முறை முழக்கம்‘ யாருக்காக”

“ஹிப் ஹிப் ஹுர்ரா.”

திடீரென கொட்டிய மழை உற்சாகத்தின் எதிரொலியாக சன்னல்களில் மோதி இறைத்தது.

அவர் அலமாரிக்குப் போனார். திராட்சைக் குலைகள் செதுக்கிய வேலைப்பாடு கொண்ட கதவுகள் பெரிசாகக் கிறீச்சிட்டுத் திறந்தன. அவரது தோள்வழியாகப் பார்த்தேன். அலமாரிக்குள் இருந்த ஒரே பொருள் கேன்வாஸில் சுற்றியிருந்த ஒரு மரத்தடித்தான். கிழவர் கால்களைச் சேர்த்து வைத்துக்கொண்டு தடியை பற்றிப் பிடித்து வெளியே எடுத்தார். ரெஜிமெண்டுக்குரிய கொடி. அழுக்கடைந்த கூரைக்கடியில் உயரத்தில் தொங்கும் பல்பின் மங்கலான வெளிச்சத்தில் அவர் மக்கிப் போன துணியைப் பிரித்தார். 5 என்ற எண்ணை வாயில் கவ்விக்கொண்டு ஒரு தங்கச் சிங்கம். கொடித் துணியின் கருஞ்சிவப்பு அந்த அறையின் பாழ்பட்ட சுவர்கள் நடுவே இதமான தோற்றமளித்தது.

அவர் சொன்னார்.

“வாங்க போகலாம்.”

“போறதா எங்க.”

அவர் கொடியை அலமாரியில் சாத்திவிட்டு ஜெபிப்பதுபோல் கைகளைக் குவித்தார்.

அவர் சொன்னார்.

“ஒங்கள கெஞ்சிக் கேட்டுக்கிறென். மாட்டேன்னு மட்டும் சொல்லீறாதீங்க. அவ்வளவு தூரமில்ல... தயவுசெய்து...”

என்னால் மறுக்க முடியவில்லை. அவர் கொடியை செய்தித்தாளில் சுற்றினார். அதை எடுத்துக்கொண்டு வெளியே கிளம்பினார். நான் பின்தொடர்ந்தேன்.

கடைசி டிராம் வண்டி எங்களை மத்திய சதுக்கத்துக்குக் கொண்டு வந்தது. மழை பாட்டம் பாட்டமாக தொடர்ந்து பெய்து கொண்டிருந்தது. நாங்கள் இறங்கிக்கொண்டோம். எங்களுக்கு முன்னால் கருப்பாக காரை மைதானம் விரிந்து கிடந்தது. காற்றில் ஊஞ்சலாடும் பல விளக்குகளின் வெளிச்சங்கள் மினுங்கும் பரப்பில் சறுக்கி விளையாடிக் கொண்டிருந்தன. இங்கேதான் அணிவகுப்புகள் ஊர்வலங்கள் போராட்டங்கள் அத்தனையும் நடப்பது வழக்கம். கிழவர் இன்னும் விளக்கிக் கொண்டிருந்தார்.

"... எங்களோடது விசேஷமான ரெஜிமெண்டு. அரசாங்க நிகழ்ச்சிகளுக்கு.. நாட்டுலயே பெரிய பாண்டு வாத்தியக் குழு எங்களுக்கிருந்தது எப்பேர்ப்பட்ட குழு."

காற்றின் வீச்சில் முன்னும் பின்னுமாக அலைக்கழிக்கப்பட்ட நாங்கள் மைதானத்தின் மையப்பகுதிக்கு வந்தோம். அங்கே மேடை எதுவும் இல்லை

அருகிலுள்ள மங்கலான ஒரு உருவத்தின் உச்சியை சுட்டிக் காட்டினார் அவர்.

"நீங்க அங்க நிக்கிறீங்களா."

அது உலோகத்திலான குப்பைத் தொட்டி. காற்று புக முடியாதபடி என் கோட்டில் பித்தான்களைப் போட்டுக்கொண்டே அதன்மீது ஏறிக் கொண்டேன். கம்பில் சுற்றிய கொடியை ஈட்டிபோல பிடித்துக் கொண்டு கொடியேத்தும் வீரரின் தோற்றம் எனக்குக் கீழே தெரிந்தது.

அவர் கூப்பிட்டார்:

"நம்ம ஆரம்பிக்கலாமா."

அவர் குரலில் ஒரு சந்தோசமான நடுக்கம்.

"ஒங்க ஒதவியால மறுபடியும் என்னால அணிவகுத்து நடக்க முடியிது. இதுவே என்னோட கடைசி அணிவகுப்பாருக்கும்."

"என்ன இது. வாங்க நீங்க இப்படிப் பேசவே கூடாது."

நான் கண்ணியமாகக் கூறினேன். காற்று மோசமாக வீசியது.

அவர் கால் விறைப்பில் நின்று தெளிவாக உத்தரவிட்டார்.

"வரிசையில் நில்லு."

நடந்து போனார்.

வெறிச்சோடிய மைதானத்தில் தனியாக உயரமான குப்பைத் தொட்டி மீது தர்மசங்கடத்தில் தடுமாறி விழாமல் சமாளித்து நின்றுகொண்டிருந்த எனக்கு கோமாளித்தனமாக இருந்தது.

திடீரென்று இடதுபுறமிருந்து காற்றில் ரகசியம் பேசுவதுபோல் தொலைதூரக் குரல் ஒன்று வந்தது.

"லெப்ட் ரைட் லெப்ட் ரைட் லெப்ட் ரைட்."

தெருவிளக்குகளில் தெளிவற்ற வெளிச்சத்தில் கொடியேந்தும் வீரர் தோன்றினார். பலவீனமான திடமற்ற கைகளில் ஏந்திய

கம்பிலிருந்து இழுத்துக்கொண்டு வண்ணக்கொடி அவரது தலைக்கு மேலே காற்றில் சிறகடித்துப் பறந்துகொண்டிருந்தது.

அவர் நெருங்கி வந்துகொண்டிருந்தார். அணிவகுப்பு நடை தடுமாறும் கால்கள் தூக்கித் தூக்கி தரையில் சன்னமான சத்தத்துடன் மாறி மாறி எட்டு வைத்தன.

“ஹிப். ஹிப். ஹுரா.”

கிழவரின் குரல் பரந்த சதுக்கம் முழுவதும் மூலைமுடுக்கெல்லாம் காற்றில் பறந்து போனது.

“ஹிப் ஹிப் ஹுரா.”

அவர் என்னை நெருங்கி சில அடி தூரத்தில் வரும்போது தலை நிமிர்ந்து ஓங்கிக் கத்தினார்.

“வலது பக்கம் பார்.”

மூன்று தடவை என்னைக் கடந்து போனார். 5வது எண்ணின் வடிவத்தை ஏந்திய தங்கிச் சிங்கக் கொடியை ஒவ்வொருமுறையும் என்னை நோக்கித் தாழ்த்தியபடி.

ஒரு கையினால் என் கோட்டை இறுகப் பற்றியிருந்தேன். மற்ற கை என் தலையை நோக்கி மெல்ல உயர்ந்தது, நான் சலாமிட்டேன்.

சந்தேகப் பேர்வழி

ஆக, மற்ற கிரகங்களில் மக்கள் வசிப்பதாகச் சொல்கிறீர்களாக்கும். ஒருவேளை இருந்தாலும் இருப்பார்கள். எங்கேயாவது இருந்துதானே ஆகணும். ஆனால் வெளிப்படையாகச் சொல்லணுமென்றால் நான் அதை நம்பவில்லை. இப்போது என்னமாய் மழை பெய்கிறது. பாருங்கள் முடிவேயில்லாமல். அப்புறம் நட்சத்திரக் கூட்டங்களையும் நெருப்புக் கோளங்களையும் எடுத்துக் கொள்ளுங்களேன். அப்படிப்பட்ட சூழ்நிலைகளில் மனுசனால் எப்படி உயிர் வாழ முடியும். முடியாது. அது முடியாத காரியம்.

செவ்வாய்க்கிரகத்தில் கால்வாய்களா ஒத்துக்கொள்கிறேன். புத்திசாலிகள் மட்டுமே அவற்றைக் கட்டியிருக்க முடியும். புத்திசாலிகள் என்றால் பூனைகளோ, நாய்களோ என்று அர்த்தமில்லை ஆனால் மனுசர்கள் என்று நமக்குத் தெரியுமே. அதேசமயம், யாராவது அவர்களைப் பார்த்திருக்கிறார்களா, எப்படியோ அது உண்மைதானா.

எல்லா மழைத் தண்ணீரையும் பிடித்துவைப்பதற்காக சாக்கடைக்கடியில் ஒரு பீப்பாய் இருந்தால் நல்லது. வீணாகப் போவது கொடுமைதான்.

இன்னொரு சமாச்சாரம். முழு உலகமும் ஒரே பொருளினால் ஆனது என்று விஞ்ஞானிகள் காரசாரமாக விவாதிக்கிறார்கள். அவர்களால் மனுசனை மோட்டார் சைக்கிளாகவோ உதட்டுச்சாயக் குச்சாகவோ மாற்றிவிட முடியும். இப்போது அதுதான் ரெம்ப முக்கியமான விஷயம். இங்கே பூமியில் நமக்கு மோட்டர் சைக்கிள்களும் உதட்டுச்சாயக் குச்சும் இருக்க முடியுமானால் அவை

எங்கே வேண்டுமானாலும் இருக்க முடியும். அதுக்காக மனுசர்கள் இருக்கிறார்கள் மற்ற கிரகங்களில் என்று அர்த்தமில்லை.

இன்றைக்காவது வானம் தெளிவாகிவிட்டால் ஆச்சரியந்தான். நேற்று ராத்திரி என்ன அழகான அஸ்தமனம் தெரியுமா.

பறக்கும் தட்டுகளா அவை பற்றிக் கேள்விப்பட்டிருக்கிறேன். ஆனால் அதுக்கு ஆதாரம் கிடையாது. முழுக்க முழுக்க ஆதாரம் கிடையாது.

வானம் தெளிந்து கொண்டிருக்கிறதென்று நினைக்கிறேன்.

என்ன உண்மையாகவா. இல்லை எனக்குத் தெரியாது. ஆக அது உண்மைதானா.

சரி சரி... ஆக மற்ற கிரகங்களில் அறிவுள்ள உசுப்பிராணிகள் இருக்கிறார்கள்.

சரி சரி சரி.

அவர்கள் அங்கே எதுக்காக இருக்கிறார்களாம்.

●

நான் குதிரையாக இருக்கணும்

நான் ஒரு குதிரையாக இருக்க எவ்வளவு ஆசையாக இருக்கிறது.

கண்ணாடியில் பார்க்கும்போது பாதங்களுக்கும் கைகளுக்கும் பதிலாக எனக்கு குளம்புகளும் பின்னால் ஒரு வாலும் அசலான குதிரைத் தலையும் இருக்கணுமே. நேரே வீட்டு வசதித் துறைக்குப் போவேன்.

நான் சொல்வேன்.

“எனக்கு பெரிய நவீனமான அடுக்குமாடி வீடு ஒண்ணு வேணும்.”

“நீங்க ஒரு விண்ணப்பத்த பூர்த்தி செஞ்சிட்டு ஒங்க முறை வர்ற வரைக்கும் காத்திருக்கணும்”

சிரிப்பேன்.

“ஹா...ஹா... அய்யா கனவான்களே நான் ஒண்ணும் தெருவுல திரியிற மனுசன் இல்லங்கிறது ஒங்க கண்ணுக்குத் தெரியலயா. நான் வித்தியாசமானவன், விசேஷமானவன்.”

நான் ஒரு நையாண்டி நாடகத்தில் நடிக்கணும். எனக்குத் திறமையில்லை என்று சொல்ல ஒரு பயலுக்கும் துணிவிருக்காது. கதை, வசனம் நன்றாக இல்லையென்றாலுங்கூட. மாறாக என்னைப் புகழ்வார்கள்.

அவர்கள் சொல்லுவார்கள்.

“அவன குதிரையா பாக்கயில அற்புதமா இருக்குதுல்ல”

மற்றவர்கள் வர்ணிப்பார்கள்.

"எப்பேர்ப்பட்ட தல"

அப்புறம், சொலவடைகளும் பழமொழிகளுமா எல்லாக் கூத்தும் அங்கே நடக்கும்.

"குதிரையோட அறிவு."

"ஓசி குடுத்த குதிரைய பல்லப் புடிச்சுப் பாக்காத"

"ஒரு குதிரைக்குப் பதிலா ஒரு ராச்சியம்."

"ஒரு கருப்புக் குதிரை."

நான் பெண்களைக் கவருவேன். அவர்கள் சொல்லுவார்கள்.

"நீங்க ரெம்ப வித்தியாசமா இருக்கறீங்க."

நான் சொர்க்கத்துக்குப் போகும்சமயம் வரும்போது எனக்கு இயல்பாகவே ரெண்டு சிறகுகள் வேணும். பறக்கும் குதிரையாக மாறுவேன். சிறகு முளைத்த குதிரை. அங்கேயாவது மனுசனுக்கு இதைவிடவும் அழகான விதி லவித்திருக்குமா.

முற்றுகையிடப்பட்ட நகரம்

நகரம் முற்றுகையிடப்பட்டுள்ளது. விவசாயிகள் தங்கள் வெள்ளாமைகளை உள்ளே கொண்டுவர முடியாது. பால், வெண்ணெய் முட்டைகளின் விலை உச்சிக்கு ஏறிவிட்டது. நகர அரங்கத்துக்கு முன்னால ஒரு பீரங்கி உண்டு. நகராட்சிப் பணியாளர்கள் முயல் கால்களையும் இறகுத் துடைப்பங்களையும் கொண்டு அதை கவனமாகத் தூசி தட்டுகிறார்கள். ஈரத்துணியால் துடைக்கலாம் என்று யாரோ யோசனை சொன்னார்கள். ஆனால் முற்றுகைக் குழப்பத்துக்கிடையே யார் அந்த யோசனையை கேட்கக் கிடக்கிறது. நகர மையத்தின் வழியாக விரைவாகப் போகும்போது இந்த பீரங்கியைப் பார்க்கும் ஒவ்வொருத்தரையும் ஒருவித பயம் கவ்வுகிறது. மனசு குழம்பி தோளைக் குலுக்கிக் கொள்கிறார்கள். சனங்கள் கண்ட இடத்திலெல்லாம் தங்கள் ஷுக்களைத் துடைப்பதில்லை. இங்கே என்னவென்றால்... ஆனால் உளவாளிகளுக்குப் பயந்துகொண்டு முதுகு அரிப்பதுபோல் பாசாங்கு செய்கிறார்கள். தோள்புறங்களுக்கு நடுவே சொறிந்து கொள்கிறார்கள். தங்கள் நடவடிக்கையை அலட்சியமானதாகக் காட்டிக்கொள்ள முயற்சிக்கிறார்கள்.

என்னைப் பொறுத்தமட்டில் எனக்கு எதைப் பற்றியும் வருத்தமில்லை. என் தலைவிதியின் வரையறைகள் என்னை ஒரு குட்டி அறையில் இந்த நகரத்தில் கட்டிப்போட்டுவிட்டன. எனக்குத் தெரியும். நான் ஒரு பிரபு இல்லை. ஒரு காலத்தில் என்னால் பீல்டுமார்ஷலாக முடியாது. மாடி வீட்டின் கீழ்த்தளத்தில் குடியிருக்கும் கிழவருக்கோ ஏக சந்தோசம். வாழ்க்கை முழுவதும் தன்னை குறிபார்த்துச் சுடுவதில் முதல்தரமானவர் என்று

நினைத்துக்கொண்டிருப்பவர். காலையிலிருந்து அவர் தனது உலோக விளிம்புகொண்ட மூக்குக்கண்ணாடியைத் துடைத்துக் கொண்டிருக்கிறார். மனுசன் கண்வலி நோயில் அவதிப்படுகிறார்.

மதியத்துக்கு மேல் புறநகர்ப் பகுதியிலுள்ள வீட்டின் திறந்த கதவுவழியாக வெடிகுண்டு விழுந்து, ஒரு மீன் காட்சிசாலையில் ரெண்டு தங்கமீன்கள் பலியாகிவிட்டன. அதுகளுக்காக அரசாங்க மரியாதையுடன் இறுதி ஊர்வலம் நடத்த உத்தரவிடப்பட்டது. பேராலயத்தில் கருப்பான சவமேடையைச் சுற்றிலும் மெழுகுவர்த்திகள் ராத்திரியில் எரிந்து கொண்டிருந்தன. மேடைமேல் ஒரு சவப்பெட்டி அமர்ந்திருந்தது. அதனுள்ளே அந்த இரு தங்க மீன்கள். செங்குத்துப் பாறையிலிருந்து கீழே பார்ப்பதுபோல் கருப்புப்பெட்டிக்கு கிட்டத்தில் போய் எட்டிப் பார்த்தால்தான் அடிப்பாகத்தில் கிடக்கும் மீன்கள் தெரியும். பிறகு ஆறு குதிரைகள் சவ வண்டியில் பூட்டப்பட்டன. பாரம் லேசாக இருக்கவே அவை தொடர்ந்து ஓடிக்கொண்டேயிருந்தன. நகரத்தின் நலனை முன்னிட்டு மெதுவாகவும் கௌரவமாகவும் போகணுமென்று அதுகளுக்கு விளக்கிச்சொல்ல முயற்சித்தார். இறுதி ஊர்வலத்துக்குப் பொறுப்பானவர். அவர் நகர அரங்கத்தைச் சேர்ந்தவர். குதிரைக்காரர்கள் கமுக்கமாக அதுகளுக்கு அடி கொடுத்தார்கள். இதுவும்கூட பலனளிக்கவில்லை.

திறந்த சவக்குழிக்கு முன்னால் நின்றிருந்த பேராயர் அனல் தெறிக்கும் பிரசங்கத்தை வழங்கினார். ஆனால் தன் ஆடம்பர மேலாடை தடுக்கி குழிக்குள் விழுந்துவிட்டார். அவரை தவறுதலாகப் புதைத்துவிட்டார்கள். ஏனென்றால் எல்லா முகங்களிலும் முழுச் சிரத்தை இருந்தாலும் யாரும் அவர் விழுந்ததைக் கவனிக்கவில்லை. எப்படியோ அவரை விரைவிலேயே தோண்டியெடுத்துவிட்டார்கள். வெட்டியான்கள் அவரிடம் மன்னிப்புக் கேட்டுக்கொண்டார்கள். அவர் மிகவும் மோசமான மனநிலையில் இருந்தார். இதெல்லாம் இருந்தும் இறுதிச் சடங்குகள் முடிந்தபிறகு எதிரி மீதான பொது வெறுப்பு கணிசமாக அதிகரித்தது.

அன்றைக்குச் சாயங்காலம் இருட்டும்வேளையில் சுற்றிப்பார்த்து எரிவாயு விளக்கேற்றும் பணியாளரைச் சுட்டுவிட்டார் அந்தக் கிழவர். அவர் மோசமான வெளிச்சத்தையே குறை கூறினார். ஏனென்றால் தான் நேராக எதிரியைத்தான் குறிவைத்திருந்ததாகச் சொன்னார். தனது கண்வலி நோய் விரைவில் பறந்துவிடும் என்று மார்தட்டினார்.

ராத்திரி எங்கள் வீட்டின் சேமிப்புக் கிடங்கில் பலத்த சத்தம் கேட்டது. பதமாகிக் கொண்டிருந்த திராட்சை ரச பாட்டில்கள்

வெடித்துச் சிதறிக் கொண்டிருந்தன. அங்கே ஒருத்தரை காவலுக்கு நிறுத்தினோம்.

அந்தச் சத்தத்தில் எல்லாரும் சேமிப்புக் கிடங்குக்கு ஓடினோம். அப்போது பக்கத்துவீட்டுப் பெண் இலையுதிர் கால இலைகள் படம் போட்ட ராத்திரி உடை அணிந்திருப்பதைக் கவனித்தேன். அதைப்பற்றி அவளிடம் சொன்னேன். உடனே எங்கள் மனசில் இலையுதிர் காலத்தை நிரப்பியது என் பேச்சு. ஒருமாதிரி வருத்தத்தை உணரவைத்தது. மற்ற எல்லோரும் உறங்கப் போய்விட்டாலும் நாங்கள் இருவரும் தோட்டத்துக்குப் போகும் பின்புற வாசல்படிகளில் உட்கார்ந்து சந்தோசமில்லாத பருவகாலம் பற்றிப் பேசினோம். குதூகலமான வசந்தகாலப் பூக்கள் படம்போட்ட என் படுக்கை விரிப்பு நினைவுக்கு வந்தது. அதை கீழே எடுத்து வந்து அவள் மீது போர்த்தினேன். உடனே எங்கள் இருவருக்கும் ரெம்ப உற்சாகம் வந்துவிட்டது.

காலையில் ஒரே பரபரப்பு. ஒரு தேசபக்தர் காலை நேரக் காபியில் வெடிகுண்டு கிடப்பதைப் பார்த்துவிட்டார். உடனே அதைப்பற்றி புகார் கொடுத்தார். காபி வெளியே கொட்டப்பட்டது. இனிமேல் உறிஞ்சுகுழல் உபயோகித்துத்தான் காபி குடிக்கணுமென்று இப்போது எங்களுக்கு அறிவுறுத்தியிருக்கிறார்கள். குறிப்பாக பால்கட்டிகளில் கண்ணிவெடிகள் இருக்கக்கூடும் என்று ஒரு எச்சரிக்கை. இவை எங்கள் பக்கத்திலிருந்து வைத்த எதிர் வெடிகள் என்றும் பேச்சு.

முயற்சிகளை இன்னும் அதிகரிக்கணுமென்று செய்திப் பத்திரிகை அறைகூவுகிறது. பேரும் புகழும் தரும் தீரச்செயல்கள் வேணுமாம். “ஒவ்வொரு வீட்டிலும் ஒரு ஜெனரல்” என்பதே இன்றைய முழக்கம். நான் முயற்சிகளை அதிகரித்து என் உடலைப் பெருக்கினேன். என் கால்சட்டை வார்கள் அறுந்துவிட்டன. எங்கள் வீட்டுக்கார அம்மா முணுமுணுத்துக் கொண்டே இருக்கிறாள்.

“எனக்கெதுக்கு ஒரு ஜெனரல். அவன் காலத் தொடைக்க மாட்டான், தொப்பியக்கூட கழட்ட மாட்டான்”

மூன்று தெரு தள்ளி ஒரு கடையின் சன்னலில், மாதிரி ஜெனரல் ஒருத்தரை வைத்துக் காட்டுகிறார்கள். அங்கே மீன்கள் கிடைக்குமென்றும் கேள்வி. ஆனால் கால்சட்டை வார்கள் அறுந்தநிலையில் என்னால் வெளியே போக முடியாது.

நான் புஸ்தகம் படிக்க முயற்சித்தேன். ஆனால் என் சன்னலுக்கு எதிரே அந்தக் கிழவர் உட்கார்ந்திருந்தார். கடைசியாக தானறிந்த வித்தையெல்லாம் எடுத்துவிடக் கிடைத்த வாய்ப்பை எண்ணி ஒரே சந்தோசம் அவருக்கு. அவர் முதல் தோட்டாவில் என்

விளக்கை நொறுக்கித் தள்ளிவிட்டார். நான் சோபாவுக்குக் கீழே புகலிடம் தேடினேன். அங்கே கொஞ்சம் பாதுகாப்புண்டு. நான் புஸ்தகங்களில் கவனம் செலுத்தலாம். சிந்துபாத் என்னும் மாலுமி புஸ்தகம் படித்துக் கொண்டிருக்கிறேன். ஆனால் இந்தப் புஸ்தகம் இப்போது நாம் கண்கூடாகக் காணும் காலத்துக்குப் பொருத்தமானதாக இல்லையென்று எனக்குத் தோன்றுகிறது. புஸ்தக அலமாரியை நோக்கி ஊர்ந்து போய் சன்னமாக மஞ்சள் பூத்திருந்த ஒரு புஸ்தகத்தை எடுக்கிறேன். அதன் பெயர் விரிமையக் குழாயின் பொதுநலப் பயன்பாடுகளில வெற்றிகரமான முன்னேற்றம். தோட்டாக்கள் சோபா ஸ்பிரிங்குகளில் பாய்ந்து ஒலியெழுப்புகின்றன. ஸ்பிரிங்குகள் நீண்ட அதிர்வில் இசைக்கின்றன.

மதியம் வாக்கில் அந்தக் கிழவர் குண்டுகளைக் காலி பண்ணியிருக்கணும். இல்லை, கண் மருத்துவரை பார்க்கப் போயிருக்கணும். எங்கள் வீட்டுக்கார அம்மா ஒரு செய்தியைக் கொண்டுவந்தாள். போட்டோ கடைகளின் சன்னல்களிலிருந்த எல்லா தாடிக்கார மனுசர்களின் போட்டோக்களையும் போலீஸ்காரர்கள் பறிமுதல் செய்துவிட்டார்களாம். எதுக்கென்று அவளால் காரணம் சொல்ல முடியவில்லை. அவள் எனது கால்சட்டை வார்களை சரிசெய்தாள்.

போட்டோக்களைப் பற்றிய அதிர்ச்சியான செய்தி என் மனசிலிருந்து அகலவில்லை. குழாய்களைப் பற்றி நான் சமீபத்தில் படித்தது வேறு புலனாயும் ஆர்வத்தைத் தூண்டியிருந்தது. பொய் தாடி வைத்துக்கொண்டு வெளியே போனேன். முதல் தெரு முனையிலேயே ரெண்டு போலீஸ்காரர் கள் என்னை மடக்கிவிட்டார்கள். போட்டோ எடுக்கிறவரிடம் கூட்டிப் போய் என்னை போட்டோ எடுக்கச் சொன்னார்கள். அதைப் படமாக்கிப் பார்த்து அந்த இடத்திலேயே பறிமுதல் செய்துவிட்டார்கள்.

அன்றைக்கு ராத்திரி தூக்கம் கெட்டது. ஏனென்றால் எங்கள் கூரையில் ஆயுதமேந்திய கார் ஒன்று ரோந்து வருவதும் அங்கே எப்போதும் கள்ளத்தனமாக இரைதேடித் திரியும் பூனைகளின் ஆவணங்களைப் பரிசோதிப்பதுமாக இருந்தது. ஒரே ஒரு பூனைதான் தன்னைப்பற்றி ஆவணம் வைத்திருந்ததாகவும் அதையுங்கூட கைது செய்துவிட்டார்கள் என்றும் சொன்னார்கள். ஒரு சாதாரண பூனை, தன்னைப்பற்றி அதிகாரபூர்வ ஆவணங்களை வைத்திருப்பதொன்றே நியாயமான சந்தேகத்தைக் கிளப்புவதற்குப் போதுமே.

பக்கத்து வீட்டுப் பெண் இன்று பச்சை நிறத்தில் போல்கா புள்ளிக் கோலமிட்ட உடையில் வெளியே போனாள்.

காலையிலிருந்தே நகர அரங்கத்தின் பளபளப்பான கோளவடிவக் கூரை முழுவதும் கருப்புவண்ணம் பூசும் வேலையில் முப்பது பேர் ஈடுபட்டிருக்கிறார்கள். மேகமூட்டமான நாட்களில்கூட தகதகத்துக் கொண்டிருக்கும் கோளம் அது. என்ன செய்வது, முற்றுகை முற்றுகைதான். நான் கவனித்துக்கொண்டிருக்கையில் வண்ணம் பூசுகிறவன் ஒருத்தன் கால் தவறி நடைபாதையில் விழுந்துவிட்டான். கால் ஒடிந்துவிட்டது. அவனை ஆட்கள் தூக்கி எடுக்கும்போது "தந்தை நாட்டுக்காக" என்று முழக்கமிட்டான். அந்தவழியாகப் போன பிரஜை ஒருத்தன் இதைக் கேட்டதும் பக்கத்திலிருந்தவன் வைத்திருந்த கம்பைப் பிடுங்கி தன் காலையும் ஒடித்துக்கொண்டு "நானும் தியாகம் செய்வேன். என்னால் முடிந்ததைச் செய்வேன்" என்று முழங்கினான். இந்த முழக்கங்கள் அவனை இன்னும் பரவசப்படுத்தவே அவன் பங்குக்கு அவனும் தன் மூக்குக் கண்ணாடியை உடைத்துக் கொண்டான்.

இன்றைக்கிலிருந்து சர்க்கஸில் முழுவதும் இல்லாவிட்டாலும் பெரும்பாலும் தேசபக்தி விளையாட்டுகளைத்தான் காட்டிக் கொண்டிருப்பார்கள்.

முற்றுகையிடப்பட்ட நகரத்தில் உணவுக் கஷ்டத்தின் அறிகுறிகள் எங்கள் காவல்காரர் குடும்பத்தில் வெளிப்பட்டன. நான் வீடு திரும்பும்போது அவர்கள் வீட்டு அடித்தளத்தின் திறந்த சன்னலைக் கடந்துபோனேன். அப்போது காவல்காரர் தன் குட்டிமகனிடம் பேசுவது என் காதில் விழுந்தது.

"நீ ஒழுங்கா நடந்துக்கிறவன்னா ஒன் சாப்பாட்ட காலி பண்ணீருவென்"

அவர் குரலில் பேராசை தெளிவாகத் தெரிந்தது. நான் தோளை குலுக்கிக் கொண்டேன். தான் பசியாக இருப்பதாக ஒரு தகப்பன் ஏன் வெளிப்படையாக ஒத்துக்கொள்ளவில்லை. நிச்சயமாக, பிள்ளைக்குப் புரிந்துவிடும். இந்த போலித்தனம் எனக்கு எரிச்சலூட்டியது.

வீட்டுக்கார அம்மா இன்னுமொரு துணுக்குச் செய்தி சொல்லி என்னை வரவேற்றாள்.

"உங்களுக்குத் தெரியுமா இந்த வருசம் கிறிஸ்துமஸ் கெடையாது. எல்லா கிறிஸ்துமஸ் மரங்களயும் பாதுகாப்புத் தடை அமைக்க அனுப்பப் போறாங்க."

நான் குறுக்கிட்டேன்.

"அப்படியா. உங்களுக்கு கிறிஸ்துமஸ் மரங்க இல்லன்னு ஏன் கவலப்படுறீங்க. அலங்காரங்கள மலங்காட்டுச் செடியில தொங்கவுட்டுட்டுப் போறொம்."

அவள் கூச்சலிட்டாள்.

"மலங்காட்டுச் செடியிலயா. பரிசுத்த மாதாவே ஒருத்தர்கூட அப்படிச் செஞ்சது கெடையாதே"

"அம்மா தாயே ஒண்ணுமே இல்லாததுக்கு செடி பரவாயில்ல."

அவள் என் வார்த்தைகளைக் கேட்டு யோசித்தாள்.

அவள் ஒத்துக் கொண்டாள்.

"ஆமா நீங்க சொல்றது சரிதான். அந்தச் செடிகளவும் தடுப்புகளுக்காக எடுத்துட்டுப் போயிட்டா என்ன செய்றது"

அதுக்கு என்னிடம் பதிலில்லை.

தெருக்களில் ஏவல் நாய்கள் ஓடித் திரிகின்றன. சந்தேகமேயில்லை. என்னமோ நடந்திருக்கிறது.

அரசுப் பணியாளர்களின் முதல் கூட்டம் நகர அரங்கத்துக்கு வெளியே பீரங்கியைப் பயன்படுத்தும் சாத்தியம்பற்றி மாறுபட்ட கருத்துகள் இருப்பதாகக் கேள்வி. பீரங்கியால் எதிரியைச் சுடணும் என்பதில் பொதுவான உடன்பாடு இருந்தது என்றாலும் அதை அரசாங்க விடுமுறை நாளில் வைத்துக் கொள்ளலாம் என்று சிலர் விரும்புகிறார்கள். தேவாலயத் திருவிழா நாளில் இருக்கலாம் என்று மற்றவர்கள் சொல்கிறார்கள். மத்திய அரசுப் பணியாளர்களில்கூட ஒரு குழு இருக்கிறது. தேவாலயத் திருநாள் அன்றைக்கே அரசாங்க விடுமுறை அறிவித்துவிடணும் என்று அது சிபாரிசு செய்கிறது. உடனே இடதுசாரிகள் இரு பிரிவுகளாக உடைந்து விட்டார்கள் மத்திய அரசு கொண்டுவந்துள்ள தீர்மானத்தை ஆதரிக்க விரும்புகிறவர்கள் ஒருபக்கம். தீர்மானம் முழுக்க முழுக்க சந்தர்ப்பவாதமானது என்று கருதுகிறவர்கள் இன்னொருபக்கம். சீக்கிரத்திலேயே தீவிர இடதுசாரிகள் குழு மேலும் உடைந்தது. கண்டனத் தீர்மானம் நிறைவேற்ற வேண்டுமென ஒன்று கோரியது. பிரதானமாக உள்காரணங்களை மனசில் கொண்டு பட்டும் படாமல் ஏற்றுக் கொள்வதிலுள்ள பொதுவான சிரமங்களைத் தெளிவுபடுத்தணுமென்று சிபாரிசு செய்தது இன்னொரு குழு. தேவாலயத் திருவிழா நாளில் பீரங்கி சுடணும் என்ற பிரிவிலும் பிளவு வளர்ந்தது மத்திய அரசின் பிரேரணை பற்றி அந்தப் பிரிவுக்குள்ளிருக்கும் வெவ்வேறு குழுக்களிடையில் வெவ்வேறு கருத்துகள் நிலவின.

மதியத்துக்குமேல் எனது கால்சட்டை வார்கள் மறுபடியும் அறுந்து விட்டன. அவற்றைச் சரிபண்ணுமாறு மறுபடியும் வீட்டுக்கார அம்மாவிடம் கேட்க வெட்கமாக இருந்தது. அவளுக்கும் சொந்த

வாழ்க்கைக்கான உரிமை இருக்கிறதே. ஆகவே வீட்டிலேயே தங்கி 'வெற்றிகரமான முன்னேற்றம்' புஸ்தகத்திலிருந்து குறிப்புகள் எடுத்தேன்.

சாயங்காலம் சோர்வாக இருந்தது. எனது தீவிரமான மூளை உழைப்புக்குப் பிறகு ஒரு மாற்றம் தேவையாக இருந்தது. தெருவில் சூழ்ந்திருந்த இருட்டு தைரியம் கொடுத்தது. (விளக்கேற்றுகிறவன் இன்னும் மருத்துவமனையில்தான் இருந்தான்.) என் கால்சட்டை வார்கள் கிழிந்திருப்பதை யாராலும் பார்க்க முடியாது. சாராயக்கடைக்குள் நுழைந்தபோது ஒரு நல்ல மனுசனை சந்தித்தேன். அவர்தான் எங்கள் பீரங்கி சுடுவதற்குப் பொறுப்பாளர். எப்படிச் சுடுவதென்று சுத்தமாகத் தெரியாது என்பதை ஒத்துக்கொண்டார். அவரது தொழில் பட்டுப்புழு வளர்ப்பது. அரசாங்க குமாஸ்தாவின் ஒரு சிறு தவறு காரணமாக பீரங்கிப் பொறுப்பு அவருக்கு வந்துவிட்டது. நான் வலதுகையிலுள்ள மதுக் கிண்ணத்தை உயர்த்தும்போது இடதுகையால் கால்சட்டையை பிடித்துக் கொள்ள வேண்டியிருந்தது.

நேரம் வேகமாகக் கழிந்தது. சீக்கிரத்திலேயே நாங்கள் நண்பர்களாகி ஒருத்தரையொருத்தர் தழுவிக்கொண்டோம். அடடா என் இரு கைகளாலும் அவரைத் தழுவ முடியவில்லை. இவர் ஒதுங்கி நிற்கும் உணர்ச்சியில்லாத மரக்கட்டை என்று நினைத்துவிடப் போகிறாரோ என்று பயந்துவிட்டேன். நான் திரும்பும் வழியில் சுவரோடு சுவராக ஒட்டி வர வேண்டியிருந்தது. ஏனென்றால் அந்த கிட்டப்பார்வை கிழட்டு மனுசன் மேலும் தோட்டாக்கள் வாங்கி வந்திருக்கணும். தோட்டாக்கள் தெரு நெடுக சீட்டியடித்துச் சீறிக் கொண்டிருந்தன.

வீட்டுக்கார அம்மா உள்ளிருந்தபடி கதவை தாழிட்டுக்கொண்டாள். என்ன செய்வதென்று தெரியாமல் நான் தோட்டத்துக்குள் சென்று சன்னல்களைப் பார்த்தேன். சிலரது வீடுகளில் விளக்குகள் இன்னும் எரிந்து கொண்டிருந்தன. அவற்றில் பக்கத்து வீட்டுக்காரியின் வீடும் ஒன்று. அவளைப் பார்த்தேன். அரைகுறையாக உடையணிந்து அதனால் குளிரில் நடுங்கிக்கொண்டிருந்தாள். பரிவுணர்வில் அழுதேவிட்டேன். தனது ஆரோக்கியம்பற்றி ஒருத்தர் எப்படி அக்கறையில்லாமல் இருக்கலாம்.

நேரங்கழித்து படுக்கப்போனதால் மதியம் வரை உறங்கினேன். எழுந்த போது அந்த முக்கியமான செய்தியைக் கேள்விப்பட்டேன். அரசுப் பணியாளர்களின் ரெண்டாவது கூட்டம் நடந்திருக்கிறது. மத்திய குழு உடையத் தொடங்கிவிட்டது. இடதுசாரி குழுக்களும் தீவிர இடதுசாரி குழுக்களும் வலதுசாரிகளின் மூன்று குழுக்களும் கொண்டிருந்த நிலைபாட்டின்மீது அதன் உறுப்பினர்கள்

தெரிவித்த மாறுபட்ட கருத்துகள்தான் காரணம். அடுத்த செய்தி நகரஅரங்கத்தைப் பற்றியது. அங்கே ஒரு நிகழ்ச்சி நடந்திருக்கிறது. நல்ல விழிப்புணர்வோடும் தன்னார்வத்தோடும் எதிர்த்துச் சண்டையிட்டதைக் கௌரவித்து நம் கிழவருக்கு ஒரு பதக்கமும் தொலைநோக்கி பொருத்திய புதுத் துப்பாக்கியும் பரிசளித்திருக்கிறார்கள். நான் நேரே மருந்துக் கடைக்காரரிடம் ஓடி கொஞ்சம் கட்டுத்துணியும் அயோடினும் வாங்கிக் கொண்டேன். அவற்றை எப்போதும் கைவசம் வைத்துக்கொள்வேன். அந்த நிகழ்ச்சி ஒரு கேலிக்கூத்துடனேயே முடிந்ததாகவும் கேள்விப்பட்டேன். கிட்டப்பார்வை காரணமாக அந்தக் கிழவர் வாங்கிய பதக்கத்தை தலைகீழாகக் குத்திக் கொண்டிருந்திருக்கிறார். அதை யாரோ அவர் கவனத்துக்குக் கொண்டுவந்தபோது தோட்டாக்களினால் பதில் சொல்லியிருக்கிறார். எதிரி ஒருத்தனைக்கூட தப்பிக்க விடமாட்டேன் என்று கத்திக்கொண்டு தெருவில் ஓடினாராம். அவர் பெற்ற பதக்கம் அவரது தியாக உணர்வை மேலும் வலுப்படுத்தியிருக்கிறது. என்ன உயர்ந்த குணம் என்ன உற்சாகம்.

நகர வாழ்க்கை எனக்குச் சோர்வாக இருக்கிறது. உல்லாசப் பிரயாணத்துக்கான தருணம் அதுவே எனத் தோன்றுகிறது. எங்காவது புல்லின்மேல் கட்டையைக் கிடத்தலாம். தலைக்கு மேலே மேகங்கள் மட்டுமே இருக்கும். காலநிலை இப்படியே நீடிக்குமா. நகரத்தில் பல அழகான தேவாலயங்களும் நினைவுச் சின்னங்களும் இருக்கத்தான் செய்கின்றன. நுட்பமாக மாறிக்கொண்டிருக்கும் அலங்காரத்துடன் ஒரு நிரந்தர அழகுக்காட்சியை இயற்கை அள்ளித் தருவதைப்போல் பருவங்கள் அதிசயமாக மாறுகின்றன. எனக்கு உறுதியாகத் தெரியும். வெளி அரண்களுக்குப் போய் ஒரு சுவர்மீது ஏறி தெற்கே நோக்கினால் எல்லையற்ற உலகத்தைப் பார்க்க முடியும். கோடையில் காலை ஐந்து மணிக்கு கடற்கரையில் நிற்பதைவிட, தெற்கே மேலும் மேலும் விரைவில் கடல் பயணம் போவதற்காக கடலோரம் நிற்பதைவிட சுகமானது ஏதாவது இருக்கிறதா. இருக்கிறது. என்று எனக்கு உறுதியாகத் தெரிகிறது. இந்த உறுதியே நம்மை உற்சாகத்தில் குதித்தோடி மேலும் மேலும் அலைந்து திரியத் தூண்டுகிறது. இதெல்லாம் எனது எண்ணங்கள்தான் எனக்குக் கால்சட்டை வார் இல்லாதது என்னை ரெம்பவும் முடக்கிப்போட்டு விட்டது. நடைமுறை விஷயங்கள்பற்றி அறிந்துகொள்ள வழியில்லாத தால் அது ஒரு பரிகாரம் காண்பதற்குத் தடையாகிவிட்டது. என் வெட்க உணர்வு நான் உதவி தேடுவதையும் அனுமதிக்கவில்லை. எப்படி யானாலும் ஒவ்வொரு நிமிசமும் புதுப்புதுச் சங்கதிகள் நடந்து கொண்டிருக்கின்றன. அடுத்த நாள், எதிரியை நோக்கி பீரங்கி சுடப்படும் என்று அதிகாரபூர்வ அறிவிப்பு சொன்னது.

அந்த நிகழ்ச்சிக்காக ரெம்ப விரிவான ஏற்பாடுகள் செய்யப்பட்டன. அதிகாரபூர்வ உத்தரவுப்படி, ஒவ்வொருத்தரும் தலைக்கவசத்தைத் தேட வேண்டியிருந்தது. முற்றுகையின் எஞ்சிய காலம் முழுவதும் தலைக் கவசத்தை அணிந்து கொள்ளலாம். ஆனால் பீரங்கிச் சூடு நடக்கிற நாளில் கட்டாயம் அணியணும். அந்த உத்தரவு ரெம்ப குழப்பத்தை ஏற்படுத்தியது. வீட்டுக்கார அம்மா கத்திரி ஊசி, நூல் சகிதம் சுறுசுறுப்பாகிவிட்டாள். பிறகு தலைக்கவசம் அணிந்தபடி என் அறைக்குள் வந்தாள். அவளது பள்ளிக்கூடத் தொப்பியிலிருந்து எடுக்கப்பட்ட கம்பளித் துணியில் செய்த தலைக்கவசம், தொப்பி அரை நூற்றாண்டாக எரவாரத்தில் கிடந்தது. தலைக்கவசத்தில் பாச்சா உருண்டை வாடையடித்தது.

அவள் நிச்சயமில்லாமல் எதுக்காகவோ வெட்கப்படுவதுபோல் கேட்டாள்.

“இது நல்லாருக்கா.”

எனக்கு ஆச்சரியம். வழக்கத்துக்கு மாறாக எல்லா வேலையையும் அமைதியாகச் செய்து முடித்திருக்கிறாள். வழக்கமாக அதிகாரபூர்வ உத்தரவுகளின்படி காரியம் செய்யும்போதெல்லாம் அங்கலாய்ப்பாளே அந்த மாதிரி முணுமுணுப்பும் புகார்களும் இல்லாமல் செய்திருக்கிறாள். இப்படி நான் கொஞ்சங்கூட எதிர்பார்க்கவேயில்லை.

நான் சொன்னேன்.

“அழகாருக்கு. ரெம்பப் பொருத்தமாயிருக்கு. இளமையா காட்டுது. ஆனா ஒண்ணு, ஒருவேள அது போதிய அளவு வெறப்பா இல்ல போலருக்குது. தலக்கவசம்னா கெட்டியா இருக்கணும்“

அவளுக்கு ரெம்ப வருத்தம்.

“அதுக்கு நான் என்ன பண்ணட்டும். என்னால முடிஞ்சமட்டும் ஒட்டுத் தையல் போட்டுச் செஞ்சென்.”

நான் மெல்ல விளக்கமளிக்க முயன்றேன்.

“அப்படியெல்லாமில்ல. ஒருவேள அப்படியிருக்கக் கூடுமோன்னுதான் ஒங்களுக்கு எங்கருந்தாச்சும் ஒரு உலோகத்தகடு கெடச்சாப்போதும். ரொட்டி சுடுற டின் இல்ல தேவையில்லாத பழைய கெட்டில் இருந்தாக்கூட போதுமே”

என்னைப் பொறுத்தமட்டில் தலைக்கவசப் பிரச்சனை லேசானது. வீட்டுக்கார அம்மாள் என் அறையைவிட்டுப் போனதும் மலங்காட்டுச் செடியை வெளியே எறிந்துவிட்டு மண் தொட்டியை தலையில் கவுத்திக் கொண்டேன். இது எனக்குப்

பாதுகாப்பாக இல்லை வெடிகுண்டுச் சிதறல்களிலிருந்துகூட ஆனாலும் நான் கவலைப்படவில்லை. போலீஸ் சோதனை தொல்லையிலிருந்து விடுபடணும். அதுபோதும். அந்த மலங்காட்டுச் செடி கிறிஸ்துமஸ்ஸுக்குத் தேவைப்படுமே என்று நினைத்துப் பார்த்தபோது ஒரே ஒரு கணம் வருத்தமாக இருந்தது.

சாயங்காலம் நாள் முழுக்க முன்னேற்பாடுகளில் ஈடுபட்டுவிட்டு கல்லறைப் பக்கமாக நடந்து கொஞ்சம் ஆசுவாசப்படுத்திக் கொள்ளலாமே என்று முடிவு செய்தேன். எனக்கு என்ன வேணுமோ அது அங்கே கிடைத்தது. ஆரவாரிக்கும் கூட்டம் நிரம்பி வழியும் தெருக்களுக்கப்பால் ரெம்ப இதமான அமைதியும் நிசப்தமும் அவர்களில் அனேகம் பேர் தலைக்கவசம் அணிந்திருந்தார்கள். விடுமுறை நாளுக்கு முந்தியே கடைக்குப் போய் பண்டங்கள் வாங்குவதில் எல்லாரும் அவசரமாக இருந்தார்கள். விடுமுறையன்றைக்கு எல்லாமே மூடிவிடுவார்கள். அந்தப் பாதையில் நான் மெல்ல நடந்து வரும்போது முடிவுபெறாத நினைவுத்தூண் ஒன்று கண்ணில்பட்டது. அது முற்றுகையின் முதல் நாளில் பலியான ரெண்டு தங்கமீன்களின் கல்லறை. பழக்கத்தின் காரணமாக அவற்றை 'தங்கமீன்கள்' என்று குறிப்பிடுகிறேன். சமாதிக் கல்லில் பொறித்திருக்கும் புகழுரையை வாசித்தால் நான் சொல்வது பொருத்தமாயில்லையென்றாலும் கூட.

எதிர்பாராதவகையில் பக்கத்து வீட்டுக்காரியைச் சந்தித்தேன். அவளும் என்னைப்போல் சந்தடியும் குழப்பமுமான சூழ்நிலையிலிருந்து விடுபட்டு கொஞ்சம் அமைதி தேடி வந்திருக்கணும். கரடுமுரடான தகரத்தினால் செய்யப்பட்ட தலைக்கவசத்துக்குக் கீழே அவளது தலைமுடிக் கற்றை பிதுங்கியிருந்து. எனக்குச் சங்கடமாக இருந்தது.

அவளெதிரே நின்று சொன்னேன்.

"எவ்வளவு அமைதியா இருக்கு பாருங்க."

அவளும் ஆமோதித்தாள்.

"ஆமா, ரெம்ப அமைதியாயிருக்கு."

"நாளைக்கு பீரங்கி வெடிக்கப் போறாங்களாம்."

"அப்படித்தான் நானும் கேள்விப்பட்டேன்."

அவள் முகக் கண்ணாடியை வெளியே எடுத்துப் பார்த்து தலைக்கவசத்தை சரிசெய்து கொண்டாள்.

பீரங்கி வெடிப்பு வெற்றிகரமாக இல்லை. வீட்டுக்கார அம்மா என்னிடம் இதைச் சொன்னாள். அதிகாரபூர்வ அறிவிப்பு ஏதுமில்லை.

நான் சந்தித்த பீரங்கிக்காரர் என்னிடம் உண்மையைத்தான் சொல்லியிருக்கணும். ஆனால் தோல்விக்குக் காரணம் அவரில்லை என்றும் கேள்விப்பட்டேன். வேறு காரணங்கள் இருந்திருக்கணும். எப்படியானாலும் அதைப்பற்றி ஒரே பேச்சாக இருந்தது. அப்புறம் எனக்கு வேறுவேலைகள் இருந்தன. ஏனென்றால் திட்டமிட்டபடி கோட்டைச் சுவர்களுக்கு உல்லாசப் பிரயாணம் போகணுமே. உங்களுக்குத்தான் தெரியுமே, அந்தச் சமயத்தில் நான் அவ்வளவு அதிகமாக வெளியே போனதில்லை. அறுந்துபோன கால்சட்டை வார்கள்தான் காரணம். என் காலில் அடிபட்டுவிட்டது. என்றும் எனக்கு நிறைய வேலையிருக்கிறது என்றும் வீட்டுக்கார அம்மாவிடம் புளுகினேன். என் விளக்கத்துக்கு வலுச்சேர்க்கும் வகையில் 'விரிமையக் குழாயின் பொதுநலப் பயன்பாடுகளில் வெற்றிகரமான முன்னேற்றம்.' புஸ்தகத்தையும் அதைப்பற்றிய எனது குறிப்புகளையும் அவளிடம் காட்டினேன். என் உல்லாசப் பிரயாணத்தைப் பொறுத்தமட்டில் எல்லைப்புறத்தில் யாரும் இருக்கமாட்டார்கள். மேலும் மதியத்துக்குமேல்தான் போவதென்று திட்டமிட்டிருந்தேன். பீரங்கிச் சூடு நடக்கும் நாளில் மிச்ச நேரத்தை வீட்டிலிருந்தபடி, உல்லாசப் பிரயாணத்தைத் திட்டமிட்டுக்கொண்டும் அதைப்பற்றிய கனவிலும் கழித்தேன். விளக்கை அணைத்துவிட்டு ரெம்ப நேரம் சன்னலோரம் நின்றிருந்தேன்.

மறுநாள் எழுந்திருக்கும்போது வீட்டுக்கார அம்மா சமையலறையில் அழுதுகொண்டிருப்பது கேட்டது. அவளை எது பாதித்திருக்கும் என்று யோசித்துக்கொண்டு படுக்கையில் கிடந்தேன். கடைசியில் எனக்கு காலைச் சாப்பாடு செய்திப் பத்திரிகை உல்லாசப் பிரயாணத்துக்குச் சொல்லிவைத்தபடி ரொட்டித்துண்டுகள் கொண்டு வந்தாள். எல்லாவற்றையும் என் மேசைமேல் வைத்துவிட்டு கண்ணீர் பொங்கி வர ஓடிவிட்டாள். என் போட்டோவை செய்திப் பத்திரிகையின் முதல் பக்கத்தில் போட்டு எல்லா விவகாரங்களுக்கும் நான்தான் பொறுப்பு என்று அறிவிப்பும் வெளியாகியிருந்தது.

நான் எதிர்பார்த்த அளவுக்கு ஆச்சரியமில்லை. நடப்பதற்கெல்லாம் நான் பொறுப்பே இல்லை என்று முழுக்க உறுதியாக யாராவது சொல்ல முடியுமா? வீட்டுக்குள்ளேயே முடங்கிக் கிடந்தேன். நல்லவேளையாக அறுந்த கால்சட்டை வார்களின் கட்டாயத்தில் அப்படிக் கிடக்க நேர்ந்தது என்று சந்தோசம். எல்லாவற்றுக்கும் நான்தான் காரணமாக இருந்தது. சனங்களும் அதை நம்பிவிட்டால் அவர்களுக்கு என் முகத்தை எப்படிக் காட்டுவேன்.

என்ன செய்வது, எனது உல்லாசப் பிரயாண சந்தோசம் கெட்டது. கடைசியில் நான் வீட்டைவிட்டுக் கிளம்பும்போது ஒரு கை எனது கால்சட்டையை பிடித்துக் கொண்டிருந்தது. மற்றதால் காவல்காரரின் கையைக் குலுக்கினேன். சிந்துபாத் என்னும் மாலுமி 'விரிமையக் குழாயின் பொதுநலப் பயன்பாடுகளில் வெற்றிகரமான முன்னேற்றம்' உட்பட என்னுடைய எல்லா புஸ்தகங்களையும் வீட்டுக்கார அம்மாவிடம் கொடுத்துவிட்டேன். அவ்வப்போது கடிதம் எழுதுமாறு அவள் கேட்டுக் கொண்டாள்.

ஏற்கெனவே இருட்டு படர்ந்திருந்தது. எனக்கு சந்தோசம். விளக்கேற்றகிற மனுசன் இன்னும் சொகமான பாடில்லை. சன்னல்வழியாக பக்கத்து வீட்டுக்காரியை தரிசிக்கலாம் என்ற நம்பிக்கையில் கீழே முற்றத்துக்குப் போனேன். அவளைப் பார்க்கவில்லை. ஆனால் அவள் யாருடனோ பேசிக்கொண்டிருப்பது கேட்டது. எனது நண்பரின் குரலென்று அறிந்து கொண்டேன். பீரங்கிக்காரர்தான்.

தெற்காமல் நடந்துபோனேன். எனது நகரத்தை மிகவும் நேசித்தேன். பொழுது சாய்ந்து முடிந்த ஒரு நாள் அந்தி வேளையில் கற்கள் கைமாற்றும் இனிய ஆழமான கதகதப்பை நகரத்தின் சுவர்களிலிருந்து சன்னஞ்சன்னமாகக் கசிந்து கொண்டிருந்தது. ஒவ்வொரு அம்சத்திலும் அறிவுநுட்பமாக எளிமையும் செறிந்த நல்ல கட்டிடக் கலையை எப்போதுமே ரசித்திருக்கிறேன். ஒவ்வொரு பொருளும் உன்னதமானது. அழகானது. ஏனென்றால் அது இயற்கையின் இயல்பான வெளிப்பாடாகும். அதனால்தான் வாழ்க்கையை ருசித்து அனுபவிக்கிறேன் அது சாத்தியமாகும்போது.

நான் பழைய கோட்டைக்குப் போகணுமென்று நினைத்தேன். அது ரெம்ப காலமாக கேட்பாரற்றுக் கிடக்கிறது. அதன் பழமைவாய்ந்த ஆனால் இன்னும் உயர்ந்து நிற்கும் சுவர்களை நோக்கி நடந்துகொண்டிருந்தேன். சுவர்கள் மீது பசும்புல் அறுக்கப்படாமல் உயரமாக வளர்ந்திருந்தது. எனக்குப்பின்னே தூரத்தில் தெருக்களின் இரைச்சலைக் கடந்து கைவிடப்பட்ட கொத்தளங்களுக்கு நடுவே வந்துகொண்டிருந்தேன். பழங்காலத்தைச் சேர்ந்த அவை ஒட்டக முதுகுபோல் உருமாறியிருந்தன. அவற்றின் போர் நினைவுகள் எல்லாம் மெல்லிய மன உளைச்சலை இன்னும் சுமந்துகொண்டிருக்கும். பழங்கதைகளாகிப்போன மண் மேடுகளாக அவற்றை விட்டுவிட்டு மறைந்துவிட்டன.

திட்டமிட்டபடியே எனது உல்லாசப் பிரயாணம் நடந்துகொண்டிருந்ததில் எனக்கு மகிழ்ச்சி. இன்னும் ஒருத்தரைக்கூட சந்திக்கவில்லை. சந்தித்திருந்தாலும் கூச்சமில்லாமல் ஒரு

கால்சட்டையைத் தூக்கிப் பிடித்தபடி இன்னொரு கையில் ரொட்டித் துண்டுகளுடன் சமாளித்திருப்பேன்.

வேகமாக நடந்ததால் சற்று சோர்வாக இருந்தது. இணையான உயர்ந்த நெடுந்தூரம் நீண்டிருக்கும் சுவர்களுக்கிடையே பள்ளத்தாக்கில் கொஞ்ச நேரம் உட்கார்ந்தேன். இந்த இடைப்பட்ட கணவாயில் கடைசி வரை ரெம்ப நேரம் நடந்தேன். இப்போது இருள் கனக்கும் அந்திவேளையில் கடல்நீல வானத்தின் வாலோடித் துண்டு ஒன்றை மட்டுமே பார்க்க முடிந்தது. அந்த வானத்தில் பார்வை பதித்திருந்தபோது துப்பாக்கியைத் துடைத்துக்கொண்டு ஒரு மனுசனின் தெளிவான நிழலுருவம் தென்பட்டது. அவர் மார்பில் வட்டமான பதக்கம் பளபளத்தது.

அந்தக் கண்வலி கிழவர்தான் அது. எதிரியை விரட்டிக் கொண்டாடுவதே குறியாகக் கொண்டவர். அர்ப்பணிப்பும் தன்னார்வமும் கொண்ட சேவை அவரை நகரத்தின் எல்லைப்புறத்துக்கு கொண்டுவந்திருக்கணும். இப்போது அங்கே அவர் காவல் காத்துக் கொண்டிருந்தார். அவரது இடைவிடாத அர்ப்பணிப்பை நான் முழுசாகப் பாராட்டினாலும் பயமாக இருந்தது. அவரது நோக்கங்கள் நல்லவைதான். என்றாலும் தவறே செய்ய மாட்டார் என்று ஒரேயடியாகச் சொல்லிவிட முடியாது.

நல்லவேளையாக, அவர் என்னைக் கவனிக்கவில்லை. சந்தடி எழுப்பாமல் கவனமாக கணவாய்வழியாக நடையைத் தொடர்ந்தேன். சீக்கிரத்திலேயே அவரை தாண்டிப் போய்விட்டேன். நழுவி விழும் கால்சட்டையை மட்டும் கையில் பிடித்துக்கொள்ள வேண்டியிருக்காவிட்டால் இன்னும் வேகமாகக் கடந்திருப்பேன். உழைத்துக் கிடக்கும் கால்சட்டை வார்கள் மட்டும் கிடைத்திருக்கணுமே அங்கேயுங்கூட அந்த சில்லறைத் தடையுணர்வுகள் என்னை விட்டொழியவில்லை. தனியாக இருந்தேன். என்னைச் சங்கடப்படுத்த அங்கே யாருமில்லை.

அப்புறம் அவர் சுட்டுவிட்டார். தரையில் முகம் பதிய புல்லின்மேல் கிடந்த நான் இதயத்தில் ஒரு வலியை உணர்ந்தேன். மழுங்கலான, சோர்வான முட்டாள்தனமான வலி.